ஆனந்தம்பண்டிதர்

பண்டிதர் எஸ்.எஸ். ஆனந்தம் பிள்ளை (1876 – 1972)

ஆனந்தம்பண்டிதர்
சித்த மருத்துவரின் சமூக மருத்துவம்

கோ. ரகுபதி (பி. 1975)
பதிப்பாசிரியர்

இளங்கலைப் பட்டத்தை நாசரேத் மர்காஷியஸ் கல்லூரியிலும், முதுகலை – முனைவர் பட்டங்களை மனோன்மணியம் சுந்தரனார் பல்கலைக்கழகத்திலும் பயின்றார். தமிழ்ப் பத்திரிகையில் நிருபராகவும் மனோன்மணியம் சுந்தரனார் பல்கலைக்கழக சமூக விலக்கல் மற்றும் உட்கொணர்வு கொள்கை ஆய்வு மையத்தில் இணை ஆராய்ச்சியாளராகவும், சேலம் மாவட்டம் ஆத்தூர் வடசென்னிமலை அறிஞர் அண்ணா அரசு கல்லூரி வரலாற்றுத் துறையில் உதவிப் பேராசிரிய ராகவும் பணியாற்றினார். தற்போது திண்டிவனம் திரு. ஆ. கோவிந்தசாமி அரசினர் கலைக் கல்லூரியில் வரலாறு கற்பிக்கிறார்.

மின்னஞ்சல்: ko.ragupathi@gmail.com

ஆனந்தம்பண்டிதர்
சித்த மருத்துவரின் சமூக மருத்துவம்

பதிப்பாசிரியர்
கோ. ரகுபதி

காலச்சுவடு பதிப்பகம்

ஆனந்தம்பண்டிதர் சித்த மருத்துவரின் சமூக மருத்துவம் ❖ கட்டுரைகள் ❖ பதிப்பாசிரியர்: கோ. ரகுபதி ❖ பதிப்பும் அமைப்பும் © கோ. ரகுபதி ❖ முதல் பதிப்பு: செப்டம்பர் 2016, மூன்றாம் (குறும்) பதிப்பு: செப்டம்பர் 2021 ❖ வெளியீடு: காலச்சுவடு பப்ளிகேஷன்ஸ் (பி) லிட்., 669, கே.பி. சாலை, நாகர்கோவில் 629001

aanantam paNTitar citta maruttuvarin camuuka maruttuvam ❖ Essays ❖ Edited by Ko. Ragupathi ❖ Introduction and editorial arrangement © K. Ragupathi ❖ Language: Tamil ❖ First Edition: September 2016, Third (Short) Edition: September 2021 ❖ Size: Demy 1 x 8 ❖ Paper: 18.6 kg maplitho ❖ Pages: 248

Published by Kalachuvadu Publications Pvt. Ltd., 669 K.P. Road, Nagercoil 629001, India ❖ Phone: 91-4652-278525 ❖ e-mail: publications@kalachuvadu.com ❖ Printed at Clicto Print, Jaleel Towers, 42 KB Dasan Road, Teynampet Chennai 600018

ISBN: 978-93-5244-053-5

09/2021/S.No. 730, kcp. 3196, 18.6 (3) rss

ஆனந்தம்பண்டிதர்,
தியாகராய செட்டியார்,
பனகால் அரசர்
ஆகியோருக்கு

நன்றி

மருத்துவன் இதழைத் தேடி எடுப்பதற்குப் பெருந்துணை புரிந்த தமிழ்நாடு ஆவணக் காப்பக நூலகர்
E. ஜெகன் பார்த்திபன்

நூல் தொகுப்புக்கான முன்னுரையைப் *புதுவிசை* இதழில் வெளியிட்ட ஆதவன் தீட்சண்யா

நூலைச் செம்மையாக்கம் செய்த பேராசிரியர் க. காசிமாரியப்பன்
(பெரியார் ஈ.வெ.ரா. கல்லூரி, திருச்சி)

நூலை எழுதுவதற்குத் துணையாய் நின்ற மனைவி ப. சித்திரலேகா, மகள் ப. அதுல்யாஜோதி, நண்பர் ஜெரோம் சாம்ராஜ் (உதவிப் பேராசிரியர், புதுச்சேரி பல்கலைக்கழகம்), கீதா ஜெரோம்

நூலைப் பதிப்பிக்க முன்வந்த
காலச்சுவடு கண்ணன்

நூலின் வடிவமைப்புப் பணியைச் செய்த
மஞ்சு முத்துக்குமார்

இவர்கள் அனைவருக்கும் எனது
உளங்கனிந்த நன்றி.

பொருளடக்கம்

முன்னுரை: ஆனந்தம்பண்டிதர் ஓர் அறிமுகம்	11

I. சித்த மருத்துவம் — 33

1. கீழ்நாட்டு மருத்துவமும் மேல்நாட்டு மருத்துவமும் — 35
2. தமிழ் வைத்தியமும் சம்ஸ்கிருத வைத்தியமும் — 40
3. மருத்துவப் பெரியாரில் ஒருவராகிய சிறுத்தொண்டர் வரலாறு — 53
4. பி. ஜான்ஸ்டன் செயின்ட் உரை — 66
5. மேற்கத்திய மருத்துவர்களின் கூற்று — 69
6. அரசர், அதிகாரிகள், தலைவர்கள் கூற்று — 73
7. அறுவை இல்லாத சிகிச்சை — 85
8. பனகால் அரசர் விண்ணுற்றார்! — 93

II. சமூக மருத்துவம் — 95

1. தென் இந்திய மருத்துவ சங்கத்தின் நோக்கங்கள் — 97
2. மருத்துவர் ஐக்கிய நாணய நிதியும் அதன் அவசியமும் — 99
3. மருத்துவ குலத்தாருக்கு முக்கிய அறிக்கை — 103
4. இந்திய அரசியல் மகாசபையாகிய சைமன் கமிஷனும் தென் இந்திய மருத்துவர் சங்கப் பிரதிநிதிகளும் — 106
5. மங்கல அமங்கல சீர்திருத்தம் — 118
6. இணக்கவயது கமிட்டியாரின் கேள்விகளுக்குத் தென் இந்திய மருத்துவ சங்கத்தலைவர் எஸ்.எஸ். ஆனந்தம் அவர்கள் கொடுத்த சாட்சி — 123
8. தீ வணக்கமே சிவ வணக்கம் நீர் வணக்கமே மால் வணக்கம் — 132
9. ஆனந்தம்பண்டிதரின் பொன்மொழிகள் — 139

III. நோய்க் கிடங்கொடேல் — 141

1. மதுசாரம் மனித தேகத்திற்கு விஷமாகும் — 143
2. பாலர் பரிபாலனம் — 158
3. உணவும் உடல் வலிவும் — 179
4. உடம்பும் உடுப்பும் — 183

IV. மருத்துவன் — 189

1. மருத்துவன் ஓர் உயர்ந்த வைத்திய மாதப் பத்திரிகை — 191
2. பத்திராசிரியர் குறிப்பு — 192
3. இலங்கை மருத்துவர்களுக்கு எனது தாழ்மையான விண்ணப்பம் — 195
4. இலங்கை மருத்துவர்களுக்கு ஓர் வேண்டுகோள் — 200
5. மருத்துவனுக்கு உதவி பத்திராசிரியர் வேண்டும் — 203
6. மருத்துவனின் மதிப்புரை — 204
7. பத்திரிகைகளின் கருத்து — 205
8. மருத்துவனின் சந்தாதாரர்கள் — 213

V. பண்டிதருக்குப் பாராட்டு — 229

1. பொதுச் செய்திகள் — 231
2. பண்டிட் ஆனந்தம் அவர்கட்கு தென் இந்திய மருத்துவர் சங்கத்தார் அளித்த மகிழ்ச்சிப் பத்திரம் — 241
3. மருத்துவ பானு பண்டிட் ஆனந்தம் அவர்களுக்குக் கூறும் உவகை உரை — 245

முன்னுரை

ஆனந்தம்பண்டிதர் ஓர் அறிமுகம்

சித்த மருத்துவ நிபுணர், ஆதிமருத்துவர் சாதி விடுதலைக்கான கருத்தியல்களை முன்வைத்துப் போராட்டம் நடத்திய பண்டிதர் எஸ்.எஸ். ஆனந்தம் பிள்ளை (இனி ஆனந்தம்பண்டிதர் எனக் குறிப்பிடலாம்) தமிழ்ச் சமூக ஆளுமை வரலாற்றில் விடுபட்டிருக் கிறார். எந்தக் கருதுகோளையும் முன்வைத்துக் கொண்டு அவரைத் தேடவில்லை; நான் அவரைக் கண்டுபிடித்தது எதிர்பாராத நிகழ்வு. முனைவர் பட்டம் பெறுவதற்காகத் தேவேந்திரர் இயக்கம் குறித்த ஆய்வில் ஈடுபட்டிருந்தபோது ஒரு கட்டுரை ஆதிமருத்துவர் சாதியை நோக்கி என்னைத் திருப்பியது. ஆதிமருத்துவர்களுக்கும் ஆதிக்கச்சாதி யினருக்கும் இடையிலான உறவு சகோதரத்தன்மை கொண்டது என அந்தக் கட்டுரை வாதிட்டது, அவர்களுக்குள் ஆதிக்கமும் சார்புநிலையும் இருப்பதை அந்தக் கட்டுரை மறைத்தது. இந்த வாதத்தை என்னால் ஏற்க இயலவில்லை. அந்தக் கட்டுரையைத் தொடர்ந்து புதுமைப்பித்தனின் 'நாசகார கும்பல்' சிறுகதையைப் படித்தேன். ஆதிமருத்துவர்களை ஆதிக்கச்சாதியினர் எவ்வாறு ஒடுக்குகின்றனர் என்பதை மையக்கருவாகக் கொண்டு சிறுகதையை அவர் படைத்திருக்கிறார், இது ஆதிமருத்துவர் குறித்து ஆய்வு மேற்கொள்ளவும் இழுத்தது. ஆகவே, முனைவர் பட்ட ஆய்வுக்கு எடுத்துக்கொண்ட தலைப்பிலிருந்து தற்காலிகமாக விலகி ஆதிமருத்துவர் சாதி குறித்த தரவுச் சேகரிப்பில் ஈடுபட்டேன். முதலில் திருநெல்வேலியைச் சுற்றி யுள்ள பகுதிகளில் அந்தச் சாதியைச் சேர்ந்த முதியவர்கள் பலரையும் சந்தித்தேன். அவர்களில்

சிலர் ஆனந்தம்பண்டிதர் குறித்து அறிந்திருந்தபோதிலும் கூடுதல் தகவல்களைத் தெரிந்திருக்கவில்லை. தூத்துக்குடி மாவட்டம், சேதுசுப்பிரமணியபுரம் கிராமத்தைச்சேர்ந்த எஸ்.எஸ். நடராசன்[1], என்ற சித்த மருத்துவரைச் சந்திக்கச் சென்றேன். அவர் ஆனந்தம்பண்டிதரோடு தொடர்பில் இருந்தவர். பக்கவாதநோய்த் தாக்குதலுக்கு உள்ளாகியிருந்த அவருக்குச் சுய நினைவு குறைந்திருந்ததால் நிகழ்வுகள் பலவற்றை நினைவுகூர அவரால் இயலவில்லை. இருப்பினும், ஆனந்தம்பண்டிதர் குறித்துக் கூறியதோடு அவரிடம் இருந்த *மருத்துவன்* இதழின் சில பக்கங்களையும் சில ஆவணங்களையும் கொடுத்தார். அவரிடமிருந்துதான் *மருத்துவன்* இதழ் குறித்துத் தெரிந்து கொண்டேன். அதைத் தனிநபர்களிடமும் நூலகங்கள் பலவற்றிலும் தேடினேன்; மிஞ்சியது ஏமாற்றம்தான். முனைவர் பட்ட ஆய்வைத் தொடரவேண்டிய நிர்ப்பந்தம் காரணமாக, கிடைத்த தரவுகளைக்கொண்டு 'ஆதிமருத்துவர்: சவரத் தொழிலாளராக்கப்பட்ட வரலாறு' என்னும் நூலை 2006ஆம் ஆண்டு நான் வெளியிட்டேன்; அதில் ஆனந்தம்பண்டிதர் குறித்துச் சிறு அறிமுகம் மட்டும் கொடுக்க முடிந்தது.

நூல் வெளியீட்டுவிழா பாண்டிச்சேரியில் நிகழ்ந்தது. இவ்வாறு ஒரு நூல் வெளியாகவிருக்கிறது என்பதை அறிந்து ஆதிமருத்துவர் சாதியைச் சேர்ந்த சமூக விடுதலைக்கான அரசியல் செயல்பாட்டில் தங்களை இணைத்துக்கொண்டிருக்கும் அரிமாவளவன், கவிஞர் ஆலா ஆகியோர் அதற்கான ஏற்பாட்டைச் செய்தனர். அந்நிகழ்வில் *மருத்துவன்* இதழைக் கண்டுபிடித்து அதனைத் தொகுத்துத் தமிழ்ச் சமூகத்திற்கு அளிப்பேன் என்ற எண்ணத்தை வெளிப்படுத்தினேன். அன்றுமுதல் என் தரவுச்சேகரிப்புப் பட்டியலில் *மருத்துவன்* இதழும் இணைந்துவிட்டது. இந்தத் தேடலில் சில வருடங்களுக்குப் பின்னர் ஆனந்தம்பண்டிதரைப் பற்றிய குறிப்புகளும் அவர் *திராவிடன்* பத்திரிகையில் எழுதிய கட்டுரை ஒன்றும் கிடைத்தது. இருப்பினும், அவை போதுமானவை அல்ல என்பதை உணர்ந்து *மருத்துவன்* இதழைத் தேடினேன். 'ஆதிமருத்துவர்' புத்தகத்தை மறுபதிப்பு செய்து வெளியிட வேண்டும் என்ற எண்ணத்தில் தீவிர தேடுதலில் ஈடுபட்டேன்; இருப்பினும், ஏமாற்றமே மிஞ்சியது. ஆனந்தம்பண்டிதர் குறித்த சித்திரம் முழுமை பெறாமல் மறுபதிப்பும் வெளிவர வேண்டிய நிலை உருவானபோது பெரும்வருத்தம் என்னை ஆட்கொண்டது; இது நூலின் மறுபதிப்புப் பணியைத் தாமதப்படுத்தியது. எனவே தேடிக்கொண்டே இருந்தேன். திடீரென ஒருநாள் எதிர்பாரா

---

1. எஸ்.எஸ். நடராசன் (73), 02 ஜூன் 2005, சேதுசுப்பிரமணியபுரம், தூத்துக்குடி மாவட்டம்.

விதமாக அந்த இதழின் பெரும்பகுதியைக் கண்டெடுத்தேன்; பத்தாண்டுத் தேடுதலில் புதையல் ஒன்று கிடைத்த மகிழ்ச்சி எனக்கு. உடனடியாக அந்த இதழ் முழுவதையும் படித்தேன், அப்போது ஆனந்தம்பண்டிதர் தமிழ்ச் சமூகத்தின் தனித்துவமான ஆளுமையாகத் தெரிந்தார். தமிழ்ச் சமூக வரலாற்றின் பெருத்த இடைவெளியை ஆனந்தம்பண்டிதர் நிரப்ப இருக்கிறார் என்பதை உணர்ந்தேன். எனவே ஏற்கனவே வெளியிட்ட நூலில் ஆனந்தம்பண்டிதரைப் பற்றி விரிவாக எழுதுவது குறித்துச் சிந்தித்தேன்; ஆனால் அவ்வாறு செய்தால் பண்டிதர் குறித்த முழுமையான சித்திரம் கிடைப்பது கடினம் என்பதால் தனியாக நூல் வெளியிட வேண்டும் என்ற முடிவுக்கு வந்தேன். அதற்கு அடிப்படைக் காரணம் அவருடைய அறிவுச்செயல்பாடும் களப் போராட்டமும். எனவே அவரது சிந்தனைகளைத் தொகுத்துத் தமிழ்ச்சமூகத்திற்கு அளிப்பது அவசியம் என்று உணர்ந்ததால் அது நூல் வடிவம் பெற்றுவிட்டது.

இல்லறமா? துறவறமா?

ஆனந்தம்பண்டிதர் ஆதிமருத்துவர் சாதியைச் சேர்ந்த கும்பகோணம் சாமிநாதன் – கமலம்மாள் தம்பதியருக்குப் பிறந்தார். இந்தக் குடும்பத்தினர் பரம்பரை பரம்பரையாக அரச குடும்பங்களுக்கு மருத்துவம் செய்துவந்தனர். பெற்றோர் அவருக்குச் சிவானந்தம் எனப் பெயர் சூட்டினர். தமிழ்ப் புலமைபெற்ற அவரது தந்தை, ஆனந்தம்பண்டிதருக்கு, தமிழ்க் கல்வியைக் கற்றுக்கொடுத்தார். பள்ளியில் படித்த அவரை 12 வயதுக்கு மேல் தமிழ் மருத்துவ நூல்களைப் படிக்கச் செய்தார். ஆனந்தம்பண்டிதருக்கு உ.வே.சாமிநாத ஐயர் தமிழ் இலக்கண, இலக்கியங்களைக் கற்றுக்கொடுத்தார். ஆனந்தம்பண்டிதருக்கு இசை, நாடகம், கூத்து போன்றவற்றில் ஆர்வம் மிகுந்திருந்தது. இல்லறம் அல்லது துறவறம் ஆகிய இரண்டில் எந்த வாழ்க்கையை மேற்கொள்வது என்ற கேள்வி இளம்வயதில் அவருக்கு ஏற்பட்டது. அவருக்குத் துறவறம்மீது நாட்டம் மிகுந்திருந்தது. காரணம், இளம் வயதிலேயே தமிழ் இலக்கண இலக்கியத்தையும் மருத்துவத்தையும் கற்றுக்கொண்ட அவர் நந்தன் வரலாற்றையும் படித்தார்; நந்தனைப்போல் சிதம்பரத்திற்குப் போய்வர விரும்பினார். இந்த விருப்பத்திற்குப் பெற்றோரின் ஒப்புதலைக் கோரினார். ஆனால் அவர்களோ மணம்முடித்த பின்னர் போகலாமென அறிவுறுத்தினர். ஆனந்தம்பண்டிதரோ சிதம்பர நடராசனைக் காணாமல் மணம்முடிக்கமாட்டேன் என்றார். ஒருநாள் யாரிடமும் கூறாமல் ஆனந்தம்பண்டிதர் சிதம்பரம் சென்றார். இதனையறிந்த அவருடைய தந்தையும், தாய்மாமனும் சிதம்பரம் சென்று ஆனந்தம்பண்டிதரை அழைத்து வந்தனர். சிதம்பர தரிசனம்

முடிந்துவிட்டதால் மணம் முடிக்குமாறு கூறினர். ஆனால் அப்போதும் மறுத்துவிட்டார். எனவே அவரது தந்தை உ.வே. சாமிநாத ஐயரைக் காண்பதற்கு அழைத்துச் சென்றார். அவர் இல்லறத் தேவையை எடுத்துக்கூறிய பின்னர் மணம் முடிக்க இணங்கினார்; இறுதியில், ஆனந்தம்பண்டிதரின் தாய்மாமன் மகள் அம்புசம் மனைவியானார். கருப்பைக் கட்டி ஏற்பட்டதால் அறுவைச்சிகிச்சை செய்துகொண்டார் அம்புசம்; மருத்துவர் ஆலோசனைப்படி அவர்களின் இல்லற வாழ்வு முறிக்கப்பட்டது. திண்டுக்கல், உயர்நிலைப் பள்ளி ஒன்றில் தலைமையாசிரியராகப் பணியாற்றிய தில்லைநாயகத்தின் சகோதரி அம்மாகண்ணு அம்மாளைத் திருமணம் செய்தார். அந்த அம்மையோடு ஒத்த வாழ்வைக் கடந்த ஆனந்தம்பண்டிதர் இளையனார் கோவில் கோவிந்தசாமியின் சகோதரி இராதா அம்மாளைச் சென்னை உயர்நீதிமன்ற நீதிபதி வெங்கட சுப்பராவ் முன்னிலையில் திருமணம் செய்துகொண்டார் என அவருடைய வாழ்க்கைக் குறிப்புகளிலிருந்து அறிய முடிகிறது.[2] இவர்களுக்குப் பிறந்தவர்கள் ஆனந்தகுமார், மலர்க்கொடி. ஆனந்தம்பண்டிதர் மணம் முடித்த ஆண்டை அறிய இயலவில்லை.

பொதுவாழ்வின் தொடக்கம்

தமிழ்ச்சித்த மருத்துவத்தைப் பாதுகாப்பதில் ஆனந்தம் பண்டிதரின் பொது வாழ்க்கை தொடங்குகிறது. அவர் வாழ்ந்த காலத்தில் தமிழ்ச் சித்த மருத்துவமானது ஆயுர்வேதம், ஆங்கில மருத்துவம் ஆகிய இருமுனைத் தாக்குதல்களை எதிர்கொண்டது. முன்னது சித்த மருத்துவத்தை சுவீகரித்துக்கொள்ள எத்தனித்தது; பின்னது அழித்தொழிக்க முற்பட்டது. பிரிட்டிஷ் ஏகாதிபத்தியம் தன் அரசியல் பொருளாதார நலனுக்காக ஆங்கில மருத்துவத்தைப் பரப்பியது; சென்னை மாகாணத்தின் பல பகுதிகளிலும் ஆங்கில மருத்துவக் கல்லூரி, மருத்துவமனைகளை நிறுவியது. அங்கு மேற்கத்திய முறையில் மருத்துவம் பயின்றவர்களைப் பணியாளர் களாக நியமித்தது. இதனால் தமிழ்ச்சித்த மருத்துவம் மட்டுமின்றி இந்தியாவில் அப்போதிருந்த பல்வேறு வகையான சுதேச மருத்துவ முறைகள் தாக்குதலுக்கு உள்ளாயின. இந்தக் காலகட்டத்தில் பிரிட்டிஷ் ஏகாதிபத்தியம் நவீனத் தொழில்நுட்பங்களைப் புகுத்திய தால் நசிவுக்குள்ளான இந்தியத் தொழில்களைப் பாதுகாப்பதற் கான குரல்கள் ‘சுதேசியம்’ என ஒலிக்கத் தொடங்கின. மருத்துவப் புலத்தில் ஆயுர்வேத வைத்தியர்கள் இந்திய அளவில் ஒரு சங்கத்தை

---

2. தமிழ் மாநில சித்தவைத்திய சங்கம் எழுதிய குறிப்பு, முப்புக் கருத்தரங்கு மலர், 24 ஜூலை 1973; டாக்டர், ஏ.வி. பெரியண்ணன், ‘பண்டித எஸ்.எஸ். ஆனந்தம் வாழ்க்கைக் குறிப்பு’ *டீம*, பண்டிட் எஸ்.எஸ். ஆனந்தம் அவர்கள் நினைவு மலர், 01 ஜூன் 1977, ப. 7

நிறுவி மாநாடு, கண்காட்சி போன்றவற்றை நடத்தினர். இவர்களின் இலக்கு ஆயுர்வேத வைத்தியத்தை ஆங்கில மருத்துவக் கல்லூரியில் கற்பித்தலின் ஊடாக நிறுவனமயமாக்குதலாகும். இதற்காக அவர்கள் பலவகைப் போராட்ட உத்திகளைக் கையாண்டனர். சென்னை சட்டசபையில் ஏ.எஸ். கிருஷ்ணராவ் நவம்பர் 1914ஆம் ஆண்டு 'ஆயுர்வேத – யுனானி வைத்தியங்க ளென்னும் சுதேச வைத்திய முறைகளை' அரசாங்கம் ஆதரித்து அவற்றை அபிவிருத்தி செய்ய வேண்டுமென்று ஒரு தீர்மானத்தை முன்மொழிந்தார். மேலும், பிரிட்டிஷ் அரசாங்கம் ஏற்படுத்தியிருக்கும் மருத்துவமனைகள் மக்களின் மருத்துவத்தேவைகளை நிறைவேற்றுவதற்குப் போதுமானவையாக இல்லை; மக்களில் படித்தோருக்குச் சுதேச வைத்தியத்தின் மீது நம்பிக்கைக் குறைவு ஏற்படவில்லை. ஆகவே, 'சுதேச' வைத்திய முறைகளான ஆயுர்வேதம், யுனானி ஆகியவற்றைத் தேசமொழிகளிலும் ஆங்கிலத்திலும் பரவச்செய்ய வேண்டும் என அந்தத் தீர்மானம் வலியுறுத்தியது. அவர்கள் ஆயுர்வேத, யுனானி மருத்துவ முறைகளை ஆதரிப்பதற்குச் சாதியும் ஒரு காரணம். ஏனென்றால், தீண்டத்தகாதோர் எனக் கருதப்பட்டோர் உட்பட அனைத்துச் சாதியினரும் மருத்துவமனைக்குச் சென்றுவருவதால் தங்களின் 'புனித' தன்மையைப் பாதுகாத்துக்கொள்வதற்காக ஆதிக்கச் சாதியினர் அங்கு செல்ல விரும்பவில்லை. மேற்குறிப்பிட்ட தீர்மானத்தை ஆதரித்துப் பேசிய நரஸிம்மையர்

> மேனாட்டு முறையை அனுஸரித்த சாஸ்திரங்களின்படி வைத்தியம் செய்துகொள்வதற்கு அவர்களுக்கு இஷ்டமு மில்லை. ஆகவே ஜனங்களுக்கு வைத்திய உதவி வேண்டியளவுக்குக் கிடைக்கும்படிச் செய்வதற்கு இது ஒன்று தான் ஏற்றவழியாகும். அதாவது, ஆயுர்வேத யுனானி வைத்தியசாலைகளையும் பாடசாலைகளையும் ஸ்தாபித்து...

எனக் கூறுகிறார்.[3] எனவே, மருத்துவத்தில் சுதேசியம் என்ற முழக்கம் சாதியைப் பாதுகாத்தல் என்பதன் மறுமொழி எனலாம்.

மருத்துவத்தில் சுதேசியம் பேசிய பலரும் பிராமணச் சாதியைச் சேர்ந்தோர். எம். துரைசாமி அய்யங்கார் நடத்திய *வைத்திய கலாநிதி* என்ற தமிழ்ப்பத்திரிகை ஆயுர்வேத மருத்துவத்தைப் பரப்பும் பணியைச் செய்தது; ஆயுர்வேதம், யுனானி ஆகிய 'சுதேசிய' வைத்தியசாலைகளை அரசாங்கம் அமைக்க வேண்டும் என வேண்டுகோள் விடுத்தது.[4] ஆயுர்வேத மருத்துவத்தை நிறுவனமயமாக்கும் முயற்சியில் ஈடுபட்ட பிராமணர்கள் சுதேசிய மருத்துவம் எவை யெவை எனக் கூறியதில் பெருந்தவறு செய்தனர்.

---

3. *வைத்திய கலாநிதி,* நவம்பர் 1914, ப. 63
4. *வைத்திய கலாநிதி,* அக்டோபர் 1914, ப.45.

மொழிகள் பலபேசும் மக்களைக் கொண்ட இந்தியாவில் சித்த மருத்துவம், பழங்குடி மக்களின் மருத்துவம், பாட்டி வைத்தியம், நாட்டுப்புற மருத்துவம் எனப் பல்வேறு மருத்துவமுறைகள் இருப்பினும் இந்தியாவின் சுதேசிய மருத்துவம் ஆயுர்வேதம், யுனானி ஆகியன மட்டுமே எனக் கூறினர். பொதுவாக, அனைத்து நிலைகளிலும் இசுலாமியர்களை எதிர்க்கும் பிராமணர்கள் யுனானி மருத்துவத்தை சுதேசிய மருத்துவம் எனக் கூறியதை அவர்களின் அரசியல் தந்திரமாகவே எடுத்துக்கொள்ள வேண்டும். மருத்துவத்தில் சுதேசியம் என முழக்கமிட்ட பிராமணர்களின் அரசியலானது, தமிழ்ச் சித்த மருத்துவம் உட்பட இதர மொழி பேசும் மாநிலங்களில் ஒடுக்கப்பட்ட மக்கள் மருத்துவத்தில் இருந்த பன்மைத்தன்மையை ஒழித்துவிட்டு அதன் மீது ஆயுர்வேதமென்ற ஒற்றைத்தன்மையை ஒட்டுவதற்கான முயற்சியே. இதனூடாகத் தமிழ்ச் சித்த மருத்துவத்தைக் கபளீகரம் செய்வதே அந்த அரசியலின் உள்ளீடு.

சம்ஸ்கிருத மருத்துவத்தை நிறுவனமயமாக்கும் நிகழ்வுப்போக்கில் தமிழ்ச் சித்த மருத்துவம் கபளீகரம் செய்யப்படும் அபாயம் இருப்பதை உணர்ந்தவராகவும் அதனால் கொதிப்படைந்தவராகவும் தென்படுபவர் ஆனந்தம்பண்டிதர் மட்டுமே. இது அவருக்கு எவ்வாறு ஏற்பட்டது என்பதைப் புரிந்துகொள்வது அவசியம். அவர் இளம்வயதிலேயே தமிழ் இலக்கண, இலக்கியத்தோடு மருத்துவ நூல்களை வாசித்தார் என ஏற்கனவே கண்டோம். இந்த வாசிப்பினூடாக மருத்துவப் புலமைமிக்க ஆளுமைகள் சிலரை அறிந்து அவர்கள் குறித்து எழுதும் எண்ணம் ஆனந்தம்பண்டிதருக்கு ஏற்பட்டது; ஆனால் அது ஈடேறவில்லை. அந்த வாசிப்பு தமிழ்ச்சமூக மருத்துவ அறிவுப்பாரம்பரியப் பெருமையை அவருக்குள் வலுவாக விதைத்தது; அதை அவர், "அச்சுநூல்களும், ஆங்கில மருத்துவச்சாலைகளும் தோன்றுவதற்குமுன் தமிழ்நாட்டில் வீட்டுக்கிழவிகளுக்குத் தெரிந்திருந்த மருத்துவப் புலமையும் இக்காலத்துப் பெரும் பட்டங்கள் புனைந்து வெளிவந்துள்ள வைத்திய நிபுணர்கட்கும் தெரியாதென்றே சொல்லலாம்" என்று வெளிப்படுத்துகிறார்.[5] எனவே இந்த மருத்துவ நூல்களின் வாசிப்புதான் சித்த மருத்துவம் தாக்குதலுக்கு உள்ளானபோது அதைப் பாதுகாக்கும் போராட்டத்தில் அவரை ஈடுபடுத்தியது. அவர் இரண்டு வடிவங்களில் போராட்டங்களைக் கட்டமைத்தார் அவை: 1) களப்போராட்டம், 2) அறிவுச் செயல்பாடு என்பன.

---

5. எஸ்.எஸ். ஆனந்தம்பண்டிதர், 'தமிழ்வைத்தியமும் சம்ஸ்கிருத வைத்தியமும்', *மருத்துவன்,* ஜனவரி, 1929, ப. 95.

களப்போராட்டம்

சங்கம் நிறுவுவதில் களப்போராட்டம் வெளிப்பட்டது. பிற்காலத்தில் பிராமணரல்லாத இயக்கத் தலைவர்களில் ஒருவராக உருவெடுத்த பி. தியாகராயர் தலைமையில் 1915 டிசம்பர் 23 அன்று ஆனந்தம்பண்டிதர் 'தென் இந்திய ஆயுர்வேத (சித்தா) வைத்திய சங்க'த்தை நிறுவினார். இது ஆங்கிலேய ஏகாதிபத்தியத்தின் துணையுடன் ஆயுர்வேதத்தை நிறுவனமாக்குவதற்கு முயன்ற *(1914)* அடுத்த ஆண்டே *(1915)* தமிழ்ச் சித்த மருத்துவத்தைப் பாதுகாப்பதற்காக ஆனந்தம்பண்டிதரால் நிறுவப்பட்டது கூர்ந்து கவனிக்கத்தக்கது. இந்தப் போராட்டத்தில் அவருக்குத் தோள்கொடுத்தோர் ஆதிமருத்துவர்களும் பிராமணரல்லாதோரும்; ஆனால், அவர்கள் தாமாகவே முன்வந்தனர் எனக் கூற இயலாது. காரணம், சித்த மருத்துவம் கபளீகரம் செய்யப்பட இருக்கும் சிக்கலின் தீவிரத்தை உணர்ந்தவர் என்ற முறையில் ஆனந்தம்பண்டிதரே அதை மற்றவர்களிடம் எடுத்துக்கூறி அவர்களை ஒருங்கிணைத்திருக்க முடியும். இந்தப் போராட்டத்தில் ஆனந்தம்பண்டிதரோடு அவர்கள் இணைந்ததற்கு இயல்பான காரணங்கள் இருந்தன. ஆயுர்வேத மருத்துவத்தை நிறுவுவதற்கு முன்னின்ற பிராமணர்கள், பிராமணரல்லாதோர் மீது பல நிலைகளில் ஆதிக்கம் செலுத்தியதால் தமிழ்ச் சித்த மருத்துவத்தைப் பாதுகாக்கும் போராட்டம் இயல்பாகவே பிராமண ஆதிக்கத்திற்கு எதிரான போராட்டமாகவும் இருந்தது. எனவே, பிராமணரல்லாதோர் ஆனந்தம்பண்டிதரோடு கைக்கோத்தனர். ஆதிமருத்துவர்களைப் பொறுத்தமட்டிலும் அவர்களின் பாரம்பரியத்தொழில் தமிழ்ச் சித்த மருத்துவம் என்பதால் சித்த மருத்துவத்தின் மீதான தாக்குதலென்பது அவர்களைத் தாக்குவதற்கு ஒப்பானது; அதுபோலவே, தமிழ்ச் சித்த மருத்துவத்தைப் பாதுகாப்பதென்பதும் ஆதிமருத்துவர்களையும் பாதுகாக்கும் என்பதை விளக்கத் தேவையில்லை. ஆகையால் அவர்களும் அந்தப் போராட்டத்தில் தங்களை இணைத்துக்கொண்டனர். ஆனந்தம்பண்டிதர் உருவாக்கிய இந்தச் சங்கத்திற்குப் பின்னர்தாம் பிராமண ஆதிக்கத்துக்கு எதிராகப் பிராமணரல்லாதோர் அமைப்புரீதியாக ஒருங்கிணைந்தனர். எனவே, பிராமணரல்லாதோர் அமைப்பிற்கான முன்னோடி அமைப்பாக ஆனந்தம்பண்டிதர் உருவாக்கிய மருத்துவர் சங்கத்தைக் கூறலாம். இந்தச் சங்கம் நிறுவப்பட்ட தொடக்கக் காலங்களில் சித்தமருத்துவத்தைப் பாதுகாப்பதற்கு என்னென்ன செயல்களில் ஈடுபட்டது என்பதை அறிந்துகொள்வதற்கான ஆதாரங்கள் கிடைக்கவில்லை. சங்கம் நிறுவப்பட்டு சுமார் ஐந்து ஆண்டுகளுக்குப் பின்னர் அதன் செயல்பாடுகளை அறிந்துகொள்ள முடிகிறது.

சுதேசிய மருத்துவ முறைகளை ஆராய்வதற்கு 1920ஆம் ஆண்டு நியமிக்கப்பட்ட மருத்துவர் கோமன், தன் ஆய்வறிக்கையில் "இந்தியப் பாரம்பரிய மருத்துவ முறைகளில் அதன் மருந்துகளைத் தவிர கற்றுக்கொள்வதற்கு வேறு ஏதுமில்லை" எனக் கூறினார்.[6] அது இந்தியாவிலுள்ள சுதேசிய மருத்துவ முறைகள்மீது பாதகத்தை விளைவிக்கும் என்பதை உணர்ந்த ஆனந்தம்பண்டிதர் அவற்றைப் பாதுகாக்கும் போராட்டத்தில் ஈடுபட்டார். சென்னையில் 1923 அக்டோபர் 20, 21 ஆகிய நாட்களில் தென் இந்திய மருத்துவர் சங்க மாநாட்டை ஒருங்கிணைத்ததோடு அதில் தமிழ்ச் சித்தமருத்துவம் குறித்து உரை நிகழ்த்தினார். ஆயுர்வேதம், யுனானி ஆகிய மருத்துவ முறைகளைக் கற்பிப்ப தற்குப் பிரிட்டிஷ் ஏகாதிபத்தியம் 1924 ஜூலை 01 அன்று கல்வி நிலையம் நிறுவ முனைந்தபோது அந்த வைத்திய முறைகளோடு சித்த மருத்துவமும் கற்பிக்கப்பட வேண்டுமென்று ஆனந்தம்பண்டிதர் குரலெழுப்பினார். அரசாங்கத்தின் ஆதரவைப் பெறுவதற்காகச் சென்னை மாகாணத் தலைமை அமைச்சர் பனகல் அரசரை ஆனந்தம்பண்டிதர் சந்தித்தார்.

> சுதேச வைத்திய ஆராய்ச்சிக்கழகத்தை (உஸ்மான் கமிட்டியை) பனகால் அரசர் ஏற்படுத்திய காலத்தில் ஆயுர்வேத யுனானி வைத்தியத்தோடு நந்தமிழ்நாட்டு சித்தமருத்துவ முறையையும் ஆதரிக்க வேண்டுமென நாம் கிளர்ச்சி செய்தோம். அப்போது பனகால் அரசருக்கு முதலில் அது புதுமையாகவும், சிறிது வெறுப்பாகவுந் தோன்றியது. எனினும், பின்னர் அதன் உண்மைகளையுணர்ந்து தமிழ்ச் சித்தமருத்துவ முறையையும் ஆதரித்தார்

என *மருத்துவன்* இதழில் ஆனந்தம்பண்டிதர் குறிப்பிடுகிறார். இறுதியில், இதர சுதேச மருத்துவ முறைகளோடு சித்த மருத்துவ மும் இணைத்துக் கற்பிப்பதற்கு ஏற்கப்பட்டது.

அறிவுப் போராட்டம்

சித்தமருத்துவத்தைப் பாதுகாக்கும் போராட்டத்தினூடாக ஆனந்தம்பண்டிதர் தன் சாதியின் எதார்த்த நிலையைப் புரிந்துகொண்டபோது பத்திரிகை நடத்துவது அவசியம் என்பதை உணர்ந்தார். விளைவு, *மருத்துவன் (PHYSICIAN)* என்ற தமிழ் வைத்திய மாத இதழை 1928ஆம் ஆண்டு சென்னை, 221 தங்கசாலை வீதியை தலைமையிடமாகக்கொண்டு வெளியிட்டார். முதல் இதழ் 1928 அக்டோபர் மாதம் வெளியானது. 1929 ஜூன் மாதம் வரையிலான இதழ்கள் கிடைக்கப்பெற்றன. அதன் பின்னர் வெளிந்தஇதழ் குறித்து அறிந்துகொள்ள

---

6. G.O. No. 343, Medical, 05 July 1920

இயலவில்லை. கல்வி நிலையங்களில் தமிழ்ச் சித்த மருத்துவம் கற்பிக்கத் தொடங்கிய பின்னரும் அதன்மீது அறிவுரீதியான தாக்குதல் தொடுக்கப்பட்டதால் அதைப் பாதுகாப்பதற்கான ஆனந்தம்பண்டிதரின் அறிவுச் செயல்பாடுகள் *மருத்துவன்* இதழ் ஊடாக வெளிப்பட்டன. பிரிட்டிஷ் அரசாங்கம் தொடக்கக் காலங்களில் சித்த மருத்துவத்தை மருத்துவமுறையாக அங்கீகரிக்க மறுத்தபோது 'மேற்கத்திய மருத்துவமுறைக்கு எவ்விதத்திலும் சித்த மருத்துவம் குறைவானதன்று' என்ற வாதத்தை 'கீழ்நாட்டு மருத்துவமும் மேல்நாட்டு மருத்துவமும்' என்ற கட்டுரையில் முன்வைத்தார். பிரிட்டிஷாரின் அலோபதி மருத்துவத்துக்கு ஒரே ஒரு கட்டுரையில் பதிலளித்த ஆனந்தம் பண்டிதர் பிராமணர்களின் ஆயுர்வேத வைத்தியத்தை எதிர் கொள்வதற்காக 'தமிழ் வைத்தியமும் சம்ஸ்கிருத வைத்தியமும்' எனத் தலைப்பிட்டு தொடர்க் கட்டுரை எழுதினார். இதில் தமிழ்ச் சித்த மருத்துவத்தின்மீது வைக்கப்பட்ட விமர்சனங்கள் அனைத்திற்கும் பதிலளித்தார். மேலும், சித்தமருத்துவம் சம்ஸ்கிருதத்திலிருந்து உருவானது எனக்கூறி அதைக் கபளீகரம் செய்வதை எதிர்த்து தமிழர்களுக்கென மருத்துவ அறிவுப் பாரம்பரியம் இருப்பதை எடுத்துரைத்தார்; தமிழ்ச் சித்தமருத்துவம் சுயமாக உருவாகிப் பிற மருத்துவ முறைகளின் துணையின்றித் தனித்துச் செயல்படுகிறது என்ற வாதத்தை முன்வைத்தார். அதேசமயம் அது ஆதிமருத்துவர்களின் பாரம்பரியத் தொழில் என்பதை எடுத்துரைப்பதற்காகக் கடந்தகால வரலாற்றை மீண்டும் எழுதத் தொடங்கினார். முதலில் எழுதிய 'சிறுத்தொண்டர் வரலாறு' முழுமையாக வெளியிடப்படவில்லை.

தமிழ்ச் சித்த மருத்துவ அறிவுப்பாரம்பரியத்தைத் தற்காத்துக்கொள்வதற்கான போராட்டத்தில் 'தமிழ்ச் சித்த மருத்துவம் தனித்துவமானது என்ற வரலாற்றை ஒப்புக்கொண்ட' பிராமணர்களின் கருத்துக்களையும் *மருத்துவன்* இதழில் ஆனந்தம்பண்டிதர் வெளியிட்டார். இந்த அடிப்படையில் சென்னை உயர்நீதிமன்ற நீதிபதி எஸ். சுப்ரமணிய ஐயர், வைத்தியர் டி. கோபாலாச்சாரியார் ஆகியோரின் கட்டுரைகள், உரை ஆகியன இதழில் வெளியாயின. மேலும், அவரிடம் சிகிச்சைபெற்றுக் குணமடைந்த இராமநாதபுரம் அரசர், எட்டயபுரம் அரசர், ஜமீன்தார், நீதிபதிகள், பிராமணர்கள், பிராமணரல்லா ஆதிக்கச்சாதியினர் போன்றோர் தமிழ்ச் சித்தமருத்துவம் குறித்தும் அதில் ஆனந்தம்பண்டிதரின் நிபுணத்துவம் குறித்தும் எழுதிய கடிதங்களை *மருத்துவன்* இதழில் ஆனந்தம்பண்டிதர் வெளியிட்டார். இது தற்புகழ்ச்சிச் செயல்பாடு அல்ல; அது தமிழ்ச் சித்த மருத்துவச் சிறப்புகளை எடுத்துரைக்கிற அறிவுச் செயல்பாடு. இதன் அடிப்படைநோக்கம் வெகுமக்களிடத்தில்

தமிழ்ச் சித்தமருத்துவத்தின் தனித்துவம், அதன் சிறப்பு போன்றவற்றைப் பரப்புவதனூடாக அதைப் பாதுகாத்தல் ஆகும். ஆனந்தம்பண்டிதர் தமிழ்ச் சித்த மருத்துவத்தைப் பாதுகாப்பதற்காகப் போராடிய அதேசமயம் அவர் இந்தியாவின் இதர மருத்துவ முறைகளைப் புறக்கணிக்கவில்லை; தென் இந்திய மருத்துவர் சங்க மாநாட்டை 1923ஆம் ஆண்டு அவர் நடத்தியபோது ஆயுர்வேத மருத்துவர்களே அதிக எண்ணிக்கையில் பங்கேற்றனர் என்பது அதற்குச் சாட்சி. சித்த மருத்துவம் இதர மருத்துவ முறைகளோடு இணைத்துக் கற்பிக்கப்பட வேண்டுமென்று போராடி வெற்றிகண்ட பண்டிதர் இறுதியில் சித்த மருத்துவத்துக்கு மட்டும் தனிக்கல்வி நிலையம் நிறுவப்படுவதற்கு வித்திட்டார். சென்னை, தியாகராயநகரில் ஆனந்தம்பண்டிதரின் சித்த மருத்துவமனையில் சித்த மருத்துவக் கல்லூரியை நிறுவி அதில் மாணவர்களைச் சேர்ப்பதற்கான முயற்சியை 1950களின் தொடக்கத்தில் ஆனந்தம்பண்டிதர் மேற்கொண்டார். அந்தக் கல்வி நிலையத்தின் தலைமையாசிரியர் பொறுப்பையும் அவர் வகித்தார்.[7] மேலும் பாளையங்கோட்டை அரசு சித்த மருத்துவக் கல்லூரி நிறுவப்பட்டதில் ஆனந்தம்பண்டிதருடைய பங்கு அளப்பரியது. சித்த மருத்துவ வளர்ச்சியில் ஆனந்தம்பண்டிதர் ஆற்றிய பங்கு குறித்துத் தமிழ் மாநில சித்த மருத்துவச் சங்கம் 1973 ஜூலை 24 அன்று நடத்திய கருத்தரங்கு மலரில் பின்வருமாறு குறிப்பிட்டுள்ளது:

> சித்த மருத்துவத்தைப் பற்றி இந்திய அரசாங்கம் அவ்வப்பொழுது அனுப்பிய ஆய்வுக்கு முன்பெல்லாம் சாட்சி பகரமுன் நின்றுள்ளார். அவைகளை விவரிக்கிற் பெருகுமென விடுகின்றோம். அரசியலார் நடத்திவந்த – எல்லா சித்த மருத்துவப் பள்ளிகளிலும் – ஆராய்ச்சி நிலையங்களிலும் அவரது பணி இல்லாதிருந்ததில்லை.[8]

அவர் நடத்திய இந்தப் போராட்டத்தின் விளைவாகச் சித்த மாணவர்களுக்குப் பட்டங்கள் அளிக்கும் தேர்வாளர் குழுவில் ஆனந்தம்பண்டிதர் இணைக்கப்பட்டார். எனவே, தமிழ்ச்சித்த மருத்துவத்தைப் பாதுகாத்தல், அதன் வளர்ச்சி ஆகியவற்றில் ஆனந்தம்பண்டிதர் பங்கு குறித்து விரிவான ஆய்வு மேற்கொள்ள வேண்டியது அவசியம்.

மருத்துவம் சமூகத்திற்காக

ஆனந்தம்பண்டிதர் தொழில் தர்மத்துக்குக் களங்கம் விளைவிக்காமல் சித்தமருத்துவம் செய்தார். இந்தத் தொழில்

7. தேவதாஸ், 'சித்த வைத்தியம்', தமிழர்நாடு, ஏப்ரல் 1950.
8. கருத்தரங்கு ஆண்டுவிழா மலர், 24 ஜூலை 1973.

மூலம் பொருளீட்டுதல் என்ற ஒற்றைக் குறிக்கோள் அவருக்கு ஒருபோதும் இல்லை; மாறாக, சேவையைக் கடமையாகக் கொண்டிருந்தார். சென்னையில் அவர் நடத்திய தமிழ்ச் சித்த வைத்திய சாலையில் இலவசமாகச் சிகிச்சை அளித்தார். சுயமரியாதை இயக்க மாநாடுகள் நடக்கிறபோது தன் மருத்துவக் குழுவோடு அங்குச் சென்று இலவச மருத்துவம் செய்தார். ஏழைகளுக்காக இலவசச் சித்தமருத்துவமனை அமைக்க வேண்டும் என்பதைத் தன் சங்கத்தின் இலக்குகளில் ஒன்றென அறிவித்தார். இவையெல்லாம் அவர் மருத்துவத்தைப் பொருளீட்டும் தொழிலாகச் செய்யவில்லை என்பதற்கான சாட்சிகள். மருத்துவ ஆலோசனைக்குப் பொருளாதார மதிப்பை ஆங்கில மருத்துவமுறை நிர்ணயம் செய்து அதை வசூலிக்கிறது. ஆனால், ஆனந்தம்பண்டிதர் எவ்விதக் கட்டணமும் பெற்றுக் கொள்ளாமல் மருத்துவ ஆலோசனையை இலவசமாக வழங்கினார்.

நேரில் வருவதற்கு இயலாத நோயாளர் தம் நோயின் விவரத்தைத் தபாலில் அறிவித்தால் தக்க ஆலோசனை சொல்லப்படும்

என்று அவர் மருத்துவன் இதழில் அறிவித்தார்.

...பணம் சம்பாதிக்கும் நோக்கத்தையே முக்கியமாகக் கருதாமல் சித்த வைத்தியத்தில் தமக்குள்ள அறிவைப் பொதுஜன நன்மைக்கே உரியதாகச் செய்யக் கருதி அவ்வாறே செய்துவருகின்றார்

என ஆனந்தம்பண்டிதர் குறித்துச் சென்னை நகராட்சியின் அன்றைய கவுன்சிலர் வி. சக்கரைச் செட்டியார் குறிப்பிடுகிறார்.

அன்றைய காலகட்டங்களில் பல்வேறு நோய்த் தாக்குதலுக்குள்ளாகி மகளிரும் குழந்தைகளும் ஆங்கில மருத்துவமனைகளில் சிகிச்சை பெற்றதை ஆவணங்களில் காண முடிகிறது. மேலும் குழந்தை இறப்புகளும் அதிகம் நிகழ்ந்துள்ளன; பிறந்த குழந்தைகளில் நான்கில் ஒரு பங்கினர் ஒரு வருடத்திற்குள் இறந்தனர். எனவே, அவற்றைத் தடுக்க மருத்துவ ஆலோசனை மக்களுக்குத் தேவைப்பட்டது. ஆனந்தம்பண்டிதர் மருத்துவன் இதழில் பாலர் பரிபாலனம் என்ற பகுதியில் தாய் – சேய் நலன் குறித்துத் தொடர்க்கட்டுரை எழுதினார். இதர நோய்கள் குறித்துப் பிற மருத்துவர்கள் எழுதியதையும் அந்தப் பத்திரிகையில் வெளியிட்டார். இன்றைய தினசரி பத்திரிகைகள் மருத்துவமனைகள், மருந்து உற்பத்தி நிறுவனங்கள் ஆகியவற்றிடமிருந்து பெருந்தொகையை விளம்பரமாகப் பெற்றுக்கொண்டு மேம்போக்கான மருத்துவ ஆலோசனைகள்

வழங்குவதுபோல் அல்லாமல் எந்தவித விளம்பரமும் பெற்றுக் கொள்ளாமல் ஆழமான மருத்துவ ஆலோசனைகளை வழங்கினார். அது மட்டுமின்றி எந்த நோய்க்கெல்லாம் அறுவைச் சிகிச்சை செய்ய வேண்டுமென ஆங்கில மருத்துவம் பரிந்துரை செய்ததோ அந்த நோய்களுக்கெல்லாம் அறுவையின்றி தமிழ்ச் சித்தமருத்துவத்தால் குணப்படுத்தினார். ஆங்கில மருத்துவத்தின் அறுவைச் சிகிச்சைக்குக் கூடுதலாகவும் அதே நோய்க்கு அறுவையின்றி சித்தமருத்துவ சிகிச்சைக்குக் குறைவாகவும் கட்டணம் செலுத்த வேண்டும் என்பதை விளக்கத் தேவையில்லை. எனவே ஆனந்தம்பண்டிதர் பணத்தைப் பெருங்குவியலாக மாற்றுவதற்கான தொழிலாக அல்லாமல் மக்கள் ஆரோக்கியத்திற்கான ஒன்றாகச் சித்த மருத்துவத்தைக் கைக்கொண்டிருந்தார் என்பது திண்ணம். இந்தக் காரணத்தால்தான் தந்தை பெரியார், தியாகராய செட்டியார், மறைமலை அடிகள் எனப் பிராமணரல்லாதோர் இயக்கத் தலைவர்கள் மட்டுமின்றி பாஷ்யம் ஐயங்கார், சென்னை உயர்நீதிமன்ற நீதிபதி எஸ். சுப்பிரமணி ஐயர் போன்ற பிராமணர்களும் ஆனந்தம்பண்டிதரைப் போற்றி எழுதியுள்ளனர். சித்த மருத்துவமானது ஆங்கில, ஆயுர்வேத மருத்துவங்களால் தாக்குதலுக்குள்ளான அன்றைய காலகட்டத்தில் அதைச் சவாலாக ஏற்றுக் கொண்டு அந்த மருத்துவ முறைகளுக்குச் சித்தமருத்துவம் எந்தவிதத்திலும் குறைவானது அல்ல என்பதை ஆனந்தம்பண்டிதர் நிரூபித்தார்.

சமூக மருத்துவம்

சித்தமருத்துவத்தைப் பாதுகாப்பதற்கான போராட்டத்தைத் தொடங்கி சுமார் ஆறு ஆண்டுகளுக்குள் தன் சுயசாதி விடுதலைக்கென 'தென் இந்திய மருத்துவர் சங்க'த்தை 1921 ஆகஸ்ட் 19 அன்று ஆனந்தம்பண்டிதர் நிறுவினார்.[9] தன் சுயசாதியினரிடமிருந்து முற்றிலும் முரண்பட்ட சமூகப் பொருளாதாரப் பின்புலத்தைக் கொண்டிருந்த ஆனந்தம் பண்டிதருக்கு அந்த மக்களுக்காகப் போராட வேண்டும் என்ற சிந்தனை 1915 முதல் 1921ஆம் ஆண்டு காலஇடைவெளிக்குள் எவ்வாறு ஏற்பட்டது? என்பதை எடுத்துரைப்பது அவசியம். அரச மருத்துவக் குடும்பத்தைச் சேர்ந்த அவருக்கு தன் சுயசாதி எதார்த்த நிலை தெரிந்திருப்பதற்கான வாய்ப்புகள் நிச்சயமாக இல்லை; அதை எவ்வாறு அறிந்துகொண்டார் என்பதை அறிய ஆதாரங்களும் இல்லை. எனினும், அதை ஊகித்துக் கூற இயலும். சித்த மருத்துவத்தைப் பாதுகாப்பதற்கான போராட்டத்தில் அவருடன் இணைந்திருந்தவரில் அவருடைய

---

9 பண்டிட் எஸ்.எஸ். ஆனந்தம் அவர்கள் நினைவு மலர், ப. 6

சுயசாதியினரும் அடக்கம்; அவர்களில் பலர் கிராமப்புறங்களைச் சேர்ந்தவர்கள். அவர்கள் தங்கள் சுயசாதியின் எதார்த்த நிலை எவ்வாறு இருக்கிறது என்பதை ஆனந்தம்பண்டிதருக்கு நிச்சயம் எடுத்துக் கூறியிருப்பர். இதனால் ஆனந்தம்பண்டிதர் தன் சுயசாதி விடுதலைக்கெனத் தனியாக ஓர் அமைப்பு வேண்டுமெனக் கருதியிருக்கலாம்; அல்லது அவருடன் இணைந்திருந்த மற்றவர் அதை வலியுறுத்தியிருக்கலாம். இவ்விடத்தில் நாம் குறிப்பிட்டுக் காண வேண்டிய அம்சம், ஆதிமருத்துவர் விடுதலைக்கென ஆனந்தம்பண்டிதர் முன்வைத்த தனிச் சிறப்பான சிந்தனைகளாகும்.

பாரம்பரியத்தைப் பாதுகாத்தல்

காலனியாட்சிக் காலத்தில் உருவான சாதி இயக்கங்கள் கொண்டிருந்த நிலைப்பாடுகள் பாரம்பரியத் தொழிலைக் கைவிடுதலும் நவீன தொழிலைக் கைக்கொள்ளலும் ஆகும். இதற்கு மாறாக ஆனந்தம்பண்டிதர் பாரம்பரியத் தொழிலைக் கைக்கொள்ளுதலும் அதை நவீனமயமாக்குதலும் என்ற நிலைப்பாட்டை முன்வைத்தார். அன்றைய காலத்தில் தன் செல்வாக்கையும் பொருளாதார மதிப்பையும் இழந்து கொண்டிருந்த தங்களின் பாரம்பரியத் தொழிலான சித்த மருத்துவத்தைப் பாதுகாப்பதற்குப் போராடிய ஆனந்தம்பண்டிதர் தன் சாதியின் பொருளாதார விடுதலைக்கு அந்தத் தொழிலை எவ்வாறு மாற்றுவது எனச் சிந்தித்தார். தமிழ்ச் சித்த மருத்துவத்தைத் தன் சமூகத்தினர் முறையாகப் பயிலவேண்டும்; ஆதிமருத்துவச்சிகள் நவீன முறையில் செவிலித்தாய்ப் பயிற்சி பெறவேண்டும் என அறிவுறுத்தினார். இந்நோக்கங்களைத் தான் நிறுவிய சங்கத்தின் பெயர் விவரத்தாள் கற்றையிலும் அச்சடித்தார். சித்த மருத்துவத்தை வணிக நிறுவனமாக மாற்றுவது குறித்தும் சிந்தித்தார். அன்றைய காலங்களில் பொருளாதார மேம்பாட்டிற்காகக் கூட்டுறவுச் சங்கங்களை ஏற்படுத்தும் முயற்சியில் அனைத்துச் சாதிகளும் ஈடுபட்டன; பணம் சேமித்தல் அதைத் தன் சுயசாதியினருக்குக் குறைந்த வட்டிக்குக் கொடுத்தல் என அவை செயல்பட்டன. ஆனந்தம் பண்டிதர் கூட்டுறவுச் சங்கம் மூலம் மூலிகைமரம் வளர்ப்பு, சித்தமருத்துவ மருந்துத் தயாரிப்பு, மருந்து ஏற்றுமதி எனச் சிந்தித்தார். அதனூடாக அவர் தன் சாதியினருக்கு வேலை வாய்ப்பையும் பொருளாதார விடுதலையையும் கொடுக்க இயலும் எனத் தொலைநோக்குத் திட்டத்தை முன்வைத்தார். ஆனந்தம்பண்டிதரின் இந்தச் சிந்தனை "மருத்துவர் ஐக்கிய நாணய நிதியும் அதன் அவசியமும்" என்ற கட்டுரையாகத் *திராவிடன்* பத்திரிகையில் வெளியானது. மூலிகை வளர்ப்பதற்கு

மலைப்பிரதேச நிலம், பணம் போன்ற மூலதனம் இல்லாத காரணத்தால் ஆனந்தம்பண்டிதர் முன்வைத்த சிந்தனையை ஆதிமருத்துவர்களால் செயல்படுத்த இயலவில்லை.

எனினும், சென்னையில் 1944ஆம் ஆண்டு நிறுவப்பட்டு இன்றும் இயங்கிக் கொண்டிருக்கும் இந்திய மருத்துவர்களின் (சித்தா, ஆயுர்வேதம், யுனானி) கூட்டுறவுச் சங்கம் ஆனந்தம்பண்டிதரின் சிந்தனையில் விளைந்தது எனக் கூறலாம். இந்தக் கூட்டுறவுச் சங்க உருவாக்கத்தில் அவர் ஆற்றிய பங்கினை அறிந்து கொள்ள இயலவில்லை; எனினும், அந்தச் சிந்தனையைத் தமிழ்ச் சமூகத்தில் முதன்முதலில் முன்வைத்தவர் ஆனந்தம்பண்டிதர் என்பதை மறுக்க இயலாது. இதனால் சித்த மருத்துவம் மூலம் பொருளீட்டுவதற்குத் திட்டமிட்டார் என அவர் மீது குற்றம் சுமத்த இயலாது; காரணம், பொருளாதாரம் மட்டுமே அவருக்கான இலக்காக ஒருபோதும் இருந்திருக்கவில்லை. ஆனந்தம்பண்டிதரின் சிந்தனை பாரம்பரியத் தொழிலையே மையமாகக் கொண்டிருந்ததால் அவர் நவீன தொழில்களுக்கு எதிரானவர் என்ற முடிவுக்கு வர இயலாது. காரணம், பாரம்பரிய சித்தமருத்துவத்தை நவீனமயமாக்கும் சிந்தனையை முன்வைத்த அதேசமயம் இதர நவீன தொழில்கள் பலவற்றையும் ஆதி மருத்துவர்கள் கற்க வேண்டுமென அவர் வலியுறுத்தினார். ஆதிமருத்துவச் சாதியினரின் முன்னேற்றத்திற்காக அவர்கள் இந்திய அளவில் ஒருங்கிணைந்து ஆக்ராவில் நிறுவப்பட்ட இந்திய மஹாவீர் இண்டஸ்ட்ரியல்ஸ் லிமிடெட் என்னும் தொழிற்சாலையில் ஆனந்தம்பண்டிதர் தன்னை இணைத்துக் கொண்டார். ஆனந்தம்பண்டிதர் தொழிலில் ஜனநாயகப் போக்கைக் கடைபிடித்தார்.

சமூகச் சிந்தனை

பிரிட்டிஷ் ஏகாதிபத்தியம் இந்தியாவில் சில அரசியல் சீர்திருத்தங்களைச் செயல்படுத்தியபோது ஒவ்வொரு சாதியினரும் தங்களை மேம்படுத்திக் கொள்வதற்காகப் போராடினர். அதற்காக அவர்கள் சாதிச் சங்கங்கள் நிறுவி பல போராட்டங்கள் நடத்தினர். இந்தப் போக்குகளிலிருந்து ஆனந்தம்பண்டிதர் ஒன்றுபட்டும் வேறுபட்டும் தனித்தும் நின்றார். அன்றைய சாதிய இயக்கங்கள் மாகாண அளவிலும் இந்திய அளவிலும் உருவாயின. ஆதிமருத்துவர்களுக்கான சாதிச்சங்கத்தை தென் இந்திய அளவில் நிறுவிய ஆனந்தம்பண்டிதர், அவர்களை ஒருங்கிணைப்பதற்காகப் பெரும்முயற்சி எடுத்தார். இந்திய அளவில் வலைப்பின்னலை ஏற்படுத்துவதற்காக 1921 டிசம்பர் 26 முதல் 28ஆம் தேதிவரை ஆக்ராவில் நடைபெற்ற மருத்துவர் சாதி மாநாட்டில் பங்கேற்றார். ஆதிமருத்துவர் சாதியினர்

எந்தெந்த நாடுகளுக்கெல்லாம் இடம்பெயர்ந்தனரோ அங்கெல் லாம் சங்கத்தை நிறுவினார்; 1924ஆம் ஆண்டு குழுவாக இலங்கைக்குச் சுற்றுப்பயணம் செய்து மருத்துவர்குலச் சங்கத்தை ஏற்படுத்தினார்; ஆதிமருத்துவர் சங்கத்தை ஆசிய அளவில் கட்டமைத்தார். எல்லாச் சாதிச் சங்கங்களும் தங்களை முன்னேற்றிக் கொள்வதற்காகப் பிரிட்டிஷ் ஏகாதிபத்தியத்திடம் கோரிக்கைகளை முன்வைத்ததுபோல் ஆனந்தம்பண்டிதரும் கோரிக்கையை முன்வைத்தார். அதேசமயம் கோரிக்கையாக அல்லாமல் அதை அறிக்கையாகத் தயாரித்தார். இந்தியாவிற்கு முழுச் சுதந்திரம் கொடுப்பதற்குப் பதிலாக அரசியல் சீர்திருத்தங் கள் தருவதற்காக அமைக்கப்பட்ட சைமன்குழு இந்தியாவில் சுற்றுப்பயணம் செய்தபோது ஆதிமருத்துவர் சார்பாக ஆனந்தம்பண்டிதர் ஓர் அறிக்கையைத் தயாரித்தார். "இந்திய அரசியல் மகாசபையாகிய சர். ஜார் சைமன் கமிஷனுக்குத் தென்இந்திய மருத்துவர் சங்கத்தின் அறிக்கை" யெனத் தலைப்பிட்டு அதை சைமன்குழுவிடம் சமர்ப்பித்தார். அதில் ஆதிமருத்துவர் ஒடுக்கப்படும் நிலை, அவர்களை முன்னேற்று வதற்குத் தேவையானவை குறித்து எடுத்துரைத்தார். இந்த அறிக்கையை வாசிக்கும்போது ஆனந்தம்பண்டிதரிடம் சாதி பற்றிய தெளிவான புரிதல் ஏற்பட்டிருப்பதைக் காண முடிகிறது. இது அவருடைய வரிகளில் வெளிப்படுகிறது:

> இந்தியா இன்னும் சமூக விஷயங்களில் பிற்போக்கான நிலையிலே இருக்கிறது. இந்திய ஜனங்கள் பிறப்பை அடிப்படையாகக் கொண்ட பலவித ஜாதிகளாகவும், உட்பிரிவுகளாகவும் பிரிந்து போயிருக்கின்றனர். இதில் பார்ப்பனர் எல்லோரிலும் உயர்ந்தோராகவும், ஒடுக்கப்பட்ட வகுப்பைச் சேர்ந்தோர் மிகத் தாழ்ந்த ஜாதியாகவும் கருதப்படுகின்றனர். ஒவ்வொரு மனிதனும் தனக்குக் கீழ்ப்பட்ட வகுப்பாரிலும் தன்னை உயர்ந்தவனாக மதித்துக் கொள்ளுகிறான். ஆனால் அவனுக்கு மேலான வகுப்பார் எனப்படுவோர் அவனைக் கேவலமாகவே நடத்துகின்றனர். இதனால் பொதுஜனங்களுக்குள் எவ்வித அனுதாபமும், ஒற்றுமையும் வளருவதற்கு இடமில்லை

என்ற கருத்து, 'படிநிலைச் சாதி அமைப்பு' என அம்பேத்கர் முன்வைத்த சிந்தனையோடு இணங்கி நிற்பதைக் காணலாம். ஆனந்தம்பண்டிதரிடம் ஏற்பட்ட சாதி பற்றிய இந்தப் புரிதல் போராட்டங்கள் நடத்துவதிலும் வெளிப்பட்டன.

படிநிலைச் சாதி அமைப்பில் பிராமணர்கள் உச்சத்தில் இருப்பினும் பிராமணரல்லாத ஆதிக்கச் சாதியினர் தாம்

ஆதிமருத்துவர்கள்மீது ஆதிக்கம் செலுத்துகின்றனர் என்பதை ஆனந்தம்பண்டிதர் உணர்ந்தார். தன் சுயசாதியினர் மீது அவர்கள் இழிதொழில்கள் பலவற்றைச் சுமத்தியுள்ளனர் என்பதைப் புரிந்துகொண்டார். இழிதொழில்களை விட்டொழிப்பதற்கான போராட்டத்தைக் கட்டமைத்தபோது ஆதிக்கச் சாதிகள் வழக்கமாக அரங்கேற்றும் 'வன்முறை, சமூகப் பொருளாதார விலக்கம்' போன்ற எதிர்வினைகளைப் புரிந்துகொண்டு தங்களைத் தற்காத்துக் கொள்ள முன்னேற்பாட்டோடு போராட்டத்தைத் திட்டமிட்டு நிகழ்த்தினார். மாப்பிள்ளைச் சவரம், சவச்சவரம் ஆகியவற்றைச் செய்ய மறுக்கும் போராட்டங்கள் 1920களின் தொடக்கத்தில் திருநெல்வேலியில் முகிழ்த்தது. அது தாமிரபரணி நதிக்கரையின் மேற்குத்திசையில் அம்பாசமுத்திரம், கல்லிடைக்குறிச்சி போன்ற ஊர்களில் தொடங்கி கிழக்குத் திசையில் ஆத்தூர் வரை பரவியது. போராட்டத்தை வெற்றிபெறச் செய்ய ஆதிமருத்துவர் சமூக ஆடவர்களை இலங்கைக்குச் சென்று அங்கு ஒப்பனைத்தொழில் செய்து பிழைத்துக் கொள்ள வழிவகுத்தார். ஆனால் அவர் ஆதிக்கச் சாதியினரின் உளவியல் வன்மத்தை எதிர்பார்த்திருக்கவில்லை; அவர்கள் ஆதிமருத்துவர் சாதிப்பெண்களையும் குழந்தைகளையும் கொடூரமாகத் தாக்கினர். பெண்களையும், குழந்தைகளையும் மதித்துப் போற்றுகின்ற நாடென்று பொதுவாகத் தொடர்ந்து கூறிவருவது அப்பட்டமான பொய்யென்பதை ஆனந்தம்பண்டிதர் அப்போது உணர்ந்திருக்கலாம். ஒரு நிகழ்வில் அவரும் வன்முறைக்கு ஆளானார். தஞ்சாவூர் மாவட்டம் திருவிடைமருதூரில் 1924 மே 25 அன்று ஆதிக்கச் சாதியினரால் பண்டிதர் தாக்கப்பட்டார். அங்கிருந்து தன்னைத் தற்காத்துக்கொள்வதற்காகப் பெண் வேடமணிந்து வெளியேறினார். தன் சமூக விடுதலையைக் குறிக்கோளாகக் கொண்டு செயல்பட்ட பண்டிதர் போராட்டத்தை நடத்துகிறபோது தனக்கு மட்டும் சலுகை தருவதை மறுத்தார். ஆதிமருத்துவர் சாதிக்கு அனுமதி மறுக்கப்பட்ட திருச்சிராப்பள்ளி மலைக்கோட்டை தாயுமானவர் கோயிலில் 1923 ஏப்ரல் 01 அன்று தன் சாதியினரை அழைத்துக்கொண்டு அந்தக் கோயிலுக்குள் சென்றபோது ஆனந்தம்பண்டிதருக்கு மட்டும் அனுமதி தரப்பட்டது. ஆனால்,

இந்துக்களெல்லோரும் ஆலயத்துள் செல்லுங்காலம் வரும்போதன்றி இதுபோது நான் ஆலயத்துட் செல்லேன்[10]

எனக் கூறி அதை மறுத்தார்.

---

10. *திராவிடன்*, 18 மே 1929, பக். 7

பெண் விடுதலை

ஆனந்தம்பண்டிதரின் பொதுவாழ்க்கை தமிழ்ச் சித்த மருத்துவத்தைப் பாதுகாத்தல் என்ற பொதுநலனிருந்து உருவானதை ஏற்கனவே விவரித்தோம். இது தன் சுயசாதிவிடுதலைக்குப் போராடுவதற்குத் தூண்டிய அதேசமயம் பெண் விடுதலை, தீண்டாமை ஒழிப்பு, சாதி ஒழிப்பு ஆகிய களங்களுக்குள்ளும் அவரை அழைத்துச் சென்றது. தொடக்கக் காலங்களில் குடும்பம் என்ற நிறுவனத்திற்குள் பெண்கள் அடைபட்டு இருக்காமல் பொதுவெளியில் இயங்க வேண்டுமென்ற எண்ணம் அவருக்கு இருந்தது. ஆதிமருத்துவச்சிகள் நவீன மருத்துவப்பயிற்சி பெற்றுப் பணியாற்ற வேண்டுமென அவர் விரும்பியதிலிருந்து அதைப் புரிந்து கொள்ளலாம். மருத்துவர் என்கிற முறையில், பெண்கள் ஆரோக்கியம் குறித்து எழுதிவந்த அவருக்கு அதைத் தீர்மானிப்பதில் சமூக நடைமுறைகள் முக்கியப் பங்காற்றுவதைப் புரிந்து கொண்டார். இந்தச் சிந்தனை பின்னர் அவரிடம் மேலும் விரிவடைந்தது. விதவை மறுமணத்தை ஆதரித்துத் திருமணங் களில் பங்கேற்று அதன் அவசியத்தை விளக்கிப் பேசினார். இணக்கவயதுக் குழுவின் வினாக்களுக்கு அவர் அளித்த பதிலிலிருந்து அதைப் புரிந்து கொள்ளலாம். காலனிய காலத்தில் பெண்விடுதலை குறித்த விவாதங்கள்நிகழ்ந்தன. சீர்திருத்தச்சட்டங்கள் இயற்றப்பட்டன. இந்தப் போக்குகளின் அங்கமாக பெண்களின் திருமண வயது, பாலியல் உறவு குறித்து ஆராய்வதற்காக இணக்கவயதுக் குழு இந்திய அளவில் அமைக்கப்பட்டது. அந்தக் குழு எழுப்பிய வினாக்களுக்கு ஆனந்தம்பண்டிதர் பதிலளித்தார். அது "இணக்கவயது கமிட்டியாரின் கேள்விகளுக்குத் தென் இந்திய மருத்துவச் சங்கத் தலைவர் பண்டிட் எஸ்.எஸ். ஆனந்தம் அவர்கள் கொடுத்த சாட்சி" என்ற தலைப்பில் *மருத்துவன்* இதழில் வெளியானது. அதில் வெளியான பாலியல் வன்புணர்ச்சி, பாலியல் கல்வி குறித்த அவருடைய பதில்கள் இன்றும் பொருத்தப்பாடுடையவை.

தீண்டாமை ஒழிப்பு

1920களில் சென்னை மாகாணத்தில் தங்கள் மீது சுமத்தப் பட்டிருந்த தீண்டாமைக்கு எதிரான இயக்கம் தலித்துகளிடம் வலுவாக வேரூன்றியது. தலித்தல்லாதோர் அமைப்புகளும் அதை ஆதரித்தன.ஆனந்தம்பண்டிதரும் அதற்கு விதிவிலக்கு அல்லர்.

> . . . தாங்கள் வியாசர்பாடியிலே உள்ள எங்கள் குடில்கடோறும் வேற்றுமை நோக்காது அன்புடன் நுழைந்து தேனினும் இனிய சொற்களால் உள்ளப்பிணியாகிய அறியாமையை ஒழிக்கப் பெரிதும் முயன்று

என வியாசர்பாடி ஆதிதிராவிட ஐக்கிய நாணய சங்கத்தினர் ஆனந்தம்பண்டிதர் தங்களுக்கு ஆற்றிய பணியைக் குறிப்பிடு கின்றனர். மேலும், அந்தப்பகுதி மக்களின் அறிவு முன்னேற்றத்திற்கு இலவசமாகப் பத்திரிகைகளையும் கொடுத்தார்.

> தாழ்ந்த வகுப்பினருக்கு இலவசமாக வைத்தியஞ் செய்வது மன்றி அவ்வப்போது சுகாதாரப் போதனையுஞ் செய்து வருகின்றார்

எனச் சென்னைப் பொது மருத்துவனையில் பணியாற்றிய டாக்டர் சி.ஆர். புருஷோத்தம முதலியார் குறிப்பிடுகிறார். இது ஆனந்தம்பண்டிதரின் தலித் ஆதரவு, சொல்லில் மட்டுமின்றி செயலிலும் இருந்ததைத் தெளிவுபடுத்துகிறது.

சாதி ஒழிப்பு

தமிழ்ச்சமூகம் குறித்த வரலாற்றறிவு, சித்த மருத்துவத்தைப் பாதுகாப்பதற்கான போராட்டம், ஆதிமருத்துவர்கள், பெண்கள், தலித்துகள் விடுதலைக்கான போராட்டம் போன்றவை ஆனந்தம் பண்டிதருக்குச் சாதியின் கொடூர முகத்தைக் காட்டின. இதனால் அன்றைய காலத்தில் ஒலித்த சாதி ஒழிப்பு என்ற கருத்தாக்கத்தை ஆனந்தம்பண்டிதர் ஆதரித்தார். ஆனால், இது குறித்துத் தனியாகக் கட்டுரை ஏதும் எழுதவில்லை; இருப்பினும், மருத்துவன் இதழில் திருமணம் தொடர்பாக அவர் வெளியிட்ட செய்தியில் அவருடைய நிலைப்பாட்டைத் தெளிவாக அறிய முடிகிறது. அவர்,

> இத்திருமணத்திற்குரிய . . . மணமகன் மருத்துவ வகுப்பின ரென அறிகின்றோம். மணமகள் மருத்துவப் பெண் என்பதும் வேறு குலப்பெண் என்பதும் நமக்கு அறியக்கூடவில்லை. பெண் வேறுகுலமாயிருந்தால் இன்றியமையாத அக்கலப்பு விவாகத்தை மிக மகிழ்ச்சியோடு போற்றுகின்றோம்[11]

என்றார்.

மற்றொரு திருமண நிகழ்ச்சியில் ஆனந்தம்பண்டிதர் சாதி ஒழிப்பு குறித்துப் பேசியதன் சுருக்கமும் அவருடைய நிலைப்பாட் டைத் தெளிவுபடுத்துகிறது.

> ஒரே இரத்தக் கலப்புள்ளவர்களிலும் தமது குலத்தினரிலும், அவரவர்கள் வசிக்கும் ஜில்லாக்களிலுமே மணம் முடிப்ப தென்பது மிக அறியாமை என்றும், ஆறுகளுக்குப் பாலங் கட்டுவதற்கு முன்னும், ரெயில் ஏற்படாததற்கு முன்னும்,

---

11 *மருத்துவன்*, ஜனவரி, 1929, ப.116.

ஆற்றுக்கு அப்பால் கொடுத்த பெண் ஆபத்துக்குதவாதென்று மக்கள் பயந்தார்களென்றும், இந்தக் காலத்தில் ஐந்து கண்டங்களும் ஒரேநாடாக இணைக்கப்பட்டிருப்பதாலும், மக்களுக்குள் ஏற்பட்டுள்ள சாதிமத வேற்றுமைகளையும், பகைகளையும் வேரோடு ஒழித்துப் பரஸ்பர அன்பை வளர்த்துச் சமத்துவம் நிலைபெற வேண்டியது இன்றியமை யாததாலும், தமிழர் பலயீனம் ஒழிந்து பலவான்களாக வேண்டியது அவசியமாதலாலும், இம்மாதிரி சுயமரியாதைத் திருமணங்களே இனி நடைபெற வேண்டியது என்பதைப் பற்றியும், தமது கால்வழியிலேயே, குலத்திலேயே கொள்ளல், கொடுத்தல் என்பதை அறவே நீக்கவேண்டுமென்பதைப் பற்றியும், ஆங்கிலம் படித்து சர்க்கார் உத்தியோகம் செய்கிறவர்கட்கே பெண் கொடுப்பதென்னும் தப்பெண் ணத்தைவிட்டு உழவு, கைத்தொழில், வாணிபம் முதலிய தொழில்களை நன்கு செய்வோர்களே உலகிற்கு நன்மை செய்கிறவர்களாதலாலும், அவர்களாலேயே நமது நாடு சுயமரியாதை அடையவேண்டுமாதலாலும் அவர்களை நாம் அவமதிக்கக் கூடாதென்றும், நடுவில் வந்து சேர்ந்து நமது நாட்டை அடிமைப்படுத்திய சாதிவேற்றுமைகளை ஒழித்துத் தமிழர்கள் என்ற ஒரே வகுப்பினராதல் வேண்டுமெனவும், அதற்குக் கலப்பு மணங்கள் அவசியமென்றும்[12]

பேசினார். இதன்வழி அவர் சாதி ஒழிப்பை ஆதரித்தார் என்பது திண்ணம்.

மதச் சீர்திருத்தம்

சுயமரியாதை இயக்கத்தோடு நட்புறவு கொண்டிருந்த போதிலும் ஆனந்தம்பண்டிதர் நாத்திகர் அல்லர். ஆகவே, அவர் கடவுளர்களை விமர்சிக்கவில்லை. குறிப்பாகச் சிவலிங்கம் விமர்சிக்கப்படுவதற்கு எதிர்வினையாற்றினார் அதேசமயம் மதச் சீர்திருத்தத்தை முன்வைத்தார். *குமரன்* பத்திரிகையில் தன்னுடைய கருத்தைப் பதிவு செய்தார்:

> கடவுளைப்பற்றிய கொள்கையெல்லாம் மக்களுடைய மனத்தில் இருக்கவேண்டுமேயல்லாது அவரவர் மதச் சின்னங்களை உடைகளிலோ, தலைமயிரிலோ, நெற்றிகளி லிடும் குறிகளிலோ வெளிப்படுத்திக் காட்டிக்கொள்ள வேண்டுவதில்லை. இக்கொள்கையைப் பரவச்செய்ய வேண்டும். இல்லையேல் நாட்டில் மக்கள் சமாதானமாக ஒற்றுமையோடு வாழ்வதற்கு வழி ஏற்படாது

---

12 *மருத்துவன்*, 1929, மே, ஜூன்

என்றார். மதச்சின்னங்களை ஏற்காத ஆனந்தம்பண்டிதர் மதங்கள் நிறுவனங்களாக்கப்படுவதையும் ஏற்காதவர் என்று முடிவு செய்யலாம்.

மது ஒழிப்பு

மதுவுக்கு எதிரான இயக்கம் காலனியாட்சிக் காலத்தில் வலுப்பெற்றிருந்தது. உயிருக்குக் கேடு விளைவித்தல், பொருளாதார விரயம் ஆகிய கண்ணோட்டங்களில் மதுவுக்கு எதிரான கட்டுரைகள் பத்திரிகைகளில் வெளியாயின. ஆனந்தம்பண்டிதர் மது குடிப்பதை எதிர்த்தார். மதுவுக்கு ஆவேச நீர் எனப் பெயரிட்டார். மது எவ்வாறு உடலைப் பாதிக்கிறது? திறமையுள்ள ஒருவரை எவ்வாறு திறமையற்றவராக மாற்றுகிறது? என விரிவான அறிவியல்பூர்வ கட்டுரைகளை மருத்துவன் இதழில் தொடர்ந்து வெளியிட்டார்.

தனித்துவமான பண்டிதர்

ஆனந்தம்பண்டிதர் பிராமண எதிர்ப்பு மரபின் தனித்துவமான தமிழ்ச் சித்த மருத்துவ ஆளுமை என்பதைக் குறிப்பிட்டுக் கூறவேண்டியதுள்ளது. பிராமண ஆதிக்கத்திற்கு எதிரான இயக்கத்திற்குத் தமிழ்ச் சமூகத்தில் நீண்டநெடிய வரலாறு உண்டு. அம்மரபின் நவீன கால ஆளுமைகளாக அயோத்திதாச பண்டிதர், ஆபிரகாம் பண்டிதர், ஆனந்தம்பண்டிதர் ஆகியோரைக் குறிப்பிடலாம். பிராமண, சம்ஸ்கிருத எதிர்ப்பு உச்சத்திலிருந்த அன்றைய காலகட்டத்தில் பறையர் சாதியைச் சேர்ந்த அயோத்திதாசப் பண்டிதர் தலித்துகளின் சாதிபேதமற்ற தனித்துவமான தமிழ்ப் பௌத்த அடையாளத்தை முன்வைத்தார். நாடார் சாதியைச் சேர்ந்த ஆபிரகாம் பண்டிதர் கர்நாடக இசையை மறுத்து அது தமிழ் இசை என்றார். இந்த வரிசையில் ஆதிமருத்துவர் சாதியைச் சேர்ந்த ஆனந்தம்பண்டிதர் ஆயுர்வேத வைத்தியத்தைப் புறக்கணித்து தமிழ்ச் சித்த வைத்தியத்தை உயர்த்திப் பிடித்தார். பிராமண ஏகாதிபத்தியமானது மொழி, இசை, மருத்துவம் எனத் தமிழ்அறிவுப் பாரம்பரியத்தைக் கபளீகரம் செய்வதற்கு எதிராக மேற்குறிப்பிட்ட பண்டிதர்கள் அறிவுத்தளத்தில் போராடினர். அதாவது பிறரின் உடைமைக்குத் தன் பெயரிட்டு தன் உடைமையாக்கிக் கொள்ளும் கபளீகரச் செயல்பாட்டிற்கு எதிராகத் தங்கள் உடைமையைத் தற்காத்துக் கொள்வதற்குப் போராடினர். அயோத்திதாச பண்டிதர், ஆபிரகாம் பண்டிதர், ஆனந்தம்பண்டிதர் ஆகிய மூவரும் இரு புள்ளிகளில் ஒன்றிணைகின்றனர்: அவை, 1) அம்மூவரும் வெவ்வேறு சாதியைச் சேர்ந்தவர் என்றபோதிலும் தொழிலடிப்படையில்

அவர்கள் தமிழ்ச் சித்த மருத்துவர்கள்; 2) பிராமணிய கபளீகரத்திலிருந்து தமிழர்களின் அறிவுப் பாரம்பரியத்தைப் பாதுகாத்தல் என்பன. இது அந்த மூவரின் தனித்துவமும்கூட. ஆனந்தம்பண்டிதரின் இந்தத் தனித்துவம் மொழி குறித்த அவருடைய சிந்தனையிலும் வெளிப்பட்டது.

> நமது செந்தமிழ் மொழியில் நமது பெரியோர்கள் சேமித்து வைத்துள்ள அன்பு, அறம், மருத்துவம், யோகம், ஞானம் முதலிய அறிவுநூல்களையும் வேளாண்மை, கைத்தொழில், வாணிபம், இரசாயனசாஸ்திரம் முதலியவைகளையும் கசடறக் கற்றல் வேண்டும்

என்று அவர் ஓரிடத்தில் குறிப்பிடுகிறார். இது மொழி என்பதைப் புவிப்பரப்பு வரைகோடுக்குள் மட்டும் சுருக்கிக் கொள்ளாமல் அதற்குள் அறிவு பொதிந்து வைக்கப்பட்டுள்ளது எனக்கண்டார் என்பதைத் தெளிவுபடுத்துகிறது. ஆகவே, தமிழ்மொழியைக் கற்பதனூடாகவே சித்த மருத்துவத்தைப் பாதுகாக்க இயலும் என்றுணர்ந்து தன் சாதியினரைத் தமிழ் மொழியை நன்றாகக் கற்குமாறு அறிவுறுத்தினார்; அதேசமயம் ஆங்கிலத்தையும் பயிலுமாறு அறிவுறுத்தினார்.

ஆனந்தம்பண்டிதர் தனக்கெனக் கருத்தியல் நிலைப்பாட்டைக் கொண்டிருந்தபோதிலும் மாற்றுக்கருத்தியல் கொண்ட சாதிகளைச் சேர்ந்தோரை வெறுத்து ஒதுக்கவில்லை. அவர் நடத்திய மருத்துவர் மாநாட்டின் வரவேற்புக்குழுத் தலைவராக டி.பி. சீனிவாச ஐயங்கார், மாநாட்டுத் தலைவராக ஸ்ரீ நாராயண ஐயங்கார் ஆகியோர் செயல்பட்டமை அதற்குச் சாட்சி. சித்த மருத்துவத்தில் மட்டுமின்றி சமூகப், பொருளாதார, அரசியல் துறைகளிலும் புலமைமிக்க ஆனந்தம்பண்டிதர் 1876 மார்ச் 16 அன்று பிறந்து 1972 ஜூன் 18 அன்று காலமான போதிலும் அவர் போராடி நிறுவனமயமாக்கியுள்ள தமிழ்ச் சித்த மருத்துவக் கல்லூரிகள் நிலைத்துநிற்கின்றன; சித்த மருத்துவத்தை ஒருபோதும் சாதித் தொழிலாகக் கொண்டிருக்காத சாதியினர் அந்தக் கல்லூரிகளிலிருந்து பயின்று பட்டம் பெற்றுப் பொருளீட்டுகின்றனர். தமிழ்ச்சித்த மருத்துவத்தைப் பாதுகாப்பதற்காக அவர் நடத்திய போராட்டத்திற்கு ஆதரவு கொடுத்த, தியாகராய செட்டியார், பனகால் அரசர் ஆகியோரை நினைவுகூரும்விதமாக புதுமாம்பலம் என்று வந்த பெயரைத் தியாகராயநகர், என்றும் அதேபகுதியில் ‘பனகல் பூங்கா’ எனவும் பெயர் சூட்டியவர் ஆனந்தம்பண்டிதர். அந்தப் போராட்டத்திற்கு அடிப்படை காரணகர்த்தாவாக இருந்து செயல்பட்டவர் ஆனந்தம் பண்டிதர். அவருடைய செயல்பாடுகளை உணர்ந்து தென்னிந்திய

மருத்துவர் சங்கம், வியாசர்பாடி ஆதித்திராவிட ஐக்கிய நாணய சங்கம், கணேசபுரம் கல்வி வளர்ச்சி சங்கம், வாலிபர் கால்பந்துக் கூட்டம், சென்னை சிவனடியார் திருக்கூட்டம், ஆரிய சமாஜம் ஆகிய அமைப்புகள் அவர் சென்னை நகர பரிபாலன சபை உறுப்பினராக நியமிக்கப்பட்டபோது அவருக்கு சென்னையில் வாழ்த்துக்கூட்டம் நடத்தின. ஆனால் இன்று அவர் மறக்கப்பட்டுள்ளார். எனவே, ஆனந்தம்பண்டிதரை நினைவுகூரும் விதமாக அவரைத் தமிழ்ச் சித்தமருத்துவத்தின் தந்தை என அழைப்பதும் அவர் பிறந்தநாளைத் தமிழ்ச் சித்த மருத்துவ நாளாகக் கடைபிடிப்பதும் அதனூடாக அவரை நினைவுகூர்வதும் அவசியம்.

திண்டிவனம்   **கோ. ரகுபதி**
03.08.2016

20.10.1923 சென்னையில் நடைபெற்ற மருத்துவர் மாநாட்டில் எடுக்கப்பட்ட புகைப்படம். இரண்டாவது வரிசையில் இடமிருந்து முதலில் அமர்ந்திருப்பவர் ஆனந்தம்பண்டிதர், இரண்டாவது அமர்ந்திருப்பவர் சர். பி. தியாகராய செட்டியார் – டீம் ஜூன் 77

I
சித்த மருத்துவம்

1

கீழ்நாட்டு மருத்துவமும் மேல்நாட்டு மருத்துவமும்

மேல்நாட்டாரின் மருத்துவ முறையின்படி இங்கிலீஷ் 'டாக்டர்கள்' என்னும் அலோபதி மருத்துவர்கள், நோய்களைக் கண்டு பிடித்தற்கு மக்களின் இரிகம் (நெஞ்சப்பை) நெகிழ்ந்து சுருங்கு வதனால் உண்டாகும் ஓசையை ஸ்டெத்தஸ்கோப் *(Stethoscope)* என்னும் ஒலிக்குழலைக் கொண்டு காதால் கேட்டுப் பழகுகிறார்கள். உடம்பின் வெப்பத்தைத் தெர்மாமீட்டர் (சூடாறி கருவி) என்னும் இரசக் குழலால் ஒருவாறு அறிகின்றார்கள். அவர்கள் இக்கருவிகளையே நோய்களைக் கண்டு பிடித்தற்கு முதல் வழியாகக் கொண்டுள்ளார்கள்; மேற்கண்ட கருவிகள் இல்லாவிடத்து அவர்கள் நோய்களைக் கண்டுபிடித்தற்கு இயலாதவர்களாகின்றார்கள். ஆனால், தமிழ் மருத்துவர்கள் தமக்கு வேறாக வேறோரு கருவியின் உதவியின்றித் தம் கைவிரல் களாலேயே நோயாளியின் கைநாடியின் துடிப்பைப் பார்த்தும், மற்ற குறிப்புக்களைப் பார்த்தும், வாத, பித்த, ஐயமெனும்வளி, தீ, நீராகிய முப்பொருள்களின் நிலையையும் உணருகின்றார்கள். நெஞ்சப்பை, மூச்சுப்பை, ஈரல், குடல், பிருக்கம் (மூத்திரபிண்டம்) முதலிய உள்ளுறுப்புக்களின் நிலைமையையும், அவைகளைப் பற்றிவரும் நோய்களையும் காண் கின்றார்கள். இவர்கள் அலோபதி மருத்துவர்களைக் காட்டிலும் மேலாக நோய்களை நிச்சயிக்கின்றார்கள். இதனை நாம் இன்றும் கண்கூடாகக் காண்கின்றோம்.

அலோபதி மருத்துவர்கள் உடம்பிலிருந்து இரத்தத்தை வெளிப்படுத்தி இரத்த சோதனை செய்கின்றார்கள். தமிழ் மருத்துவர்கள் இரத்தத்தின் நிலையையும், நோய்களையும் இரத்தத்தை எடுத்துப்பார்க்காமல் மேற்கண்ட சோதனைகளால் நிச்சயித்து நோய்களை நீக்குகின்றார்கள். அலோபதி மருத்துவர்கள் கால் ஒடிந்தவர்களுக்கும், கை ஒடிந்தவர்களுக்கும் ஒடிந்த பகுதியை வெட்டி எடுத்துவிடுகிறார்கள். நாட்டு மருத்துவர் ஒடிந்த எலும்புகளையும், நொறுங்கிய எலும்புகளையும் ஒன்று சேர்த்து ஒட்டும்படி மேல்மருந்தாலும், உள்மருந்தாலும் வைத்தியம் செய்கின்றார்கள். அலோபதி மருத்துவர்கள் அறுத்து மருத்துவம் செய்ய வேண்டுமெனக்கூறும் நோயாளர்களில் பலருக்குத், தமிழ் வைத்தியர்கள் அறுக்காமலே வைத்தியம் செய்து நோய் நீக்குகின்றார்கள். ஆதலால், அலோபதி வைத்தியர்கள் சித்த வைத்தியத்தையும் கற்பது இன்றியமையாததாகும். அதன்பிறகுதான் மேனாட்டுப் புதிய மருத்துவ நூலுக்கும், இந்தியப் பழைய மருத்துவ நூலுக்கும் ஒற்றுமை வேற்றுமைகளை உலகம் அறியும்.

மேல்நாட்டாருடைய மருத்துவ நூல் பரு (ஸதூல)ப் பொருள்களைப் பற்றியே நிற்பது. ஆனால், நம் நாட்டு மருத்துவ நூல் நுண்பொருளாகிய யோகஞானத்தையும் தன்னுள் அடக்கிக் கொண்டுள்ளது. அறிவின்மயமாகிய சித்த மருத்துவ நூலின் பெருமையை யாரே அறிதற்கு வல்லார்! அவ்வித்தகச் சித்தர்க ளல்லரோ நம்மருத்துவ நூலின் பெருமையை அறியவல்லர்? அவர்களே நாடியை முற்றும் அறிவர். இதனை, “நாடி முற்றும் அறிந்தவர் சித்தரே” என்ற பாடலாலும் நன்குணரலாம்.

> எழுபத்தீராயிர நாடியவற்றுள்
> முழுபத்து நாடிமுதல்

எனவும்,

> சொல்லிய உந்திதன்னில் சுழித்த தோர் எழுத்தைப்பற்றி
> எல்லையி லெழுந்தநாடி எழுபத்தீரா யிரத்துள்
> வல்லவர் புகலுநாடி பத்ததில் ஏழுநீக்கி
> நல்லதோர் நாடிமூன்றும் நலமுடன் அறிந்துபாரே

எனவும் சித்தர் கூறுகிறபடி மக்கள் உடம்பில் எழுபத்தீராயிரம் நாடி நரம்புகளிருக்கின்றன, அந்நாடிகளெல்லாம் பத்து நாடிகளில் அடங்கும். அப் பத்துநாடிகளும் மூன்று நாடிகளில் அடங்கி ஒடுங்குமென்பது நம் சித்தர்கள் கண்டறிந்த உண்மை யாகும். இந்நாடி, உயிர்ப்புடன் (மூச்சுடன்) கலந்து பிரியாமல் நடைபெறுகின்றன. நாளொன்றுக்கு (இரவு பகல்) மூக்கின் வழியாக நடைபெறும் மூச்சு இருபத்தோராயிரத்து அறுநூறு. அதில் ஒரு தடவை வெளிப்படும் மூச்சின் அளவு பன்னிரண்டு அங்குலமாகும். அதில் நான்கு அங்குலம் வெளியே கழிய

எட்டங்குல மூச்சே உட்செல்லுகின்றது. இந்த நான்கு அங்குலத் தைப் பாழாக்காமல் உட்செலுத்தும் வழிகளையும், இதனால் பிணி, மூப்பு, சாக்காடு, இல்லாமல் நெடுநாளிருக்கும் வழிகளையும், நமது தமிழ் மருத்துவ நூலே செவ்விதின் உரைக்கின்றது. மக்களுக்கு எலும்புகள் ஐந்நூற்றுப் பத்தெனவும், நோய்கள் நாலாயிரமெனவும், உடம்பில் மூன்றரைக்கோடி மயிர்க்கால்களிருக்கின்றனவென்றும், அவைகளின் வழியே வாயுவின் போக்குவரவு உண்டெனவும் நமது நூல் கூறுகின்றது.

மயிர்க்கால் வழியெல்லாம் மாய்கின்ற வாயு
உயிர்ப்பின்று உள்ளே பதி

என வாயுதாரணையில் கூறப்படுகிறது.

மயிர் குழலாக விருப்பதால் மயிருக்குக் குழல் என ஒரு பெயர் தமிழில் இருப்பதையும் நமது தமிழ் மருத்துவ நூல்களால் நாம் நன்கறியலாம்.

இவ்வளவு அருமையுள்ள சித்தர்களின் மருத்துவ நூல்களை நன்றாகக் கற்று அனுபவித்தறிய வேண்டுமேயன்றி, சாத்திரமுறை களை அறியாத ஒருவருக்கு இதன் பொருள் விளங்குதல் இயலாத காரியமாகும்.

தமிழர்கள் பண்டைக்காலம் முதல் பழகி அனுபவித்து வரும் தமிழ் மருத்துவமானது தமிழ்நாடு மட்டுமேயல்லாது, அசோக சக்கரவர்த்தி காலத்தில், இந்தியா முழுவதும், இலங்கைத்தீவு முழுவதும், மேற்கில் மடகாஸ்கர், தென்னாப்பிரிக்கா வரையிலும், பினாங்கு, சிங்கப்பூர் முதலிய கிழக்கு இந்தியத்தீவுகள் வரையிலும் பரவி வளர்ந்து இக்காலத்தும் உயிருடனிருந்து வருகிறது. நம்முடைய மொழியையும், நம்முடைய மருத்துவம், ஓவியம் முதலான தொழில்களையும் பாதுகாத்து வளர்க்க வேண்டியவர் அரசாங்கத்தினரே யாவர். நமது நூல்களிலுள்ள பெருமைகளை அரசினருக்கு எடுத்துச் சொல்வதும் நம்முடைய கடமையே யாகும். ஒவ்வொரு நாட்டுக்கலைகளிலும் ஒவ்வோர் உண்மையிருக்கிற தென்பதை எவரும் மறுக்கமுடியாது. கீழ்நாட்டுக் கலைகள் மேல்நாட்டுக் கலைகள் ஆகிய இவ்விரண்டும் இருநாட்டினருக்கும் இன்றியமையாது வேண்டப்படுவனவேயாம். ஒருவன் ஒரு கட்டடத்தின் வெளித்தோற்றங்களையே பார்த்துக்கொண்டு உள்ளே சென்று காணவேண்டியதைக் காணாமலிருக்கிறான். மற்றொருவன் உள்ளே நடைபெறும் அற்புதங்களைக் கவனித்துக் கொண்டு வெளியில் உள்ள சங்கதிகளையே மறந்துவிடுகிறான். ஆதலின், இவ்விருவரும் கலக்க வேண்டுவது அவசியமாகும். அதனால் உலகத்துக்கு நன்மை பெரிதும் உண்டாகும். நம்முடைய மருத்துவ நூல், யோக நூல், நீதிநூல், ஞானநூல், சமயநூல்

முதலியவைகளை மேல் நாட்டார் கற்கவேண்டும். நாம் நம்முடைய நூல்களோடு நில்லாமல், இவ்வுலக வாழ்க்கைக்கு இன்றியமையாத மேல் நாட்டார்களுடைய கலைகளையும் கற்கவேண்டும். அப்போதுதான் சமத்துவம், சகோதரத்துவம், சுதந்தரம் முதலியன உலக முழுவதும் பரவும். நம்முடைய தமிழ் மருத்துவ நூல்கள் உலக முழுவதும் பரவுவதற்கு, நாம் தாராளமாக இடங்கொடுக்க வேண்டும். நமக்கு தெரிந்ததை மற்றவர்கள் அறியக்கூடாதென்னும் குறுகிய குணத்தை அறவே விடவேண்டும். அப்போது தான் நம்முடைய அறிவு நூல்களின் பெருமையை உலகம் அறியும். நம்முடைய நீதிநூல், யோகநூல் முதலியவைகளில் சில பகுதியைக் கண்டறிந்த அமெரிக்க நாட்டாரும், மற்ற மேல்நாட்டாரில் பலரும் அவற்றை மகிழ்ச்சியாகக் கொண்டாடுகின்றார்கள். நீதிசாஸ்திரங்களான திருக்குறள், நாலடியார் முதலியவைகளையும், தோத்திரங்களில் திருவாசகம் முதலியவைகளையும் ஆங்கிலத்துரைமகனாராகிய ரெவரெண்ட்போப் முதலானவர்கள் ஆங்கிலத்தில் மொழி பெயர்த்துத் தமது நாட்டார் எல்லோரும் அதன் அருமையை அறியும்படி செய்துள்ளார்கள். மிகச் சிக்கலானதும், விரிவானதும், நுட்பமானதுமான தமிழ் மருத்துவ நூலை மேல்நாட்டு நன்மக்கள் நன்றாக அறிந்து மகிழும்படி நாம் செய்ய வேண்டும். இதனை இன்றுவரை நாம் செய்ய வியலாம லிருக்கின்றோம். ஆதலால், நமது தமிழ் மருத்துவத்துவம் உலகில் பெருமைய யடையவில்லை. தமிழ் மருத்துவத்தில் மணி, மந்திரம், மருந்து என மூவகைச் செய்கையையும் நோயாளிகளுக்குச் செய்ய வேண்டும் எனக் கூறுகின்றது. சரநூல், ஐம்பறவை (பஞ்சபட்சி) தூதிலக்கணம், நாள்கோள் நிலை, விடமருத்துவம், மருத்துவம் முதலியவைகளை அறிந்தவனையே பண்டிதன், மருத்துவன், பரிகாரி, நாவிதன் எனக் கூறுவது மரபு. இவைகளை மேல்நாட்டார்களுடைய நூல்களில் காணவியலாது. மேல்நாட்டார் புதிதாகக் கண்டுபிடிக்கும் விஷயங்களெல்லாம் நமது வைத்திய சாஸ்திரத்திலிருக்க வேண்டுமெனில் அது எப்படி இயலும்? அரசாங்கத்தார் நமது வைத்தியத்தை வளர்ப்பது என்பதற்கு அருத்தமென்ன? நந்தமிழ் மருத்துவ நூல்களிலுள்ள நுட்பமான பொருள்களெல்லாம் கற்போரின்றி நாளுக்குநாள் மறைந்தொழிகின்றன. இப்போதுள்ள நமது நாட்டு மருத்துவர்களில் பலர் அப்பொருள்களை அறியாது வைத்தியம் செய்கின்றார்கள். அவர்கள் எப்படியாயினும் பணம் சம்பாதிப்பதற்கான முயற்சியையே மிகப்பெரிதும் செய்கின்றார்கள்.

சோதிடம் பஞ்சபட்சி துலங்கிய சர நூல்மார்க்கம்
கோதுறு உடம்பின்கூறும் கொடியதாம் நோயின்கூறும்
தீதிலாப் பொருளின்கூறும் செய்வகை மருந்தின்கூறும்
ஈதெல்லாம் கற்றுணர்ந்தோர் இவர்களே மருத்தராவார்

என்று நமது மருத்துவ நூல்கள் மருத்துவ ரிலக்கணத்தைக் கூறுகின்றன.

நாள், கோளாகிய சோதிடம், ஐம்பறவை, சரம், மந்திரம் முதலியவைகள் நோயாளர்களுக்கும் மற்றவர்களுக்கும் வேண்டுவதில்லை என மேல்நாட்டாரில் பலரும் நமது கீழ் நாட்டாரில் சிலரும் தற்போது சொல்கின்றனர். ஒரு நாட்டில் ஒரு காலத்தில் மக்களின் மனோநிலைக்குத் தக்கவிதமாக அக்காலத்துப் புலவர்கள் நூல்கள் எழுதியுள்ளார்கள் என்பதை நாம் மறக்கக்கூடாது. இஃது எந்த நாட்டிற்கும் பொதுவான விஷயமாகும். காலத்துக்கு காலம் மக்களின் கருத்து மாறுபட்டுக் கொண்டேவரும், சாத்திரங்களும் மாறும். நமது நாட்டில் மணி, மந்திரம், பஞ்சபட்சி, சரம்பார்த்தல் முதலியவைகள் பொதுமக்களின் மனதைவிட்டு நீங்கவில்லை. பெண்களைப் பேயாடவைப்பதும், கோணங்கி வைத்து உடுக்கை அடித்துக் குறி கேட்பதும், பல தேவதைகள் மக்கள் மீது ஊடுருவிப்பாய்ந்து கேட்பதற்கெல்லாம் பதில் சொல்லி மலையேறிப் போவதும் நடைபெறுகின்றன. கோழி, ஆடு முதலியவைகளைப் பலியிட்டு அத்தெய்வங்களை மகிழ்வித்தல் முதலிய இழிவான செய்கைகள் இன்றும் குறையாமல் நடைபெற்றுவரும் நம்நாட்டில் மக்களின் மனோநிலை எவ்வளவு கீழானநிலையிலிருக்கிறதென்பதை நாம் உணரவேண்டும். மணி, மந்திரம் முதலியவைகளை நாம் ஒழிக்க முயன்றாலும் உலகம் ஒழிக்கத் தயாராயில்லை. ஆதலால் நமது நாட்டில் மக்களின் மனோபாவத்துக்குரிய பரிகார முறைகளை மோசம் போகாமல் ஜனங்கள், கல்வி அறிவுள்ளவர்கள் மூலமாக அடையும்படி செய்யவேண்டியது இன்றியமையாததாகும்.

பண்டைக்காலப் பரம்பரை மருத்துவர்களைப்போல் முறையாகக் கற்று, தக்க மருத்துவர்களிடத்தில் பழகி மருத்துவம் செய்பவர்களை இக்காலத்தில் காண்பது மிகவும் அரிதாகிவிட்டது. ஆதலால் அரசாங்கத்தார் ஏற்படுத்தியுள்ள மருத்துவப் பள்ளிக்கூடத்தில் மேல்நாட்டு நவீன சாஸ்திர முறையையே கற்றுக்கொடுக்கும் ஆங்கில மருத்துவப் பள்ளிக்கூடங்களைப்போல் நடத்தாமல், தமிழ் மருத்துவ நூல்களிலுள்ள நுண்பொருள்களையும், நோயணுகா விதிகளையும், பிராணாயாமம் என்னும் மூச்சுப் பழக்கத்தையும், மாணவர்கட்குக் கற்பித்து உலகத்தில் மிகுந்துள்ள அகாலமரணம், கொள்ளைநோய்கள், மக்களுக்குப் பொதுவாக ஏற்பட்டுள்ள பலக்குறைவு முதலியவைகளை ஒழித்துத் துன்பத்தை நீக்கப்பெரிதும் கேட்டுக்கொள்ளுகின்றோம்.

மருத்துவன், **நவம்பர், 1928, பக். 29–34**

2

தமிழ் வைத்தியமும் சம்ஸ்கிருத வைத்தியமும்

தமிழ் வைத்தியத்தை நாம் சித்த வைத்திய மெனக் கூறுகின்றோம். சித்த வைத்தியத்தை அரசாங்கத்தார் ஒத்துக்கொண்டு அதற்குப் பாடசாலை, மருத்துவசாலை அமைத்தபின்னர் அதைப்பற்றிச் சிலர் தங்கள் கருத்தை வெளியிடு கிறார்கள். சித்தவைத்தியம் ஒன்று தனியே இருக்கிறதா என்றும், சமஸ்கிருத வைத்தியம் ஒன்றுதானே இந்தியாவிலுள்ளதென்றும், சித்தவைத்தியமென்றால் சித்தர்களுடைய வைத்தியமென்றும், அவ்வகைச் சித்தர்கள் தமிழ்நாட்டில் தமிழர்களில் மட்டுந்தானா இருந்தார்கள், வேறுமொழி பேசுகிற மக்களில் சித்தர்கள் இருந்திருக்கக்கூடாதா? ஆதலால் ஏனைய சம்ஸ்கிருத வைத்தியமும் சித்தவைத்தியமாகாதா? எனவும், ஆயுர்வேத மருந்துகளும், சித்தமருந்துகளும் பலவகையில் ஒன்றாகத்தானே இருக்கிறது, அப்படி யிருந்தும் ஏன் சித்தவைத்தியத்தை தனியாகவைத்து தமிழில் நடத்தவேண்டுமெனவும், பாஷைவாரியாக வைத்தியத்தைப் பிரிப்பதானால் இந்தியாவிலுள்ள ஒவ்வொரு பாஷைக்கும் ஒவ்வொரு வைத்தியமிருக் கிறதா எனவும், சித்தவைத்தியத்திற்கு ஒழுங்கான முறையில் வைத்திய நூல்கள் தமிழில் இல்லை, ஆதலால் அஃது எப்படி ஒழுங்கான (சாஸ்திரீய) வைத்தியமாகும்? பாடபுத்தகங்கள் (டெக்ஸ் புக்கு) அதற்குச் சரியாயிருந்தால் அரசாங்கத்தார் இப்பொழுது அதற்கு ஒரு கழகம் வைத்துப் பாடபுத்தகங்கள் ஏற்படுத்துவானேன்? என்றும் கூறுபவர் பலர். அவற்றைப்பற்றி ஆராய்வோம்.

நில உலகில் மக்கள் முதன் முதலில் தோன்றின இடம் தென் இந்தியா எனவும், அம்முதல் மக்கள் பேசின மொழி தமிழ் மொழியே இயற்கை மொழியெனவும், இந்தியாவின் வடபாகத்தில் இந்தி என்னும் மொழியில் இந்துஸ்தானி, வங்காளி, பார்ஸி, குஜராத்தி, மராட்டி முதலிய மொழிகள் தோன்றி அதில் கலந்து நடைபெறுவதைப்போல், தென்னாட்டில் திராவிட மொழியாகிய தமிழ் மொழியிலிருந்தே தெலுங்கு, மலையாளம், கன்னடம், துளுவம், படுகம் முதலிய மொழிகள் தோன்றி பிரிந்ததெனவும் மொழி ஆராய்ச்சி நிலவாராய்ச்சி வல்லுனர் கூறுகின்றனர்.

தமிழ்நாடு இன்று நாம் காண்பது போல் இலங்கையோடு நில்லாமல் தெற்கே பல்லாயிரம் மைல் தூரம் பரவியிருந்தது. அந்நிலப்பகுதியில் மணிமலையும், பஃறுளி ஆறும், குமரியாறும் இருந்தன. அதனால் கபாடபுரம் குமரிநாடு முதலிய நாடுகள் செழிப்பாயிருந்தன வெனவும் அந்நிலப்பரப்பு ஓர் ஊழிக்காலத்தில் தெற்கு மகா சமுத்திரத்தால் விழுங்கப்பட்டது எனவும், மற்றொரு ஊழியில் வங்காளக்குடாக்கடலின் கரையிலிருந்து தமிழ் நாட்டில் முற்றுந்துறந்த பட்டினத்து அடிகள் ஊரராயதும், காவிரியாறு கடலிற்கலக்கும் இடமுமாயதுமான காவிரிப்பூம்பட்டினமும், மகாபலிபுரம் முதலிய நகரங்களுக்கும் கடலில் மூழ்கினவெனவும், மேற்றிசையில் மலையாளமென்னும் மலைநாடு அராபிக் கடலிலிருந்து வெளித்தோன்றினதென்றும் நிலவாராய்ச்சிக்காரர் கூறுவதை நம்புவதற்கு வேண்டிய ஆதாரங்கள் இன்றும் இருக்கின்றன. இம்மாறுபாடுகள் ஒரேநாளில் ஏற்பட்டிராவிடினும் நாளடைவில் சிறிது சிறிதாக நிலமாயிருந்த இடம் நீராகவும், நீராவிருந்தவிடம் நிலமாகவும் மாறியிருக்க வேண்டும். உதாரணமாக இக்காலத்தில் இராமேச்சுவரம் கோயிலுக்கு அருகிலிருந்து தனுஷ்கோடி என்னும் கடல் நாள்தோறும் கொஞ்சம்கொஞ்ச மாக விலகி சுமார் இருபதுமைலுக்கு மேல் இடம்விட்டுப் போய்விட்டதென ஆங்குள்ள முதியோர் சொல்லுகின்றார்கள். சென்னை ஐகோர்ட் எதிரில் சுமார் இருபது ஆண்டுகளுக்கு முன் கடலோரம் இருந்த இடம், இன்று நிலமாகிப் பல கட்டடங்கள் நகரமாய்விட்டது. இதனை நாம் கண்கூடாகக் காண்கின்றோம். இக்கடற்கோளுக்கு அழியாததும், பழமையானதும் நீர்வள நிலவளமுள்ளதும் இயற்கை அழகிற்சிறந்து விளங்குவதுமாகிய சிவனடிபாத மலையையுடைய இலங்கையையும் அகத்தியர் வதிந்த பொதிகையையும் நீலமலையையும் வடக்கே வேங்கட மலையையும் கொண்டதே நந்தண்டழ் நாடாகும்.

இதனையே நமது பழந்தமிழ்ப் புலவராகிய மாணிக்கவாசகர் திருவாசகத்தில், “பாண்டிநாடே பழம்பதியாகவும்” எனக் கூறியுள்ளார். தற்கால மேனாட்டு நிலவாராய்ச்சிக்காரர்கள்

தென்னாட்டில் கடலின் உட்புறமுள்ள பொருள்களையும், மலைகளின் மீதுள்ள அடுக்குப்பாறைகளையும், ஆங்குள்ள, கல், மண் முதலியவைகளையும் துருவித்துருவிச் சோதித்துப்பார்த்தும், தமிழ்நாட்டு மலைகளிலும் பழைய கோயில்களிலும் உள்ள கல்வெட்டுகளையும், செப்பேடுகளையும் பார்த்தும் தென் இந்தியா மிகப் புராதன நிலமெனவும், புராதன மக்கள் வாழ்ந்த நாடெனவும் தீர்மானித்திருக்கின்றனர். இவ்வளவு பழமையானதும், மிகப் பெரிதானதுமான நிலப்பரப்பிலிருந்த கோடிக்கணக்கான தமிழ் மக்கள் கல்வி, உழவு, வாணிபம், ஓவியம், கப்பல் ஓட்டல், மருத்துவம், அரசியல் முதலிய துறைகளில் உலகத்தில் முதலாவதாகத் தேர்ந்தவர்களாவார்கள். தமிழ்மொழியை வளர்க்க சுமார் ஐயாயிரம் ஆண்டுகளுக்கு முன்னரே சங்கங்கள் நிறுவி நடத்திவந்தார்கள்.

இராமாயணத்தில் இராமன் தென்னாட்டுக்குவந்து அகத்தியரின் ஆசிரமத்தில் தங்கி அவரிடம் சண்டைக்கு வேண்டிய விஷயங்களைத் தெரிந்துகொண்டதாகவும் காணப்படுகிறது. இவ்வளவு அறிவுள்ள தமிழ் மக்கள் தங்களுக்குண்டாகும் நோய்களுக்கு மட்டும் மருந்து தெரிந்துகொள்ளாமல் இருந்திருப்பார்களா?

தற்காலம் உலகத்தை ஆளுவது கண்கூடாகக் காணப்படுவதும், சத்தியமாகியதுமான விக்ஞான சாஸ்திரமென்னும் சயன்ஸே அல்லாது சமஸ்கிருத வேதசாஸ்திரத புராண இதிகாசங்களன்று. மேல்நாட்டார் சாஸ்திர ஆராய்ச்சியினாலும் அவர்களுடைய இடைவிடா உழைப்பினாலும் நாள்தோறும் நவநவமாகக் கண்டுபிடித்து உலகுக்களித்துவரும் அறிவின் பயனை எல்லாம் நம்மவர்கள் கண்டு வியந்து, அனுபவித்துக்கொண்டு, கடைசியாக இவை எல்லாம் நம்முடைய சம்ஸ்கிருத வேதசாஸ்திரங்களை வெள்ளையர்கள் அள்ளிக்கொண்டுபோய் அந்நூல்களிலிருந்தே ஏரோபிளேன், வயர்லஸ் டெலிகராம் முதலிய எல்லா தொழில்களையும் செய்கின்றார்கள் என்று பெருமையாகச் சோம்பேறி வேதாந்தம் பேசுபவர்கள் சிலர்.

சம்ஸ்கிருத ஆயுர்வேதக்காரர் சொல்லுகிறபடி சம்ஸ்கிருத ஆயுர்வேத சாஸ்திரம் மிக ஒழுங்காக இருக்கின்றது. அதைப் படித்துப் பெரும் பட்டங்கள் பெற்ற பண்டிதர்கள் மிகுதியாக இருக்கின்றார்கள். அச்சாஸ்திரத்தில் காணும் ஔஷதிகளெல்லாம் அப்பண்டிதர்களுடன் பாரதபூமியில் பயிராகி ஔஷதங்களாகின்றன. அறுவை வைத்தியமும் அதற்குரிய ஆயுதங்களும் சம்ஸ்கிருதத்தில் சொல்லப்பட்டிருக்கிறது. அப்படி இருந்தும் மகாத்மாகாந்திக்கு வந்த குடல் கிளையின் நோய்க்கும்,

கோகலே, சி.ஆர். தாஸ், சுரேந்திரநாத் பானர்ஜியின் நோய்க்கும், சம்ஸ்கிருதத்தில் மகா பண்டிதராயிருந்து இந்திய வைத்தியத்துக்கு புத்துயிரளித்த பனகால் அரசர் முதலியவர்களுக்கும் இன்னும் பல இந்திய அரசர்களுக்கும் தேசத் தலைவர்கட்கும் ஏன் அந்த சம்ஸ்கிருத வைத்தியத்தில் நம்பிக்கை இல்லாமல் அலோபதி என்னும் மேல்நாட்டு வைத்தியத்தையே நம்பினார்கள்.

ஆயுர்வேதத்தில் சாரீரம் என்னும் உடற்கூறும், உடற்றொழிலும், சல்லிய சாலாக்கியமெனும் அறுவை வைத்தியமாகிய இரணவைத்தியமும் அதற்கு வேண்டிய ஆயுதங்களும், மர்மஸ்தான அமைப்புகளும், பாலரோக பரிகாரங்களும், ரோகநிதானங்களும், ஔஷதப்பிராயோகங்களும் ஒழுங்காகக் கூறப்பட்டிருக்கின்றன, அதைப்போல் தமிழ் சித்தர் நூல்களில் காணப்படவில்லையெனவும் சிலர் கூறுகின்றார்கள். அப்படி ஒழுங்காக சம்ஸ்கிருத வைத்திய சாஸ்திரமிருக்கிறபோது இந்தியன் மெடிகல் ஸ்கூலில், உடற்கூறு, உடற்சோதனைக்கு (அனாட்டமி, பிஸியாலஜி) சம்ஸ்கிருத ஆயுர்வேதக்காரர் மேல்நாட்டு ஆங்கிலமுறையில் கற்கவேண்டியதில்லை. சம்ஸ்கிருத நூலின் வழியாகவே கற்கலாம். அறுவை வைத்தியமாகிய சர்ஜரிக்கும், சம்ஸ்கிருதத்திலுள்ள சல்லிய தந்திரத்தைப் பார்த்தே செய்யலாம்; குளோரோபாம் கொடுத்து மேல்நாட்டு ஆப்ரேஷன் செய்யக் கற்றுக்கொள்ளுவானேன்? பிள்ளைபேறு பார்க்கும் முறையை சம்ஸ்கிருதத்தில் படியாமல் மேல்நாட்டாரின் மிட் ஒய்பரியை ஆங்கிலத்தில் படிப்பானேன்?

சம்ஸ்கிருத ஆயுர்வேத நூல்களைப் படித்த அளவிலே நோயின் தன்மைகளையும், நோய்வந்த காரணங்களையும், அதைப்போக்கும், மருந்துகளையும், அம்மருந்துகளை முடிக்கும் முறைகளையும், அதற்குப் பத்தியத்தையும் ஆசிரியன் உதவியின்றித் தாமே செய்யவல்லராய் எவரேனும் இருக்கின்றனரா? பெயரளவிலே அந்நூல்கள் இருக்கின்றன. ஓவியத்திற்கும், இசைக்கும், அடிசிற்றொழிலுக்கும் நூல்கள் இருப்பினும் அவைகள் ஆசிரியனின்றி பயன்படுகின்றனவா? அதுபோல ஆசிரியன் காலங்கருதி கற்றுக்கொடுத்தபின்னர் அன்றோ மேற்சொன்ன மாணவர்கள் மருத்துவர்களாகின்றார்கள். ஆசிரியன் உதவியின்றி இவ்வாயுர்வேத நூல்கள் மாணவர்களை மருத்துவர்களாக்குமேல் அவைகளுக்கு ஏற்றங்கூறலாம்.

திருமூலர் திருமந்திரம் அவ்வைக்குறள் போன்ற சிலநூல்கள் தமிழில் இருக்கின்றன. அவை சித்தர் நூல்கள். அந்நூல்களை சிலர் படிக்கின்றார்கள். அவர்கள் எல்லோரும் சிவயோக சாதனையில் வல்லவர்களாகிவிட்டார்களா? அப்பழக்கமுடைய பெரியோர்களைத்தேடி அவர்களையடுத்துப் பல்லாண்டு பழகினவர்களன்றோ அவ்வின்பத்தை அடையவியலும்?

அச்சுநூல்களும், ஆங்கில மருத்துவசாலைகளும் தோன்றுவதற்கு முன் தமிழ்நாட்டில் வீட்டுக் கிழவிகளுக்குத் தெரிந்திருந்த மருத்துவப் புலமையும் இக்காலத்துப் பெரும் பட்டங்கள் புனைந்து வெளிவந்துள்ள வைத்திய நிபுணர்கட்கும் தெரியாதென்றே சொல்லலாம். இம்மருத்துவக்கல்வி உலகிலுள்ள எக்கல்வியிலும் சிறந்தது. உடம்பிற்கும், உயிருக்கும் உள்ள நட்பை உணர்த்தி அந்நட்பை நீடிக்கச்செய்ய வல்லது. ஆதலால் இவ்வரிய மருத்துவக் கல்வி ஏட்டுப்படிப்பளவில் நின்றுவிட்டால் கணக்கற்ற நோய்களும், இளமையில் இறத்தலும் மலிந்துவிடும் என்பதை உணர்ந்து நமது முன்னோர்கள் ஏடுகளை மட்டும் பெருக்காமல், தங்கள் மாணவர்கட்கு நேரே கற்றுக் கொடுத்துக் கொண்டு வந்தார்கள். ஆகையினால் தற்கால மருத்துவப் பள்ளிக்கூடத்து மாணவர்களுக்குத் தக்கபடி நூல்கள் தமிழ் உரைநடையில் இல்லாமையினாலேயே சித்த வைத்திய மென்று ஒன்று இல்லை என்று சொல்வது என் பாட்டனுக்குப் பாட்டன் பெயர் எனக்குத் தெரியாமையினால் அவன் பிறக்கவே இல்லை என்று சொல்லுவதுபோல் இருக்கின்றது.

தமிழ்நாட்டுச் சித்தர்கள் வழிவந்த மருத்துவர்கள் நூல்களை வேண்டாமலே தலைமுறை தலைமுறையாய் நாடி முதலிய எண்வகை சோதனைகளால் நோய்களை உணரவும், அந்நோய்களை நாடிதாரணையால், வாயுதாரணையால், முழுக்காட்டலால், உணவால், நினைப்பால், மொழியால், செயலால், மருந்தால் போக்கவும் கற்றுக் கொண்டிருக்கின்றார்கள். இவைகளையே தங்கள் மாணவர்களுக்கும் கற்றுக் கொடுத்துக் கொண்டு வந்தார்கள். அச்சு நூல்கள் வெளிவந்த பின்னர் அன்றோ இக்காலத்தில் எல்லார் கையிலும் மருத்துவ நூல்கள் இருக்கின்றன; எல்லாரும் மருத்துவர்களாகின்றார்கள்.

கரிசலாங்கண்ணி என்னும் கையாந்தகரை, வேம்பு, சுக்கு, மிளகு, திப்பிலி, கடுக்காய், கற்றாழை, நன்னாறி, பிரண்டை, சீந்தில் முதலியவைகளை முறையே ப்ருங்கரஜா, நிம்பா, சுந்தி, மரிசம், பிப்பிலி, அரிதஹி, குமரி, சாரிபா, வஜ்ரவல்லி, அமிர்தவல்லி என்னும் சமஸ்கிருத பெயர்களைச் சொல்லிக்கேட்டால் எந்த வில்லியர், வேடர், காட்டிலிருந்து பறித்துக் கொணர்வர்? எந்தக் கடைக்காரர்கள் அவைகளை உணர்ந்து கொடுப்பார்கள்? இப்பெயர்களை வேண்டுமானால் சமஸ்கிருத ஏட்டுக்கல்வியால் பெறலாம்.

வடமொழிச் சொற்கள் சில தமிழில் கலந்ததனாலேயே, தமிழ் வடமொழியினின்றும் வந்ததென ஆராய்ச்சியற்றார் சிலர் உரைப்பது போல், காய்ச்சலெனும் வெப்புநோய், ஈளைநோய், வளிநோய் முதலியவைகளை முறையே ஜ்வரமென்றும்,

க்ஷபமென்றும், வாதமென்றும் சாதாரணமாய் வழங்கப் பெறுவத னாலேயே சித்தவைத்தியம் சம்ஸ்கிருதத்திலிருந்து வந்ததெனச் சொல்லுவது நியாயமா?

பழமையாய் அனுபவித்துவரும் மெய்யானதும் உயர்ந்ததும் இனிமையானதுமான பொருள்களைப் பார்க்கினும் சாதாரண புதிய பொருள்களைக் காண்பதிலும், புதிய சொற்களையும் ஓசை யையும் ஏற்றுக் கொள்வதிலும், புதிய இன்பங்களை நுகர்வதிலும் மக்களின் மனஞ்செல்வது இயற்கை. ஆதலால் புதிதாகவந்த சம்ஸ்கிருத சொற்களைத் தமிழர், வடுகர் முதலியவர்கள் தமது மொழிகளில் சேர்த்துக் கொண்டதனால் சம்ஸ்கிருதத்திலிருந்து தமிழ் வந்ததென்பது எப்படிப் பொருந்தும்?

சம்ஸ்கிருதமொழி எந்தநாட்டிலும், எந்தக் காலத்திலும் மக்களால் பேசப்பட்டுவந்த தேஷபாஷைகளில் ஒன்றன்று. அம்மொழி மக்கள் பேச்சுவழக்கில் இல்லாமையால் சிலர் அதனை தேவமொழி எனக் கூறியது உபசார வழக்காகும்.

மக்களின் கருத்தை ஒருவருக்கொருவர் அறிவித்துக் கொள்வதற்காக மொழிகள் தோன்றியது. மொழிகள் மக்களின் மனதிலிருந்து கை, வாய், கண் முதலிய உறுப்புகளின் சமிக்கை (ஜாடை)களில் வந்து பிறகு வாய் ஓசையில் வெளிப்பட்டு அந்தந்த நாட்டு வெப்பதட்பத்துக்கும், உணவுக்கும் செயலுக்கும் தக்கபடி வாய்மொழியாகிய ஒலிவடிவம் திருத்தமடைந்தது. பிறகு நெடுநாள் கழித்து ஒவ்வொரு நாட்டாருடைய வாய்மொழிக்கும் வரி வடிவம் (எழுத்துக்கள்) ஏற்பட்டது.

அதன்பிறகு பனை ஓலைகளிலும், செப்பேடுகளிலும், கல்லிலும் எழுதத் தலைப்பட்டார்கள். தமிழ், தெலுங்கு முதலிய எல்லா மொழிகளுக்கும் சம்ஸ்கிருதம் முதல் மொழியாயிருந்திருப்பின் அம்மொழிக்குச் சொந்தமான எழுத்து இன்றுவரை இல்லாமல் இருப்பானேன். வடநாட்டார் இந்தி அல்லது நாகர எழுத்தையும், தென்னாட்டார் சம்ஸ்கிருதத்துக்காக கிரந்த எழுத்தென்று ஒரு எழுத்தையும் செய்து கொள்வானேன். கிரந்த எழுத்தென்றால் நூல்கள் எழுதுவதற்கென்றே ஏற்படுத்தப்பட்டது என்று பொருளாகின்றது.

சம்ஸ்கிருத வேதங்களை நெடுநாள் எழுத்தில்லாமல் செவியாரலாக (கர்ணபரம்பரையாக) சொல்லிவந்தார்கள். ஆதலால் சம்ஸ்கிருத வேதத்திற்கு எழுதாக்கிளவி என்றும் பெயரிருக்கிறது.

இந்தியாவில் சுமார் பன்னிரெண்டு மொழிகள் வரையிருப்பத னால் வேதம், உபநிஷத், ஆகமம், யோகம், ஞானம், ஜோதிஷம்,

மாந்திரீகம், வைத்தியம் முதலிய நூல்களையும், அர்த்தசாஸ்திரம், யுத்தசாஸ்திரம், காந்தருவ முதலிய சாஸ்திரங்களையும் எல்லோரும் அறியும்படியான நாட்டுமொழிகளில் எழுதினால் அதற்குப் பெருமையிராதெனவோ, அல்லது இந்தியாவிலுள்ள பல மொழிகளிலும் நூல்களை எழுதுதல் இயலாதெனவோ கண்ட முற்காலத்தினர் இந்தியாவில் நூல்களை (கிரந்தங் களை) எழுதுவதற்காக சம்ஸ்கிருதபாஷையை நடுவில் செய்து கொண்டார்கள். சம்ஸ்கிருதம், சம் = செம்மையாக, கிருதம் = செய்யப்பட்டது என்ற பொருளும் பெறுகின்றது. ஆதலால் பிற்காலத்தில் தேசபாஷைகளில் எழுதிய நூல்களை எல்லாம் சம்ஸ்கிருதத்தில் எழுதினார்கள். பின்னர் புதிதாக எழுதும் நூல்களை எல்லாம் அம்மொழியிலேயே எழுதத் தலைப் பட்டார்கள். சம்ஸ்கிருதம் படிப்போர் சிலராதலாலும் படியாதவர் பலராதலாலும் சம்ஸ்கிருதத்திற்கு ஏற்றமுண்டாயிற்று. சம்ஸ்கிருதத்திற்கு தேசபாஷைகள் மூலபாஷையே தவிர தேசபாஷைகளுக்கு சம்ஸ்கிருதம் மூலபாஷையல்ல. சம்ஸ்கிருதம் ஒரு நாட்டாருக்கோ, ஒரு வகுப்பினருக்கோ சொந்த மொழியல்ல; நூல்கள் எழுதுவதற்காக ஏற்பட்ட பொதுமொழியாகும். பிற்காலத்தில் இதனை ஒருவகுப்பினர், தாங்கள் மக்களில் உயர்ந்தவர்கள், பூசரர்கள், தேவர்கள், மற்றவர்களெல்லாம் சூத்திரர்கள், அவர்கள் பேசும் மொழி சூத்திரமொழி, தங்கள் மொழி தேவமொழியாகிய சம்ஸ்கிருதம், அம்மொழியிலிருந்துதான் உலகிலுள்ள எம்மொழிகளும் தோன்றியதெனவும் கூறி, மேற்சொன்ன அந்த ஒரேவகுப்பினர் மட்டும் சம்ஸ்கிருதத்தைப் படித்து அதிலுள்ள நூல்களையும் படிக்க வேண்டும்; மற்றவர்கள் படித்தால் நாவை அறுத்தல், அம்மொழியைக் காதால் கேட்டால் காதில் ஈயத்தை உருக்கிவிடுதல் முதலிய கொடுமைகளை ஏற்படுத்தி பொதுமக்களுக்கு கல்வி அறிவைத் தடுத்து, மிருகங்களைப் போல் நடத்தி தமிழ் மொழியையும் கேவலப்படுத்தினார்கள். இதனைக் கண்ட அறிவுடையவர்கள் தேசபாஷைகளை வளர்க்கவும், அதிலுள்ள நூல்கள் அழிந்துபோக எஞ்சிநின்ற மருத்துவம் முதலிய நூல்களை பள்ளி மாணவர்களுக்குத் தக்கபடி திரட்டி புத்தகங்களாக்கவும் தலைப்பட்டு அரசாங்கத்தாரைக் கேட்டுக் கொண்டார்கள். அரசாங்கத்தாரும் உதவி செய்து வருகின்றார்கள். இதனால் பொறாமை கொண்ட சிலர் தமிழ் மொழியையும், தமிழிலுள்ள மருத்துவம் முதலிய நூல்களையும், தமிழ் மருந்துகளையும் சம்ஸ்கிருத மொழியில் பெயர்த்தெழுதிக் கொண்டு தமிழில் என்ன இருக்கிறதென்று கூறுகின்றார்கள்.

சம்ஸ்கிருதத்திலுள்ள வேதம் உபநிஷத்து முதலியவைகளையும் தமிழிலுள்ள திருக்குறள், நாலடியார், சிலஞானபோதம்,

சித்தியார் முதலிய சாஸ்திரங்களையும் உலகில் எந்தநாட்டினரும் படித்துணரும்படியாக மாக்ஸ்முல்லர், ரெவரெண்டுபோப்பு முதலியவர்கள் ஆங்கிலத்தில் மொழிபெயர்த்திருக்கிறார்கள். இதனால் சம்ஸ்கிருதம், தமிழ் படியாதவர் பலர் உலகப் பொதுப் பாஷையாகிய ஆங்கிலத்தில் எளிதாகப் படித்து அறிந்து கொள்ளுகின்றார்கள். இதனால் ஆங்கில மொழியினின்றுதான் இருக்காதி வேதங்களும், திருக்குறள், திருவாசகம், சித்தாந்த சாஸ்திரங்களும் வந்ததெனில் எப்படிப் பொருந்தும்? அதுபோல் தமிழ் மருத்துவ நூல்களிலுள்ள பொருள்களை சம்ஸ்கிருத நூல்களில் எழுதிக் கொண்டு இப்போது எல்லாம் சம்ஸ்கிருதத்தி லிருக்கிறதென்றால் அது எப்படி பொருந்தும்? தமிழைவிட சம்ஸ்கிருதத்தில் மருத்துவ நூல்கள் ஒரு ஒழுங்காக எழுதப் பட்டிருக்கிறதெனில் ஒரு பாஷையிலிருந்து மற்றொரு பாஷை யில் மொழி பெயர்க்கும்போது திரட்டி முறையாக எழுதப்பட்டிருக் கிறது. ஆதலால் சம்ஸ்கிருத வைத்திய நூல் ஒரு ஒழுங்காக இருக்கிறதெனக் கூறுவது உண்மைதான்; அந்த ஒழுங்கும் என்ன என்பதை பின்னர் கூறுவோம். தமிழில் பல சித்தர்கள் பல்லாயிரக்கணக்கான மருத்துவ, யோக, ஞான நூல்களை இலட்சக்கணக்கான செய்யுள்களில் பாடினார்கள். அவைகளெல் லாம் தற்காலமுள்ள பள்ளி மாணவர்கட்குப் பயன்படுமா? ஒருக்காலும் பயன்படாது. ஆதலால் அவைகளினின்று திரட்டித் தான் எழுத வேண்டும். அப்படி எழுதுங்காலத்தில் சம்ஸ்கிருத வைத்திய நூல்களில் இவையெல்லாம் இருக்கின்றன, அதைத்தான் தமிழில் இவர்கள் எழுதிக் கொண்டார்கள் என்றும் சிலர் கூறுவர். அதைப்பற்றி நமக்கும் ஒன்றும் குறைவில்லை.

சம்ஸ்கிருத மொழியைத் தங்களுடைய மொழி என்று ஒரு வகுப்பார் சொல்லிக் கொண்டு தமிழ் மொழியை சூத்திரர் மொழி என்று சொல்லி, தாம் பிறந்தது முதல் இறக்கும் வரையில் தாய்மொழியாக தமிழையே பேசிக்கொண்டு, தமிழிலேயே உயிர் வாழ்ந்து கொண்டிருக்கிறவர்களைப் பற்றி நாம் ஆச்சரியப்படவில்லை. தமிழர்களும் மற்றவர்களும் நூல்கள் எழுதி வைக்கப்பட்ட பொது மொழியாகிய சம்ஸ்கிருதத்தை ஒரு சிறு வகுப்பினர் தங்கள் மொழியென்றும் தெய்வமொழி என்றும் சொல்லுவதை ஒத்துக் கொண்டு காலங்கழிக்கக்கூடிய நிலையில் ஒரு பெரும்பகுதி மக்கள் இருந்திருக்கிறதை நினைத்தால் மிக ஆச்சரியமாயிருக்கிறது.

சிலர் தற்காலம் சம்ஸ்கிருத ஆயுர்வேதத்திற்குத் தன்வந்தரியை முதல்வராகக் கூறுகின்றனர். தன்வந்திரி விஷ்ணுவின் அம்ச மென்றும், அவர் கைகளில் சங்கு சக்கரமும், அமுதகலசமுந்தாங்கி நெற்றியில் நாமமும் இட்டிருப்பவராக படமும் எழுதுகின்றார்கள்,

தன்வந்திரி பூசையும் செய்து வருகின்றார்கள். தன்வந்தரியையப் பற்றிச் சிறிது ஆராய்வோம். தேவர்கள் நோயினாலும், மூப்பினாலும் பகைவர்களாகிய அசுரர்களாலும் சாவாதிருப்பதற்காகப் பாற்கடலைக் கடைந்து அதில் தோன்றும் அமிர்தத்தை அருந்துவதற்கு, மத்தாக மேரு மலையைப் பிடுங்கி பாற்கடலில் நட்டுக் கயிற்றுக்குப்பதில் பூமியை ஒரு தலையில் தாங்கிக் கொண்டிருக்கும் ஆயிரந்தலையையுடைய முதல் பாம்பை (ஆதிசேஷனை)ப் பிடித்து அம்மேருமலையில் சுற்றித் தேவர்கள் ஒருபக்கம் அசுரர்கள் ஒருபக்கம் நின்று, பாம்பின் வாலையும் தலையையும் பிடித்திழுக்கும்போது அப்பாம்பு உடல்வலி பொறுக்கவியலாமல் ஆயிரம் வாயினாலும் தனது நஞ்சைக்கக்கினது. அந்த நஞ்சுக்கு அருகிலிருக்க ஆற்றாமல் பாம்பைப் பற்றியிருந்த விஷ்ணு முதல் எல்லோரும் ஓடிவிட்டார் களென்று புராணம் கூறுகின்றது. இது ஒரு பெரியகதை. அதனைவிடுத்து நாம் எடுத்துக் கொண்ட பொருளைப் பற்றிச் செல்வோம். எப்படியோ நஞ்சின் கொடுமை நீங்கிப் பிறகு எல்லோரும் திரும்பிவந்து பாற்கடலைக்கடைந்தார்கள். அப்பாற்கடலில் மூதேவி, சீதேவி, சந்திரன், வெள்ளையானை, குதிரை, கல்பதரு, காமதேனு (பசு) முதலிய பதிமூன்று பொருள்கள் தோன்றின. அதனுடன் விஷ்ணுவாகிய தன்வந்திரி அமிர்தம் நிறைந்த கலசத்தைப் பற்றின கைகளோடு பிறந்தாரெனவும், அத்தன்வந்திரிதான் ஆயுர்வேதத்துக்குத் தலைவர் என்றும் தற்கால ஆயுர்வேதக்காரர்கள் கூறுகின்றார்கள்.

கயிலையில் பரமேசுவரன் பார்வதிக்கும், பார்வதி நந்தி முதலிய சிவகணங்கட்கும், அசுவினி (தேவமருத்துவர்)கட்கும், அந்நந்திகளால் தன்வந்திரி அகத்தியர் முதலிய ருஷிகளுக்கும் ஆயுர்வேதம் உபதேசமுறையில் வந்ததாக ஆயுர்வேத நூல்களில் கூறப்பட்டிருக்கிறது. அதில் இந்த தன்வந்திரி, யார் என்பது விளங்கவில்லை.

தமிழ்நாட்டில் தஞ்சை ஜில்லாவில் சீர்காழிக்கு அருகிலுள்ள வைத்தியநாதன், அல்லது வைத்தீசுவரன் கோயிலென்று வழங்கும் ஈசுவரன் கோயிலிலுள்ள கடவுள் வடிவத்தைத் தன்வந்திரி பூசித்து அவ்வூரிலேயே முத்தி அடைத்தார் எனக் கூறுகிற புராணமிருக்கிறது. இதனால் இத்தன்வந்தரி சைவராகின்றார்.

காசிராசன் சபையிலிருந்த மருத்துவப் புலவர்களில் தன்வந்தரி ஒருவர் இருந்ததாகவும் கூறப்படுகிறது. இக்கதைகளில் எந்த தன்வந்தரி ஆயுர்வேதத்துக்குத் தலைவர் என்பது விளங்க வில்லை. பொதுவாக ஆயுர்வேத சம்ஸ்கிருத நூல்களைச் செய்தவர்களில் பலர் சைவ சமயத்தினராகவும், சிலர் புத்த

சமயத்தினராகவும் அந்நூல்களால் புலப்படுகிறது. அவர்களுடைய நூல்களில் சிவனையும், பார்வதியையும், பிர்மாவையும், தட்சனையும், இந்திரனையும், அக்னிவேசரையுமே முக்கியமாகச் சொல்லப்பட்டிருக்கிறது. இக்காலத்தில் வைணவ மதப் பற்றுள்ள சிலர் பாற்கடல் கடைந்த காலத்தில் வெளிப்பட்டதாகக் கூறும் தன்வந்தரிக்குச் சீரங்கத்துக் கோயிலில் ஓர் உருவம் இருப்பதாகக் கூறி, விஷ்ணுவாகிய தன்வந்தரியே ஆயுர்வேதத்திற்கு முதல்வர் என்று கூறிக்கொண்டு வருகின்றார்கள்.

சம்ஸ்கிருத மருத்துவ நூல்களைத் தற்காலம் மொழிபெயர்ப்ப வர்களும், அதைப் படிப்பவர்களும், அதை வளர்ப்பவர்களும் ஒரு சமயப் பற்றும், சாதிப் பற்றுமில்லாது கவனிக்க வேண்டும். இவர்கள் அந்நூல்களையும் அந்நூலாசிரியர்களையும் தனது மதத்தினராக்க மிகப் பாடுபடுகின்றார்கள். தன்வந்தரிக்கும் மூவிலைச் சூலம்போல் நெற்றியில் நாமம்போட்டு விளம்பரப் படுத்துகின்றார்கள். 700 ஆண்டுகளுக்கு முன் இராமானுஜாசாரியார் காலத்தில் ஏற்பட்ட மதச்சின்னமாகிய நாமம், பல்லாயிரம் ஆண்டுகளுக்கு முன்தோன்றினவர்களின் உருவங்களிலும், கடவுளரில் ஒருவராகிய விஷ்ணுவினுடைய நெற்றியிலும்கூட ஏறிவிட்டது வருந்தத்தக்கதாகும். பொதுவாக மருத்துவநூல்களை மதத்தில் பொருத்தாமலும், அந்நூல்கள் கடவுளால் ஏற்பட்ட தென்று கூறாமலும் இருந்தால் நமது நாட்டு மருத்துவ நூல்கள் நல்ல நிலைமையை அடைந்திருக்கும்.

ஆயுர்வேதம் பிர்மா, தட்சப்பிரஜாபதி, இந்திரன் முதலிய தேவர்களால் செய்யப்பட்டதாகவும், பிறகு நாம் வசிக்கும் நில உலகத்திற்கு வந்ததாகவும், மற்றோரிடத்தில் ஆயுர்வேதத்திற்கு முதல் நூலாகிய சரகம் அக்னிவேச முனிவரால் எழுதிப் பிறகு சரகரால் ஒழுங்குபடுத்தப்பட்டு, திரடபலன் என்பவரால் விரித்துக் கூறப்பட்டு, வங்கநாட்டில் மருத்துவ குலத்தினராகிய சக்கரபாணிதத்தரால் விரிவுரை செய்யப்பட்டதெனவும் கூறப்பட்டிருக்கிறது.

அசுவினிகள் அல்லது தேவ மருத்துவர்

சூரியனிடம் தோன்றிய அசுவினி தேவர்கள் என்னும் தேவ மருத்துவர் இருவர் தெய்வலோகத்திலுள்ள தேவர்களும் மற்றவர்களும் சில பிராணிகளும் நோய்வாய்ப்பட்டு வருந்தும் போது மருத்துவம் செய்து அந்நோய்களை நீக்கினதைப் பற்றிப் புகழ்ந்து இருக்கு வேதத்தில் பல இடங்களில் பாடல்கள் காணப் படுகின்றன. சிவனை மதியாது தக்கன் செய்த வேள்விக்குச் சென்ற தேவர்களில் ஒருவனாகிய சூரியனுக்கு வீரபத்திரரால்

பல் தகர்க்கப்பட்ட காலத்தில் இத்தேவமருத்துவர் வேறு பல் உண்டுபண்ணியதாகவும், சந்திரனுக்கு ஏற்பட்ட குறை (க்ஷய) நோய்க்கு மருந்து கொடுத்து அவன் உடலை வளர்த்ததாகவும், இந்திரனுக்கு அங்கமெலாந்தோன்றிய ஆயிரம் பெண்குறியை ஆயிரம் கண்ணாக மாற்றினதாகவும், குபேரனுக்கு ஒரு கண் குருடானதற்குக் கண் வைத்தியம் செய்ததாகவும், எல்லா உயிர்களையும் ஆட்டி வைக்கும் சனீசுவரனுக்கு ஒரு கால் முடமானதற்கு இருப்புப் பொய்க்கால் வைத்துச் சேர்த்ததாகவும் இன்னும் பலகதைகள் கூறப்பட்டிருக்கின்றன. இதனால் சொர்க்கலோகத்திலுள்ள தேவர்கட்கும் பல ஆபத்துகளும், பகையும், பலநோய்களும் இருக்கின்றனவென்றும் அவைகட்குப் பாற்கடல் கடைந்தெடுத்த அமிர்தமோ, அப்பாற்கடலில் தோன்றிய விஷ்ணுவாகிய தன்வந்தரியின் கை அமிர்தமோ பயன்படாமல் தேவர்களும் பலர் நோய்வாய்ப்பட்டு வருந்தினார்களென்றும், ஆங்கு அசுவினிகளே மருத்துவர்களாயிருந்து மருத்துவம் செய்தார் களெனவும் கூறுகின்றது. இவ்வகையான பொய்க்கதைகள் தமிழ்ச் சித்தர் நூல்களில் காணக்கிடையா. வடமொழி ஆயுர்வேதத்தில் ஓரிடத்தில் மருத்துவ சாலைகளைப் பற்றிக்கூறிப் பெண்கள் கருவுயிர்க்கும் அறையைப் பற்றிக் கூறும்போது பிராமணப்பெண் கருவுயிர்க்கும் அறையின் உட்புறம் சுவர் வெள்ளைநிறம் பூசப் பட்டதாகவும், க்ஷத்திரியப் பெண் கருவுயிர்க்கும் அறை மஞ்சள் நிறமாகவும், வைசியப்பெண் கருவுயிர்க்கும் அறை சிவப்பு நிறமாகவும், சூத்திரப்பெண் கருவுயிர்க்கும் அறை சிவப்பும் கறுப்பும் கலந்த நிறமாகவும் இருத்தல் வேண்டுமெனவும் கூறப்பட்டிருக்கிறது. சூத்திரர்களுக்குங் கீழ்ப்பஞ்சமர் என்ற வகுப்புப் பெண்கள் கருவுயிர்க்கும் அறைக்கு முழுக்கறுப்பு பூசப்படல் வேண்டுமென்று கூறப்படாமலிருப்பதால் பஞ்சமர் முதலிய தாழ்த்தப்பட்டவர்களுக்கு வைத்தியசாலையில் இடமில்லையெனத் தெரிகிறது. இப்படி மருத்துவத்திலும் வருணவேற்றுமை (சாதிவேற்றுமை) தமிழ்ச்சித்தர் நூல்களில் காணக்கிடையாது.

ஆனால் பல மருத்துவர்களுடைய பரம்பரை அனுபவ மருந்து முறைகளைப் பிற்காலத்தில் இருந்த மருத்துவர் பலர் தங்கள் படிப்புக்குத்தக்கபடி பாடல்களாகத் தாங்கள் பாடி, அந்நூல் பெருமையடைவதற்காகச் சித்தர்களின் பெயரை அந்நூலுக்கு வைத்துள்ளார்கள். கடவுளர்களும், தேவர்களும் சம்ஸ்கிருத ஆயுர்வேதத்தை எழுதினார்களென்று பெருமை கூறப்பட்டிருப்பதைக்கண்ட பிற்காலத் தமிழ் மருத்துவர்கள் சிலர் தமது தமிழ் மருத்துவ நூலுக்கும், பெருமை வேண்டுமெனக் கருதி, தமிழிலும் பரமசிவன் பார்வதிக்கும் பார்வதி முருகனுக்கும்

நந்தி கணங்களுக்கும் மருத்துவ நூலைச் சொல்ல நந்திகள் மற்றச் சித்தர்களுக்கு உபதேசித்ததாகவும், இலட்சக்கணக்கான பாடல்களைச் சிவனார் முதலியவர்கள் தமிழில் பாடினார் களென்று தமிழ் மருத்துவ நூலிலும் பொய்யும் புனைந்துரை களும் சேர்க்கத்தலைப்பட்டார்கள். இவ்வகைத் தமிழ் வைத்தியப் பாடல்கள் யாருடையாதாயிருப்பினும், சமீபகாலத்தில் இருந்த அலங்காரக்கவியாகிய தேரையர் என்பவரின் பாடலைப்போல் சொல்லலங்காரம் இல்லையாயினும், அப்பாட்டில் சொல்லப் படுகிற மருந்து முறைகள் சித்தர்களுடையதென்பதே பலர் கொள்கை. ஏனெனில் பாடல் இலக்கணமாயிராவிடினும் மருந்து முறைகள் நல்லதாகவே காணப்படுகின்றன. தமிழர்களுடையே நூல்களிலுள்ள பல விஷயங்களையும், மருந்து முறைகளையும் சம்ஸ்கிருதத்தில் எழுதிக் கொள்ளப்பட்டதென முன்னரே கூறினோம். தமிழ்நாட்டில் சம்ஸ்கிருத மொழிக்கு ஏற்றமுண்டான காலத்தில், தமிழில் பனை ஓலையிலுள்ள பல பழைய மருத்துவ நூல்களைப் பிழைதிருத்தி அச்சிடுவதற்கு முன்வந்த சிலர் தமது தமிழ் மருத்துவநூல் விலையாகவேண்டுமென்னும் நோக்கத் தால் தமது நூல் தேவமொழியாகிய சம்ஸ்கிருதத்திலிருந்து மொழிபெயர்த்து எழுதப்பட்டதென்று கூறினார்கள்.

பண்டைக் காலத்தில் மனிதர்களுக்குண்டாகும் பசிநோய்க்கு எந்தெந்த நிலங்களில் என்னென்ன உணவுகள் கிடைக்கின்றதோ அதை உண்டு வாழ்ந்தார்கள். அதேபோல் அந்தந்த நிலத்தின் வெப்ப தட்ப வேற்றுமைகளாலும் உணவு செயல்களின் வேற்றுமைகளாலும், பருவகால வேற்றுமைகளாலும் நோய்கள் வருங்காலத்திலெல்லாம் அந்நோய்க்கு அவர்களுக்கு அருகில் அநுபவத்தில் கண்ட மூலிகைகளையும், மற்றப்பொருள்களையும் அருந்தி மருந்துகளாகக் கண்டார்கள். உணவின் பக்குவங்களாலும் நோய்களைப் போக்கிக் கொண்டார்கள். இவ்வனுபவங்களைத்தான் மருத்துவம் என்று கூறுவது. இவ்வனுபவங்களை மக்கள் எழுதி வைத்ததையே மருத்துவ நூலெனப்படுகிறது.

இந்தியாவில் சம்ஸ்கிருதமொழியில் பல புத்தகங்கள் எழுத நேர்ந்தபோது வடநாட்டில் மக்கள் அனுபவித்த மருத்து மூலிகைகளைப் பற்றியும், தென்னாட்டு மருந்து முறைகளைப் பற்றியும், தேஷபாஷைகளில் உள்ள வைத்திய விஷயங்களையும் அவ்வப்போது ஒவ்வொருவரும் எழுதித் தொகுத்துக் கொண்டே வந்தார்கள். இதுதான் ஆயுர்வேதமாகும். இதனைவிடுத்து சம்ஸ்கிருதத்திலுள்ள ஆயுர்வேதம் விண்ணுலகிலுள்ள கடவுளர்களும், தேவர்களும் எழுதி அனுப்பினார்கள் என்பது இக்காலத்திற்குச் சிறிதும் பொருந்தாததாகும். இதுவன்றிச் சம்ஸ்கிருத ஆயுர்வேதத்திலிருந்துதான் தமிழ்வைத்தியம்

வந்ததென்றும் சொல்லிக்கொள்ளுவதாலும் பயனில்லை. தமிழ்நாட்டில் மக்கள் நோய் வந்தகாலத்தில் செய்துவந்த மருந்து முறைகளும், நோய்வராமல் தடுத்துக் கொள்ளும் சுகவழிகளும் தங்கள் அனுபவத்தில் நல்லதென்று கண்டவைகளையெல்லாம் தமிழ்மொழியில் எழுதிவைத்தார்கள். அந்நூல்கள் பல இறந்து பட்டன. எஞ்சி நிற்பனவற்றையாயினும் அழியவிடாமல் பொதுஜனங்கள் அதன்பயனை அடைந்து நோய்களின் துன்பம் குறையும்படி செய்வதுதான் நமது வேலையாகும். பொய்யைச் சொல்லியும் உள்ளதை மறைத்தும் இனி நாம் வாழமுடியாது.

மேல்நாட்டு மக்களால் நாள்தோறும் கண்டுபிடித்து எழுதப்படும் மருத்துவ நூல்களையும், மற்ற நூல்களையும் உலகத்தார் படித்து மகிழவில்லையா? அவர்கள் செய்கிற நூல்களை எந்த கடவுளாவது செய்தார் என்று அவர்கள் சொல்லவில்லை.

எல்லா அண்டகோடிகளையும், எண்ணிறந்த உயிர்வகைகளையும் இவைகட்கு ஆதாரமாகிய ஐம்பெரும் பொருள்களையும் கடவுள் படைத்தார் என்பதை ஆஸ்திக புத்தியுள்ள எல்லோரும் ஒப்புக் கொள்ளுவார்கள். ஆனால் குறிப்பிட்ட ஒரு மொழியையோ ஒரு சுவடியையோ மட்டும் கடவுள் செய்தார் என்பதை எல்லோரும் ஒத்துக்கொள்ள மாட்டார்கள். ஆதலால் இந்த விஷயத்தை இனி வளர்த்தாமல் நாம் முடித்துக் கொள்ளுகின்றோம். தமிழ் அல்லது சித்த வைத்தியமென்பதில் உள்ள தனிப்பெருமை என்னவென்றால், நாடி முதலிய எண்வகை சோதனைகளால் நோய்களை அறிதலும், இயற்கை வைத்தியமாகிய மணி, மந்திர, யோகமுறைகளும், அயம், வெள்ளி, பொன் முதலிய உலோகவகைகளையும், இரச, கெந்தக, பாஷாணாதிகளையும் சிந்தூரம் பஸ்பங்களாகச் செய்து மக்கள் நோய்களைப் போக்கி வருவதேயாகும். இதுதான் தமிழரின் சொந்த முறை என்று கூறுகின்றோம். தமிழிலுள்ள சில விஷயங்களும் சம்ஸ்கிருதத்தில் இருக்கிறதெனில், அது பிற்காலத்தில் சம்ஸ்கிருதத்தில் எழுதிக்கொண்டதென்பதற்குப் பல ஆதாரங்கள் காணக்கிடக்கின்றன. ஆதலால் தமிழ் மொழியோ, தமிழிலுள்ள மருத்துவம் முதலிய நூல்களோ சம்ஸ்கிருதத்திலிருந்துதான் வந்தன என்பது சிறிதும் பொருந்தாததாகும்.

_மருத்துவன்,_ 1928, ஜனவரி, பக். 91–96,
பிப்ரவரி, பக். 121–123, மார்ச் பக். 137–142

3

மருத்துவப் பெரியாரில் ஒருவராகிய சிறுத்தொண்டர் வரலாறு

முன்னுரை

இவ்வுலகில் நாம் வசிக்கும் நிலப்பகுதியாகிய இந்தியாவென்னும் பரதகண்டமே மக்கள் வாழ்வதற்குரிய வெப்பதட்பங்களைச் சமமாகப் பெற்றுள்ளது. இந்நாட்டின் மூன்று பக்கங்களும் முத்து, பவழம் முதலிய மணிகளைக்கொழிக்கும் கடலால் சூழப்பட்டுள்ளது. இதன் வடபாகமோ இமயம் என்றும் பெரிய பனி மலையை அரணாகப் பெற்றுமிளிர்வது. இதில் என்றும் வற்றாத நீரோட்டமுடைய பெரிய ஆறுகள் பல உண்டு. இதன் தென்பாகமே மக்கள் முதன்முதல் தோன்றின இடமென்று ஆராய்ச்சிக்காரர்கள் கூறுகின்றார்கள். மணி மலையையும், குமரி ஆற்றையும், பஃறுளி ஆற்றையும் கொண்ட பெரிய அந்நிலப்பகுதி ஓர் ஊழிக் காலத்தில் கடலில் மூழ்கிவிட்டது. அவ்வாறு மூழ்காது மிகுந்துள்ள பாகமே தமிழ்நாடாகும். இத்தமிழ் மக்களே உலகில் முதல் மக்களாவர். இவர்கள் பேசும் மொழியே முதல் மொழியாகும். இஃது அமிழ்தினுமினிய தமிழ்மொழி எனவும், உயர்தனிச் செம்மொழி எனவும் கூறப்படும். இப்போது உலகில் மக்கள் ஒழுகிவரும் சமயங்களெல்லாம், இத்தமிழ் மக்களிடத்திலிருந்து பரவியனவேயாகும். அன்பிலும் ஒழுக்கத்திலும்சிறந்து கடவுளைக்கண்ட பல பெரியோர்கள் தமிழ்நாட்டில்தான் முதன்முதல் தோன்றினார்கள். அவர்களில் சைவ சமய நெறியில் சிறந்தவர்கள் அறுபத்துமூன்று நாயன்மார்கள்

ஆவார்கள். அவர்களில் கடவுளைக் காண வேண்டுமென்னும் கொள்கை நிறைவேறுதற் பொருட்டுத் துன்பத்தை யெல்லாம் இன்பமாய்க்கண்டு பக்தி வைராக்கியத்தால் செயற்கரிய செய்கையைச் செய்தவர் சிறுத்தொண்டப் பெருந்தகையாவார். இவரைப்பற்றி,

வாளான் மகவரிந் தூட்டவல்லே னல்லன் மாதுசொன்ன
சூளால் இளமை துறக்க வல்லேனல்லன் தொண்டு செய்து
நாளாறில் கண்ணிடந்தப்ப வல்லேனல்லன் நானினிச்சென்று
ஆளாவதெப்படியோ திருக்காளத்தி அப்பருக்கே.

என, முற்றுந்துறந்த முனிவராகிய பட்டினத்தடிகளும் முதன்மை யாய் வியந்தெடுத்துக் கூறுகின்றார்.

இப்பெரியாருடைய கதையைப் பொதுவாகத் தமிழ்நாட்டில் கல்வி அறிவு சிறிதுமின்றி மிகத்தாழ்ந்த நிலைமையிலுள்ளவர்களும் கற்றறிந்த பெரியோர்களும் அறிவார்கள்.

ஆனால், சிறுத்தொண்டருக்குள்ள தனிப்பெருமை என்ன வென்பதைப் பலர் அறியார். இவருடைய காலம் இன்ன தென்பதையும், நடுவில்வந்த குலம் என்பதில் இவர் என்ன குலத்தினர் என்பதையும் பலர் அறியார். சைவசமய ஆசிரியர் களாகிய திருஞானசம்பந்தர், அப்பர் முதலிய பெரியோர்களின் காலத்தை அறிவதற்கும், அவர்கள் வரலாற்றை நிச்சயிப்பதற்கும் சிறுத்தொண்டர் வரலாறுதான் ஆதாரமாயிருக்கின்றது. இவர் சோழ மண்டலத்தில் தமிழரசருக்கு அணுக்கராகவும், சேனாதிபதியாகவும் இருந்து வடநாட்டில் பாதாமி என்ற நகரை முற்றுகையிட்டு வெற்றிகொண்டு வந்ததைப்பற்றிப் பாதாமி நாட்டின் மலைக் குகையிலுள்ள கல்வெட்டு வெள்ளிடை மலைபோல் வெளிப்படுத்திவிட்டது. ஆதலால், சிறுத்தொண்டர் காலமும் அவர் காலத்திலிருந்த சம்பந்தர், அப்பர் முதலானவர்களுடைய காலங்களும் நிர்ணயம் செய்யப்பட்டுள்ளன. பண்டைக் காலத்தில் தமிழர்களுக்குள் குலவேற்றுமை இல்லை. நமது பெருமை எல்லாம் அழிந்து மிகச் சிறுமைப்பட்டு விலங்கினும் கேடான நிலையில் வாழ்வதற்குக் காரணமாய் நடுவில் தோன்றியது சாதி வேற்றுமை. இதனை அறிவுடையோர் சிலர் உடைத்துத் தகர்த்துக்கொண்டு வருகின்றார்கள். ஆயினும், இன்னும் அக்கருத்து பாமரமக்களிடம் பரவிச் செயலில் வருவதற்கு, நமது தலைவர்களுக்கு அதிகாரமின்மையால் இயலவில்லை. ஆதலால், சாதி வேற்றுமை இல்லாத பெரியோர்களாகிய அறுபத்துமூன்று நாயன்மார்களுக்கும் நடுவில் வந்த சாதிகளைப் புகுத்திவிடப்பட்டிருக்கும் வரலாற்றில் பெரிய புராணத்தில் உள்ளபடி நமது சிறுத்தொண்டரை மருத்துவர், மாமாத்திரர்

என்று கூறப்பட்டிருக்கின்றது. சிறுத்தொண்டர் மருத்துவர் என்பதை மருத்துவ வகுப்பினரில் பலரும் கற்றறிந்த பெரியோர் களில் சிலரும் அறிந்திருக்கிறார்களே யன்றிப் பொது ஜனங்கள் அறியவில்லை. மருத்துவர்களிலும் பலர் தங்கள் மரபில் இத்தகைய பெரியார் ஒருவர் உண்டென்பதை அறியாதவர்களா யிருக்கின்றார்கள். ஆதலால், மருத்துவர்களின் வரலாறு எழுதப் புகுந்த நாம், முதலில் சிறுத்தொண்டரின் வரலாற்றைச் சேக்கிழார் செய்த பெரிய புராணத்தையும், உமாபதி சிவாச்சாரியாரின் பெரியபுராண சாரத்தையும், ஜனங்கள் கர்ண பரம்பரையாய்ச் சொல்லிக்கொள்வதையும் கொண்டு இதில் சுருக்கமாக எழுது கின்றோம். மருத்துவ குலப் பெரியோர்களின் வரலாறுகளை விரும்பிக் கேட்ட பல மருத்துவர்களுக்கும் இது வேண்டற் பாலதாகும். சிறுத்தொண்டர் வரலாறு முடிந்த பின்னர் மற்றப் பெரியோர்களின் வரலாற்றைக் குறித்தும் மருத்துவர்களின் உற்பத்தி அல்லது தோற்றம் என்பதுபற்றியும் நாம் ஆராய்ந்துள்ளதை வெளிப்படுத்த எண்ணியுள்ளோம். ஆதலால், அன்பர்கள் இதனை ஆதரிக்க முன்வருவார்களென நம்புகின்றோம்.

இந்தியாவென்னும் பரதகண்டத்தின் தென்திசையில், அமிழ்தினுமினிய தமிழ்மொழி வழங்கும் நாடுகளில் சோழநாடே நீர்வளம் நிலவளமுடையது. அச்சோழ வளநாட்டில், தஞ்சாவூர் ஜில்லாவில், காவேரியாற்றின் தென்கரையில், நன்னிலத்திற்கு அடுத்த திருச்செங்காட்டங் குடியென்னும் சிவஸ்தலம் ஒன்றுளது. அதில் சுமார் ஆயிரத்து முன்னூறு ஆண்டுகளுக்கு முன் கி.பி. ஏழாம் நூற்றாண்டின் தொடக்கத்தில், மருத்துவர் என்று வழங்கும் மாமாத்திரகுலத்தில் சிறுத்தொண்டர் என்னும் பரஞ்சோதியார் பிறந்தார். இவர் தம்குல முறைப்படி உயிர்களுக்குண்டாகும் நோய் முதலிய துன்பங்களைநீக்கி, இன்பத்தைத் தர வல்ல பெருந்தகையாளராவார்.

பரஞ்சோதியார் தமது குலத்திற்குரிய *ஆயுள்வேத மென்னும் மருத்துவநூலை துறைபோகக் கற்றுத்தேர்ந்தார். பின்னர் வேத சிவாகமங்களையும், யுத்தநூல்களையும், மற்றெல்லாக் கலைகளையும் கற்று உலகத்தில் சிறந்து விளங்கினார்.

தாய் தந்தையர் வைத்த அருமைப்பெயர் தெரியாமல் தாம்பிறந்த ஊரின் பெயரால் அழைக்கப் படுபவரும், தம் கணவனின் கருத்துக்கு மாறுபடாதவருமாகிய வெண்காட்டு

---

* ஆயுள்வேதக்கலையும் அலகில்வட நூற்கலையும்
தூயபடைக் கலத்தொழிலும் துறைநிரம்பப் பயின்றவற்றால்
பாயுமதக் குஞ்சரமும் பரியுமுகைக்கும் பண்பு
மேயதொழில் விஞ்சையினு மேதினியில் மேலானார்.

நங்கை என்னும் பெண்மணியைப் பரஞ்சோதியார் மனைவியாகக் கொண்டு இல்லறம் நடாத்திவருவாராயினர்.

அவர் பலவகை அறிவு நூல்களின் ஆராய்ச்சியின் பயனால் விரிந்து தெளிந்த உள்ள முடையவரானார். நித்தியப்பொருளும், இன்பப்பிழம்புமாகிய சிவபெருமான் திருவடிகளில் பள்ளத்தில் பாயும் நீர் வீழ்ச்சி போல் இடைவிடா அன்பைச் செலுத்தும் பெருங்குணத்தையுடையவர். சிவனடியார்கட்கும் பொது ஜனங்களுக்கும் தொண்டு புரியும் பேரன்புடையவர்.

இம்மருத்துவப் பெரியார் சோழநாட்டில் அக்காலத்தில் அரசு செலுத்தி வந்த பல்லவ அரசனும் குடிகளும், பிணிகளால் மெலிந்து துன்புறாதபடி நோயணுகா நல்வழிகளைப் பொதுமக்கள் அறிந்தொழுகும்படி போதித்து வந்தார். அவர்கட்கு நோய்கள் வராமல் தடுத்து நோயால் வருந்துவோர்களுக்கு ஆங்காங்கு மருத்துவச்சாலைகளை அமைத்தும் தக்கமருத்துவர்களைக் கொண்டு, மருந்துதவினார், அரசனின் அவைக்களத்தில், ஐம்பெருங்குழுவெனும் மந்திராலோசனை சபையில் அமர்ந்து சமூகத் தொண்டு புரிவாராயினர்.

அந்நாளில் ஆயுள்வேதியராகிய பரஞ்சோதியாரின் அறிவு நுட்பத்தையும், அன்பின் பெருக்கையும் அரசன் அறிந்து தமது உடம்பையும் உயிரையும், அவரிடம் ஒப்புவித்ததுபோல் தமது அரசாங்கத்தையும் ஒப்புவித்து அவரைத்தமது உயிர்த்தோழராகவும் படைத்தலைவராகவும் அமர்த்திக்கொண்டான். அன்று முதல் அரசியல் பொறுப்பு முழுவதும் பரஞ்சோதியார் ஏற்று வேற்று நாடுகளில் குடிகளைத் துன்புறுத்தி கொடுங்கோல் செலுத்தும் பகை அரசர்களையெல்லாம் போரில் வென்று புறங்கண்டு அவர்களுடைய நாடுகளைக் கைப்பற்றி குடிகளுக்குவேண்டிய நலங்களையெல்லாம் புரிந்து, பொது சனங்களாலும், அரசனாலும் நன்கு மதிக்கப்பெற்றுப் பெரும்புகழுக்குரியவரானார்.

பின்னர் தமிழ்நாட்டுக்கு வடநாடும் இந்தியாவுக்கு நடுநாடும் நிஜாம் அரசைச் சார்ந்ததும், மகாராஷ்டிர மொழியில் பாதாமி எனவும், தமிழ் மொழியில் வாதாவி எனவும் வழங்கும் பெயர்களையுடையதுமான நாட்டைத் தமக்குத் தலைநகரமாகக் கொண்டு அக்காலத்தில் ஆட்சிபுரிந்து வந்தவன் இரண்டாம்புலிகேசன் என்பவன். அவன் தமிழ்நாட்டைக் கவரும் கருத்துடன் பல்லவ அரசனிடம் பகைகொண்டிருந்தான்.

---

* ஈசனடியார்க்கென்றும் இயல்பான பணிசெய்தே
ஆசில்புகழ் மன்னவன்பால் அணுக்கரா யவர்க்காகப்
பூசல்முனைக்க ளிறுகைத்துப் போர்வென்று பொருமரசர்
தேசங்கள்பல கொண்டு தேர்வேந்தன் பால்சிறந்தார்.

அதை உணர்ந்து பரஞ்சோதியார் அரசனிடம் விடைபெற்று வடநாட்டிலுள்ள அவ்வாதாபி என்ற நகரத்தின்மீது படை எடுத்துச் சென்று அவ்வரசனை தோல்வியுறச்செய்து, அவ்வரசனிடம் பெருநிதிகளையும், மணிக்குவியல்களையும் கப்பமாகப் பெற்றுப் பெருவெற்றியுடன் திரும்பினார்.*

இவைகளைக்கண்ட பல்லவ அரசன் பரஞ்சோதியாரிடம் அளவு கடந்த மரியாதையுடையவனாகி அவரைப் பெருமையோடு வரவேற்றுக் கொலுமண்டபத்தில் ஒருபேரவைகூட்டி பரஞ் சோதியாரின் வீரச்செய்கையை அச்சபையில் வியந்து பலவாறு புகழ்ந்து கூறினான். அதுகாலை ஆங்குள்ள அமைச்சர்களும், ஜனப்பிரதிநிதிகளும் பரஞ்சோதியாரின் சிவபக்தியையும் அடியார் பக்தியையும், அவருக்கு உயிர்களிடத்துள்ள இரக்கத்தையும், அவருடைய உபகாரச்செயல்கள் முதலிய தொண்டுகளையும் அரசனுக்குச் செவ்வையாக எடுத்து விளக்கிக்கூறி அவர் சிவனடியா ராதலால் அவரைவெல்ல எவராலும் இயலாதெனவும், அவரால் இயலாத காரியம் ஒன்று மில்லை என்றும் கூறினார்கள். அதனைக்கேட்ட அரசன் அஞ்சி நடுங்கி "அந்தோ! இவர் மிகப்பெரியார் என அறியாமல் இவரைப் போர் முனைக்கு அனுப்பின பெரும்பிழையை நான் செய்தேன்" என்று சொல்லிப் பரஞ்சோதியாரின் அடிகளை வணங்கி, அவரைநோக்கி "ஐயனே! என் பிழையைப் பொறுத்தருளவேண்டும்" என்று பிரார்த்தித்தான். பரஞ்சோதியாரும் அரசனை வணங்கி "அரசரேறே! நான் எனது நாட்டுக்குச் செய்யவேண்டிய தொண்டைச் செய்தேன், அது தங்கள் குற்றமாகாது," என அரசனைத் தேற்றினார். பின்னர்ப் பெரியோர்களிடத்தில் அன்பு மிகுந்த அரசன் பரஞ்சோதியாருக்கு அளவற்ற செல்வங்களைக்கொடுத்து, இதுவரையில் தாங்கள் செய்துவரும் தொண்டை நான் அறியாதவனாயினேன். தாங்கள் இயற்றும் பெரும்பணியை இனி யாதொரு தடையுமின்றி நடத்திக்கொண்டிருங்கள்" என வேண்டினான். அவ்வண்ணமே பரஞ்சோதியார் அரசனிடம் விடைபெற்றுக் கொண்டு, தாம் வதியும் திருச்செங்காட்டாங் குடியில் வெண்காட்டு நங்கையெனும் தமது காதலியோடு கணபதீச்சுரமெனும் சிவாலயத்தில் சிவவழிபாடு செய்வதையும் சிவனடியார்களுக்கும் "காணார் கேளார் கான்முடப் பட்டார் பேணுநரில்லார் பிணி நடுக்குற்றார்" எனும், குருடர், செவிடர், கூனர், முடவர், பிணியாளர், ஆதரவில்லாத சிறு குழந்தைகள், கிழவர் முதலியவர்கட்கும் உடற்பிணியறிந்து ஏற்றமருந்துதவுதல்,

---

* மன்னவர்க்குத் தண்டுபோய் வடபுலத்து வாதாவித்
தொன்னகரந் துகளாகத் துளைநெடுங்கை வரையுகைத்துப்
பன்மணியும் நிதிக்குவையும் பகட்டினமும் பரித்தொகையும்
இன்னனவெண் ணிலகவர்ந்தே யிகலரசன் முன்கொணர்ந்தார்.

முதலிய தொண்டியற்றுதலையும் மேற்கொண்டிருந்ததோடு மக்களின் பசி நோய்க்கு அவரவர் விரும்பியபடி நாள்தோறும் உணவளித்து அவர்கள் பசிநோய் நீங்கி மகிழ்ச்சி யடையக்கண்ட பின்னரே தாம் உண்பதென்னும் கொள்கையையும் கடைப்பிடித் தொழுகுவாராயினார்.

மேலும் பரஞ்சோதியார் தமது வாழ்க்கைத் துணைவியாருடன் திருச்செங்காட்டங் குடியிலிருந்து பொதுமக்களுக்கு உடலைப்பற்றி வரும் நோய்களையும், அடியார்களின் பசிநோயையும் போக்கிவந்தார். இவர் பெரிய ஆயுள்வேதியாதலால் ஏழை மக்களுக்கும், துறவிகளாகிய சிவனடியார்கட்கும் உடற்பிணிகள் பெரும்பாலும் உணவினாலேயே வருகிறதெனக் கண்டு தேர்வாராயினார். மேற்கண்ட மக்கள் காலமறிந்து தம் தம் உடலுக்குப் பொருந்தும் உணவை அருந்த வியலாதிருப்பதனை யறிந்து, அவரவர் நோய், வயது, காலம், உடல் வன்மை, அவர் நாட்டு வழக்கம், அவரவர் விருப்பம் முதலியவைகளுக்கேற்பவும், தவயோகிகளுக்குத் தக்கபடியும் உணவளித்து வந்தார். இவர், மக்களுக்கு நாள்தோறும் பல்வகையில் ஆற்றிவரும் பெருந்தொண்டின் பெருமை உலக முழுவதும் பரவியது. பரஞ்சோதியாரின் அறச்சாலையில் வந்து அவர் அன்புடன் செய்யும் அரியவுதவியைப்பெற்றுப் போகிறவர்களும், அவரிடம் புதிதாக வருகிறவர்களும் அவரைப்புகழ்ந்து போற்றுவார்கள். பரஞ்சோதியார் தம்மைப் பிறர் புகழுங்காலத்தெல்லாம் தம்மை ஒரு சிறிய தொண்டர் என்று சொல்லிக்கொள்ளுவது வழக்க மாதலாலும், எவ்வளவு ஏழைகளிடத்திலும் மிக அன்போடும், அடக்கத்தோடும் நடந்து கொண்டமையினாலும் பரஞ் சோதியாரை எல்லோரும் சிறுத்தொண்டர் என்று அழைத்து வந்தனர். ஆதலால் நமது பரஞ்சோதியார் சிறுத்தொண்டர் என்ற பெயருக்குரியவரானார்.

இக்காலத்தில் சிறுத்தொண்டரின் மனைவியாராகிய வெண்காட்டு நங்கைக்கு ஓர் ஆண்குழந்தை பிறந்தது; அக் குழந்தையிடம் தெய்வத்தன்மைவிளங்கியதால் அக்குழவிக்குச் சீராளதேவனென்று திருநாமமிட்டார்கள். வெண்காட்டு நங்கையும், சந்தன நங்கையும், கல்வி அறிவோடு மருத்துவஞான முடையராதலால் அக்குழந்தையைப் பாலர்பரிபாலன முறைப்படி, ஒரு நோயும் அணுகாமல் மிக அருமையாக வளர்த்து வந்தார்கள்; சீராளனுக்கு ஐந்து வயது நிரம்பியதும் கல்விபயில பள்ளியில் அமர்த்தினார்கள்.

அதுகாலை திருஞான சம்பந்தர் சிவத்தலங்கள் தோறும் சென்று பதிகம்பாடி வந்தார். அவர் சிறுத்தொண்டரின் பெருமையைச் செவியுற்று அவரைக்காண விரும்பித் திருச்

செங்காட்டங்குடிக்கு வந்தார். திருஞானசம்பந்தரின் வருகையை முன்னரே யறிந்த சிறுத்தொண்டர் எதிர்சென்று திருஞான சம்பந்தரையும், அவருடன்வந்த திருக்கூட்டத்தினரையும் அழைத்து வந்து, தமதில்லத்தமர்த்தி உபசரித்து *உணவளித்தார். திருச்செங்காட்டங்குடியில் சிறுத்தொண்டரால் திருப்பணி செய்யப்பட்டதும், அவர் ஆதீனத்துள்ளதும், எல்லோரும் சென்று அங்குள்ள கடவுளின் உருவத்தைத் தொட்டு **அர்ச்சித்து வணங்கக் கூடியது மாயிருந்த கணபதீச்சுர மென்னும் ஆலயத்திற்குத்

---

* திருஞான சம்பந்தர் கவுணியர் என்னும் ஒருவகை அந்தணர் மரபினரென்றும், சிறுத்தொண்டர் மருத்துவரென்னும் மாமாத்திர மரபினரென்றும், பெரியபுராணத்தில் அவர்களுடைய வரலாற்றில் கூறப்பட்டிருக்கிறது. ஆதலால் சம்பந்தர் காலத்திலும் இவருக்குப் பின்வந்த சுந்தரர் காலத்திலும், தமிழர்களுக்குள் ஒருவர் வீட்டில் மற்றொருவர் உண்ணுதல், மணமுடித்தல் முதலியவைகளில் ஒருவித வேற்றுமையும் இருந்ததில்லை என்பது வெளிப்படையாய்த் தெரிகிறது. பண்டைக்காலத் தமிழர்கள் தாங்கள் பிறந்து வாழும் நிலத்தின் பெயராலும், செய்யும் தொழிலின் பெயராலும் அழைக்கப்பட்டார்களன்றி இக்காலத்துள்ள பல போலித் தமிழ்ச்சைவர்களைப்போல் சாதிப்பித்தந் தலைக்கேறியவர்கள் அக்காலத்தில் ஒருவரும் இல்லை. அக்காலத்தமிழர்கள் அன்பைப் பெரிதாகக் கருதியவர்கள். அன்பையே கடவுளாகக் கண்டவர்கள். இக்காலத்திலும் வடநாட்டில் இந்துக்கள் எல்லோரும் அவர்கள் வீடுகளிலும், உண்டி விடுதிகளிலும் கலந்து ஒன்றாயிருந்து உண்பது சாதாரணமாயிருக்கிறது. தற்காலம் நந்தமிழ்நாட்டில் இது மிகப்பெரிய காரியமாகக் கருதப்படுகிறது.

** திருஞானசம்பந்தர் தேவாரம்

செந்தமிழர் தெய்வமறை நாவர்செழு நற்கலைதெரிந்தவ வரோடு
அந்தமில் குணத்தவர்கள் அர்ச்சனைகள் செய்யவமர்கின்ற அரனூர்

இப்பதிகத்தால் சம்பந்தர் காலத்தில் தமிழர்களின் கோயில்களுக்கு எத்திறப்பட்டவர்களாயினும் அன்பர்களானோர் உட்சென்று கரு இல்லத்திலுள்ள கடவுளின் திருவுருவத்தைத் தொட்டு அருச்சித்து வணங்குவது வழக்கத்திலிருந்ததென்பது புலனாகிறது. இதனை இன்றும் வடநாட்டு சிவாலய, விஷ்ணு வாலயங்களிலுள்ள கடவுளின் வடிவங்களை எல்லா வருணத்தினரும் தொட்டு அருச்சித்துப் பூசிக்கக்காண்கின்றோம். உண்ணும் இடங்களிலும், கடவுளை வணங்கும் கோயில்களிலும், பிணங்களை வைத்துக்கொளுத்தும் இடங்களிலுங்கூட தென் இந்தியாவிலுள்ள உயர்ந்த சாதியாரென்போர் மற்றவர்களைக் கொடுமைப்படுத்துகின்றார்கள் என்பதை நோக்கும்போது இத்தென்னாட்டுக்கு சுயராஜ்ஜியம் கிடைத்தால் தாழ்ந்த சாதியார் என்பவர்களின்கதி என்னவாகும் என்பதை நினைத்து நாம் வருந்தாதிருக்க முடியாது.

அக்காலத்துச் சைவர்கள் புறமதத்தினரை எல்லாம் சைவமதத்தில் சேர்த்துச் சைவத்தை வளர்த்தார்கள். இக்காலத்துச் சைவர்கள், சைவர்களாயுள்ள தமிழ்ப் பெருமக்களையெல்லாம் சாதியில் தாழ்ந்தவர்களென்று கோயிலினுள் நுழையவிடாமல் புறச்சமயங்களென்னும் இராஜாங்கசமயமாகிய பெரிய சமயங்களுக்குப் போய்ப் பிழைத்துப் பெருமையடையுங்கள் என்று அடித்து விரட்டி சைவமதத்தை அழிக்கின்றார்கள். ஆனால் சைவக்கோயில்கள் தற்காலம் கல்லாலும் பொன்னாலும் புதுப்பிக்கப்பட்டுக் கும்பாபிஷேகங்களும், திருவிழாக்களும் சிறப்பாக நடைபெறுவதைப் பார்த்து இப்போலிச்சைவர்கள் மகிழ்ச்சி அடையலாம். ஆனால் அவர்கள் இன்னும் சிறிது காலத்தில் இதன் முடிவைக் கண்டு கொள்ளுவார்கள்.

திருஞான சம்பந்தர் சிறுத்தொண்டரோடும் மற்ற அன்பர்களோடும் சென்று இறைவனை வணங்கித் திருப்பதிகம் பாடத் தொடங்கினார்.

திருஞானசம்பந்தர் முழுமுதற் கடவுளாகிய சிவபிரானையும், பதிகத்தின் ஈற்றில் தம்மையும் பாடுவாரல்லது, மக்களைப்புகழ்ந்து பாடுபவரல்லர். அத்தகைய அவர் நமது சிறுத்தொண்டப் பெருந்தகையாரை தமது அழகிய பாடலில் புகழ்ந்து பாடுவதற்கு விரும்பித் திருச்செங்காட்டங்குடி திருப்பதிகத்தில் பத்துப் பாடலிலும் சிறுத்தொண்டரின் பெருமையைப் புகழ்ந்து பாடியுள்ளார்.

சிறுத்தொண்டரைத் திருஞான சம்பந்த மூர்த்தி புகழ்ந்துபாடிய தேவாரத் திருப்பதிகம்

பண் – பஞ்சமம்

பைங்கோட்டு மலர்ப்புன்னைப் பறவைகாள் பயப்பூரச்
சங்காட்டந் தவிர்த்தென்னைத் தவிராநோய் தந்தானே
செங்காட்டக் குடிமேய சிறுத்தொண்டன் பணிசெய்ய
வெங்காட்டு ளனலேந்தி விளையாடும் பெருமானே. 1

பொன்னம்பூங் கழிக்கானற் புணர்துணையோ டுடன்வாழும்
அன்னங்காள் அன்றில்காள் அகன்றும்போய் வருவீர்காள்
கன்னவிறோட் சிறுத்தொண்டன் கணபதீச் சரமேய
இன்னமுதன் இணையடிக்கீழ் எனதல்ல லுரையீரே. 2

குட்டத்துங் குழிக்கரையுங் குளிர்பொய்கைத் தடத்தகத்தும்
இட்டத்தா லிரைதேரு மிருஞ்சிறகின் மடநாராய்
சிட்டன்சீர்ச் சிறுத்தொண்டன் செங்காட்டங் குடிமேய
வட்டவார் சடையார்க்கென் வருத்தஞ்சென் றுரையாயே. 3

கானருகும் வயலருகுங் கழியருகுங் கடலருகும்
மீனிரிய வருபுனலி லிரைதேர்வெண் படநாராய்
தேனமர்தார்ச் சிறுத்தொண்டன் செங்காட்டங் குடிமேய
வானமருஞ் சடையார்க்கென் வருத்தஞ்சென் றுரையாயே. 4

ஆரலாஞ் சுறவமேய்ந் தகன்கழனிச் சிறகுலர்த்தும்
பாரல்வாய்ச் சிறுகுருகே பயிறூவி மடநாராய்
சீருலாஞ் சிறுத்தொண்டன் செங்காட்டங் குடிமேய
நீருலாஞ்ச சடையார்க்கென் நிலைமைசென் றுரையீரே. 5

குறைக்கொண்டா ரிடர்தீர்த்தல் கடனன்றே குளிர்பொய்கைத்
துறைக்கெண்டை கவர்குருகே துணைபிரியா மடநாராய்
கறைக்கண்டன் பிறைச்சென்னி கணபதீச் சரமேய
சிறுத்தொண்டன் பெருமான்சீ ரருளொருநாட் பெறலாமே. 6

கருவடிய பசுங்கால்வெண் குறுகேயொண் கழிநாராய்
ஒருவடியா ளிரந்தாளென் றொருநாட்சென் றுரையீரே
செருவடிதோட் சிறுத்தொண்டன் செங்காட்டங் குடிமேய
திருவடிதன் றிருவருளே பெறலாமோ திறத்தவர்க்கே. 7

கூரார லிரைதேர்ந்து குளமுலவி வயல்வாழும்
தாராவே மடநாராய் தமியேற்கொன் றுரையீரே
சீராளன் சிறுத்தொண்டன் செங்காட்டங் குடிமேய
பேராளன் பெருமான்ற னருளொருநாள் பெறலாமே. 8

நறபொலிபூங் கழிக்கான னவில்குருகே யுலகெல்லாம்
அறப்பலிதேர்ந் துழல்வார்க்கென் னலர்கோட லழகியதே
சிறப்புலவன் சிறுத்தொண்டன் செங்காட்டங் குடிமேய
பிறப்பிலிபேர் பிதற்றிநின் றிழக்கோவெம் பெருநலமே. 9

செந்தண்பூம் புனல்பரந்த செங்காட்டங் குடிமேய
வெந்தநீ றணி மார்பன் சிறுத்தொண்ட னவன்வேண்ட
அந்தண் பூங்கலிக்காழி யடிகளையேயடி பரவும்
சந்தங்கொள் சம்பந்தன் தமிழுரைப்போர் தக்கோரே. 10

திருஞானசம்பந்தர் திருச்செங்காட்டங்குடி பதிகத்தில் சிறுத்தொண்டரைச் சிறப்பித்துப் பாடி, தமது பரிவாரங்களோடு சிறுத்தொண்டரின் இல்லத்தில் திருவமுது செய்துகொண்டு அவரோடு அன்புடன் அளவளாவி அவரைப்பிரிந்துச்செல்ல மனமில்லாதவராகச் சிலநாள் அவர் இல்லத்தில் கழித்தபின்னர் சிறுத்தொண்டரிடம் விடைபெற்று திருமருகலுக்குச் சென்றார்.

சிறுத்தொண்டர் தாம்செய்யும் திருத்தொண்டை குறைவற நடாத்திவரும் நாளில் எல்லாம்வல்ல இறைவன் சிறுத்தொண்டரின் அன்பின் பெருமையையும், மனவலியின் மாண்பையும் உலகில் எல்லோரும் அறிவதற்காக சிறுத்தொண்டரின் அறநிலையத்திற்கு வழக்கம்போல் வரும் அதிதிகள் ஒருவரும் அன்று வராமற் செய்தனர். சிறுத்தொண்டர் நாள்தோறும் அடியார்களுக்கு உணவளித்தபின்னரே தாம் உண்பதென்னும் கொள்கையை உடையவராதலால் அன்று வழக்கம்போல் ஒருவரும் உண்ண வராமையைக்கண்டு தானும் மனைவியும் மிகக் கவலையடைந்து தமது பணியாளர்களை அனுப்பி அடியார் யாரையேனும் அழைத்து வரச்சொன்னார். பணியாளர் பல வீதிகளில் பார்த்து ஒருவரேனும் அகப்படாததை வந்து அறிவித்தனர். பின்னர் சிறுத்தொண்டர் தானே வெளியேபோய் ஒரு அடியாரையேனும் தேடிப்பார்த்து அழைத்துவருவதாக மனைவியிடம் கூறிச்சென்றார்.

தொண்டர் அடியாரைத் தேடி வெளியே சென்றசமயம் சிவபிரான் ஒரு தவமுனிவன் (வயிரவர்) வேடந்தாங்கி சிறுத் தொண்டரின் வீட்டுவாயிலை அடைந்து "பசிநோய்க்கு உணவு அளிக்கும் சிறுத்தொண்டர் வீட்டில் உளரோ"வென்று கேட்டார். ஆங்குள்ள சந்தன நங்கையார் விரைவாக வந்து வணங்கி "முனிவரே, எங்கள் தலைவர் இதுகாறும் அடியார் ஒருவரையும் காணாமையால் மிகக் கவலையுற்று அடியாரை அழைத்து வருவதற்கு வெளியே சென்றுள்ளார்; விரைவினில் வருவார்.

தாங்கள் சிறிது நேரம் இவ்வீட்டினுள் வந்து அமருங்கள்" என்று கூறினார். அதைக்கேட்ட வயிரவர் "பெண்கள் உள்ள இடத்தில் நாம் தனியே வருவதற்கியலாது" என்று கூறினார். அதைக் கேட்டுக்கொண்டிருந்த வெண்காட்டு நங்கை இப்பெரியார் போய்விடுவார் போலிருக்கிறது என்றெண்ணி விரைவாக ஓடிவந்து அத்தவசியை வணங்கி "ஆண்டவனே, எனது நாயகர் அடியவர்களுக்கு உணவளித்த பின்னரே தாம் உண்ணுவதென்னும் கொள்கையுடையவர்; இன்று ஒரு அன்பரையும் இதுகாறும் காணாது மிக வருத்தத்தோடு தேடப்போயிருக்கின்றார். உம்மைக் காண்பாராயின் மிக மகிழ்ச்சி அடைவார்; விரைவினில் வருவார். தேவரீர் உள்ளே எழுந்தருளும்" என்று வேண்டிக்கொண்டார். அதற்கு வயிரவர் "நாம் இருப்பது வடநாடு; மிகப்பசியோடு சிறுத்தொண்டரைக் காணவந்தோம். அவர் இல்லாக்காலத்தில் பெண்கள் தனித்திருக்கும் இல்லத்தில் நாம் தங்கோம். இவ்வூர் கணபதீச்சரத்தின்கணுள்ள ஆத்திமரத்தடியில் இருக்கின்றோம். அவர் வந்ததும் அறிவியுங்கள்" என்று கூறிச்சென்றார்.

சிறுத்தொண்டர் அடியவர்களைத்தேடி எங்குங் காணாது மிக வருத்தத்தோடு திரும்பி வீட்டிற்கு வந்து தனது நாயகியிடம் சொல்லி வருந்தினர். அவ்வம்மையார் "இப்பொழுது இங்கே வடநாட்டுத்தவசி ஒருவர் வந்தார்" என்றதும், மருத்துவரதிபர் உடனே மகிழ்ந்து "அவர் எங்கேபோயினர்", என்று கேட்டார். வெண்காட்டு நங்கை "அவரை இங்கே இருக்கவேண்டினேன்; அவர் அதற்கு இசையாது கணபதீச்சரத்தில் ஆத்திமரத்தின்கீழ் இருப்பதாகக் கூறிச்சென்றார்," என்று சொன்னார்.

அதைக் கேட்டவுடனே சிறுத்தொண்டர் அம்புபோல் விரைந்தோடிச் சென்று ஆத்திமரநிழலில் வயிரவரைக்கண்டு வணங்கி "தேவரீர் பசியோடு அடியேனைத் தேடிவந்த சமயம் நான் மனையில் இல்லாமைக்காக மனம் வருந்துகின்றேன். நீர் மனம்பொறுத்து எழுந்து இல்லத்துக்குவந்து உணவருந்தவேண்டும்," எனக் கேட்டுக் கொண்டார். வயிரவர் "பெரிய சிறுத்தொண்டர் நீர்தானோ" என்று வினவ நாயனார் 'அடியேன்தான்' என்று சொல்லி "வழக்கம்போல் அமுதுசெய்விக்க இன்று அடியவர் ஒருவரேனும் அன்னசாலைக்கு வாராமையால் பணியாளர்களை விடுத்து அடியாரைத்தேடினேன். அடியவர் ஒருவரும் கிடைக்க வில்லை. மிகக்கவலையோடு நான் இந்நகர் வீதி தோறும் தேடிப்பார்த்தும் காணாமல் மிகப்பெரிதும் வருந்தி செய்வ தொன்றும் தெரியாமல் வீட்டுக்குத் திரும்பிப்போனபோது எனது மனைவியால் நீர் இங்கிருப்பதை அறிந்து மகிழ்ந்து ஓடோடிவந்தேன்; உம்மைக் கடவுளாகக் கண்டேன்; பேரின்பங்

கொண்டேன். தேவரீர் அடியேன் இல்லத்திற்கு எழுந்துவந்து உணவருந்தவேண்டு"மெனப் பிரார்த்தித்தார். அதைக்கேட்ட வயிரவர் "நாம் ஒரு தவசி, நாம் இருப்பது வடநாடு, நீர் எம்போன்றவர் விருப்பப்படி யெல்லாம் அமுதளிப்பதில் வல்லவர் எனக்கேள்விப்பட்டு வந்தோம். ஆனால் எமக்கு உணவளிக்க உம்மால் இயலாதென நினைக்கின்றோம்," என்றார். அதைக்கேட்ட சிறுத்தொண்டர் "மாதவரே, தேவரீர் திருவமுது செய்யும் வழக்கத்தைத் தெரிவித்தால் உடனே சமைக்கச் செய்வேன். சிவனடியார்களுக்கு செயற்கரிய எச்செயலும் எளிதேயாகும்போது தாங்கள் உண்ணும் எவ்வகை உணவும் செய்வது எம்போன்றோர்க்கு பெரியகாரியம் அல்ல," வென்றார். அது கேட்ட முனிவர் "நாம் ஆறுதிங்கட்கொருமுறை பசுவைக் கொன்று சமைத்துண்போம்; நாம் உண்ணும் நாள் இன்றே யாகும். அங்ஙனம் எமக்கு உணவளிக்க உம்மால் முடியாது," என்றார். அதைக்கேட்ட சிறுத்தொண்டர் "மிகவும் நல்லது. பசு, எருமை, ஆடுமுதலிய விலங்கினங்கள் மந்தை மந்தையாக வேண்டியவைகள் நம் வசமிருக்கின்றன. முனிவரின் அமுதுக்கு வேண்டியபசு இன்னதெனத் தெரிவித்தால் நான் போய் உமது விருப்பப்படி உணவை ஆக்குவித்து விரைவில் திரும்பிவருவே" னென்றார். அதற்கு வயிரவர் "நாம் உண்ணும் பசு நரபசு வாகும். அது ஐந்து வயதுடையதாயும், உறுப்புக்களில் குறை வில்லாததாயும், ஒரு குடிக்கு ஒன்றாயும் இருத்தல் வேண்டும். அதைத்தாய் மனமகிழ்ச்சியோடு பிடிக்க தந்தை அரியவேண்டும். இங்ஙனம் சமைத்தாலன்றி நாம் உண்ணோம்" என்றார். இதைக்கேட்ட மகாவீரராகிய சிறுத்தொண்டர் இது இறைவ னின் சோதனைபோலும் என்றெண்ணி "ஆண்டவனே, நீர் மகிழ்ச்சியோடு உண்ணும் வழக்கம்போல் உண்டு உமது பசிநோய் தீர்வதற்கு இதனையும் நான் விரைவில்போய் தமது விருப்பப்படி செய்விப்பேன்" என்று வீட்டிற்குப்போனார்.

அவரது வரவை ஆவலோடு எதிர்பார்த்திருந்த மனைவியார் கணவன் முகமலர்ந்து வருவதைக்கண்டு அகமலர்ந்து 'வயிரவர் எங்கே,' என்றுகேட்கத் தொண்டர் அவர்கூறியதைச்சொன்னார். அதுகேட்ட நங்கையார் "ஒரு குடிக்கு ஒருவனாக உள்ள ஒரு சிறுவனை யார் கொடுப்பார்கள்" என்றுகூற, தொண்டர் மனைவியைப்பார்த்துப் பொன்னாசை மிகுதியால் அடியவர் சொன்ன இலக்கணங்கள் நிறைந்த குழந்தையைக் கொடுப்போரு முளர். ஆனால் அச்சிறுவனைத் தாங்களே பிடித்து மகிழ்ச்சியோடு அரியக்கூடிய மாதாபிதாக்கள் இலர். ஆறுதிங்கட்கொருதடவை உண்ணும் தவத்திற்சிறந்த பெரியார் மிகப்பசிநோயோடு

வருந்திக்கொண்டிருக்கின்றார். ஆதலால், இனி காலந்தாழ்த்தாது நமது அருமைப்புதல்வனையே அழைப்போம்," என்று சொன்னார். உடனேசிறிதும் ஆலோசியாது கணவன் கருத்துக்கிசைந்தொழுகும் நங்கையார் "நம்மைக்காப்பாற்றவந்த குலமணியை பள்ளியினின்று அழைத்துவாரும்" என்ன, சிறுத்தொண்டர் அளவிலா ஆனந்த மடைந்து பள்ளிக்கு ஓடிச்சென்று சீராளதேவரை எடுத்துத் தோள்மேல்வைத்துக்கொண்டு வீட்டுக்குவந்தார். வீரத்தாயாகிய வெண்காட்டு நங்கையார் எதிர்சென்று சீராளனைவாங்கித் தலைமயிரைத்திருத்தி திருமுழுக்காட்டிக் கணவனாரிடம் கொடுத்தார். சிறுத்தொண்டர் மகனை அன்புடன் வாங்கி ஒருவருக்கும் தெரியாத மறைவிடத்தில்செல்ல நங்கையார் ஏனங்களை நன்றாகச் சுத்தஞ்செய்து உடன்கொண்டுபோனார். ஆயுதங்களைக்கொண்டரிந்து உடற்கூறுகளைச் சோதித்து மக்களின் கொடிய நோய்களை நீக்கின மகாமருத்துவரும், உலகத்திற்குத் தீமைசெய்த பகை அரசர்களை தமது வாளால் அரிந்து வதைசெய்த போர்வீரருமாகிய சிறுத்தொண்டர் புதல்வருடைய சிரசைப்பிடிக்க, அம்மையார் பிள்ளையின் காலை மடியிலே இடுக்கி இரண்டு கைகளையும் தமது இரண்டு கைகளாலும் பிடித்தார். சீராளதேவர் தாய்தந்தையர்கள் தம்மிடம் விளையாடி மகிழ்வதாக எண்ணி சந்தோஷித்து நகைத்தனர். அப்போது, சிறுத்தொண்டர் தமதுவிரதம் நிறைவேறுவதற்கு மனம் ஒத்து மகன் நமக்குப் பெரும்பேறளித்தனர் என்று கருதி இன்பக்கடலில்தோய்ந்து அன்புமயமாய் விளங்கி, இதுவும் இறைவன் சம்மதமெனக்கொண்டு, தன்வயமற்று சிவமயமாகி கருவிகொண்டு இறைவனைநினைத்து புத்திரசிகாமணியின் தலையை அறுத்தார். தனது நிலையையும் உலகையும் மறந்த வெண்காட்டுநங்கை சீராளரின் தலை சமையலுக்கு உதவா தெனக்கருதி அதனை மறைக்கும்பொருட்டு, எத்தகைய அரிய செயலுக்கும் ஒத்திருந்து உதவிசெய்யும் சந்தன நங்கையிடம் கொடுத்து மற்ற உறுப்புக்களின் இறைச்சியை அறுத்து பல்வகைக் கறிகளாகப் பாகமாக்கித் தமது நாயகருக்குத் தெரிவித்தார். தாம்கொண்ட கொள்கையிலே வீராவேசத்துடனிருந்து நன்மை தீமை என்பதறியாமல் எல்லாம் சிவன் செயலெனக்கண்டு களித்திருக்கும் வீரபக்தராகிய சிறுத்தொண்டர், மிகவிரைவாகச் சென்று "சுவாமி, தேவரீர் விரும்பியபடியே திருவமுது பாகம் செய்வித்திருக்கின்றோம்; எழுந்துவந்து அமுதருந்தவேண்டு" மெனச்சொல்லி மிக அன்புடன் அவரை வீட்டுக்கு அழைத்து முறைப்படி உபசரித்து திருவமுதிட்டனர்.*

---

* இதற்குப் பின்னர் சிறுத்தொண்டர் வரலாறு வெளிவரவில்லை.

அறுபத்துமூன்று நாயன்மார்களில் ஒருவரான மருத்துவப் பெரியார் சிறுத்தொண்டர் வரலாறு

சைவசந்தானாசாரியர்களில் ஒருவரான உமாபதி சிவாச்சாரியார் அருளிய பெரிய புராணசாரம்

*பல்குமருத் துவரதிபர் செங்காட்டங் குடிவாழ்
படைத்தலைவர் அமுதளிக்கும் பரஞ்சோதி யார்மெய்ச்
செல்வமிகு சிறுத்தொண்டர் காழி நாடன்
திருவருள்சேர்ந் தவர்வளருஞ் சீராளன் றன்னை
நல்குதிரு வெண்காட்டு நங்கைசமைத் திடப்பின்
நன்மதிச்சந் தனத்தாதி தலைக்கறிஇட் டுதவப்
புல்கவரும் வயிரவர்தா மகிழ்ந்து மகவருளப்
போற்றியவர் சிவனருளே பொருந்தி னாரே.

சேக்கிழார் திருத்தொண்டர் புராணமாகிய பெரிய புராணத்துள் சிறுத்தொண்ட நாயனார் புராணம்

உருநாட்டுஞ் செயல்காமன் ஒழியவிழி பொழிசெந்தீ
வருநாட்டத் திருநுதலார் மகிழ்ந்தருளும் பதிவயலிற்
கருநாட்டக் கடைசியர்தங் களிகாட்டுங் காவேரித்
திருநாட்டு வளங்காட்டுஞ் செங்காட்டங் குடியாகும்.

நிலவியவத் திருப்பதியில் நெடுஞ்சடையார் நீற்றடைவால்
உலகில்வளர் உயிர்க்கெல்லாம் **உயர்காவற் றொழிற்பூண்டு
மலர்புகழ் மா மாத்திரர் தம் குலம்பெருக வந்துள்ளார்
பலர்புகழுந் திருநாமம் பரஞ்சோதி யாரென்பார்

***மருத்துவன்,* 1928, அக்டோபர், பக். I–III, நவம்பர், பக். 44–47, டிசம்பர், பக். 75–78, 1929 ஜனவரி, பக். 105–108**

* மருத்துவரதிபர் – வைத்திய குலத்தினருக்குத் தலைவர்

** உயர்காவற்றொழில் – உயிரைக் காப்பாற்றும் மருத்துவத் தொழில்

4

பி. ஜான்ஸ்டன் செயின்ட் உரை*

லண்டன் மாநகரத்தில், அரசாங்கக் கலை மன்றத்தில், சிறந்த பயிற்சியை உடைய ஒரு பெரும் கூட்டத்தின் முன்னிலையில், கீழ்நாட்டுக் கலைக்கியான ஆராய்ச்சி கழகத்தலைவர் சர்.இ. டெனிசன் ராஸ் என்பவர் தலைமையின் கீழ், காபிதன் பி. ஜான்ஸ்டன் செயின்ட் என்பவர் இந்திய மருத்துவத் தொழிற்சிறப்பைப்பற்றி ஓர் சொற்பெருக்காற்றினார். இவர்தம் அரிய சொற் பெருக்கை நாம் படிக்கும் தோறும் நம் பண்டைய மருத்துவச் சிறப்பையும் அதன் வீழ்ச்சியையும் ஒப்பிட்டு நோக்கிக் கண்ணீர் சிந்துகின்றோம்.

உலகத்திலேயே பல் துலக்கும் கருவிகளையும், மற்றும் பல ரண சிகிச்சைக்கருவிகளையும் முதன் முதலாகக் கண்டுபிடித்தவர்கள் இந்தியர்கள் தாமென்றும், இவ்விந்தியாவிலிருந்தே அரேபியா, எகிப்து, கிரீஸ் முதலிய நாடுகட்கு நமது மருத்துவத் தொழில் பரவிற்று என்றும், இப்பொழுதுள்ள மேனாட்டு மருத்துவமுறையும் நம் முறையினையே அடிப்படையாகக் கொண்டுள்ளதென்றும் இவர் கூறுகின்றார். எகிப்து, அரேபியா, கிரீஸ் முதலிய நாடுகளுடன் வணிகம் புரிந்துவந்தது நம் தென்னாடு தான் என்றும், இற்றைக்கும் ஆங்கு நம் தமிழ் மொழிகள் பல வழக்கிலிருந்து வருகின்றனவென்றும், இதுபற்றி அந்நாளிற் சிறப்புற்றிருந்தது நம் தமிழ்

---

* *திராவிடன்* பத்திரிகையில் வெளியான கட்டுரை *மருத்துவன்* இதழில் மறுபிரசுரம் செய்யப்பட்டது.

மருத்துவமே என்றும் நாம் நன்கறிவோம். அக்காலத்தில் நம் நாட்டிலிருந்து இறந்தாரை எழுப்பவல்ல (அத்துணைத் தொழிலிற் சிறந்த) ஒரு மருத்துவரையும் கிரேக் அரசன் அலக்சாந்தர் இந்தியாவிலிருந்து அழைத்துச் சென்றான் என்றும் நாம் சரித்திரமூலமாக அறிகின்றோம். இத்துணைச் சிறப்பு மிகுந்த நம் தமிழ் மருத்துவம் சீர்குலைந்தமை எதுபற்றி என்று கவல்கின்றோம். நாம் இம்மருத்துவம் குலைவுற்றதும் பார்ப்பனர்களாலேயே என்று கூறுவோமாயின், பார்ப்பனர்கள்மீது நமக்குத் துவேஷம் உள்ளதென்றும், அதனாற்றான் நாம் இவ்வாறு கூறுகின்றோம் என்றும் பிறர் கூறுதல் கூடும். ஆனால் உலகத்திலேயே இந்தியா தான் மருத்துவத்தின் தாயகம் என்று உலகத்திலேயே தலைசிறந்த பண்டிதர்கள் முன்பு எடுத்துரைத்த காபிதன் பி. ஜான்ஸ்டன் செயின்ட், நம்மருத்துவம் சீர் குலைந்ததற்குக் காரணம் கூறுவது தான் என்ன என்று நோக்குவோம்:

"பார்ப்பனர்களின் ஆகம தந்திரங்கள் இந்திய இரண சிகிச்சை முறையைப் பாதித்தது என்பதைப்பற்றி நான் கூறியிருக்கின்றேன். மருத்துவசிகிச்சையும் குருக்கள் கையிற்சென்றது. அவர்கள் மருந்துகட்குப் பதிலாக மந்திரங்களும், கவசங்களும் தயாரித்து நோயைக் குணப்படுத்துவோம் என்றுகூறி மருந்துகளின் பெருமையைக் குலைத்துவிட்டனர். மேலும் பார்ப்பனர்கள் மருத்துவர்களை ஒரு தாழ்ந்த வகுப்பாராக நான்குவருணத்தின் பாகுபாட்டினின்றும் ஒரு கிளைச் சமூகமாய்ப் பிரித்துவிட்டனர். இந்த இழிவான நிலைமையில் இரண சிகிச்சையையும் மருத்துவத் தொழிலையும், மந்திர தந்திர சாலங்களாகச் செய்துவிட்டு, மருத்துவர்களையும் உயர்ந்த சமூகத்தினின்றும் வேறுபடுத்திவிட்டு பின்னர் மருத்துவத் தொழில் பிற்போக்கடையவே, பண்டைய நூல்களில் காணப்படும் சிறப்பைப் பற்றியே நடைமுறையில் அநுசரிக்காமல், வீண்பேச்சாய்த் தற்புகழ்ச்சியில் இறங்கிவிட்டனர்."

எனவே, பார்ப்பனர்களால் நம் மருத்துவம், மந்திரத்தில் தாழ்ந்துவிட்டது. மந்திரங்களாற் பயனடையாமற்போகவே, நாம் கற்றுங்கொடுத்த மேனாட்டாரிடமே வைத்திய சிகிச்சைக்கு நாம் இப்பொழுது செல்லுகின்றோம். நம் மக்களிடை உயர்வான தொழில்கள் காணப்பெற்றால், அந்தக்காலத்தில் பார்ப்பனர்கள் அத்தகைய தொழில்களை சாமிகளின்பேரால், மந்திரங்களின்பேரால், முக்கோணம் முதல் சாம்பவிச் சக்கரம் வரையுலுள்ள கவசங்களின் பேரால், இவைகளை அழித்தே விட்டனர். நம் அரிய தொழில்முறைகளைச் சிலவேளைகளில் தங்கள் சமஸ்கிருதத்தில் பல விகற்பங்களுடன் மொழிபெயர்த்து, இவைகட்குத் தாமே கர்த்தாக்கள் என்றும் நம் மக்களை ஏமாற்றினர். இதற்கு இப்பொழுது வழங்கும் உபநிடதங்களே

சான்றாகும். எனவே, நம் தமிழ்நாட்டில் இருந்த அரிய தமிழ் மருத்துவத்தைக் குலைத்தவர்களும், உயர்ந்த மருத்துவகுலத்தைத் தாழ்த்தியவர்களும், பார்ப்பனர்கள் எனவே நாம் சர்.பி. ஜான்ஸ்டன் செயின்ட் அவர்கள் வாயிலாக அறிகின்றோம். அகத்தியம் என்றும், தன்வந்திரி என்றும் நம் மருத்துவமுறைகளைத் திருடிக்கொண்டு சல்லிக்கும் உதவாத சில ஆரிய மருத்துவ முறைகளை மிகுத்து வரைந்து, தமிழ் நாட்டிற்குச் சொந்தமாகிய உன்னத சுன்ன முறைகளை அழித்தேவிட்டனர். வெள்ளையர்கள் இப்பொழுது உயர்தர சிகிச்சை முறையாகக் கருதிவரும் ஊசி செலுத்துதலிலும் உயர்ந்த தீவிரமுடைய சுன்ன முறைகளை நம் தமிழ்நாட்டு மருத்துவர் அறிவதற்கு ஆற்றாது மயங்குகின்றனர். சுன்னம், காரச்சுன்னம், கடுங்காரச்சுன்னம் என்றும், இவைகளில் கடுங்காரச்சுன்னம் ஊசி மூலமாகச் செலுத்தக்கூடிய மருத்தைப் பார்க்கிலும் பதின்மடங்கு தீவிரமாய் உடலிற் பற்றிப் பண்படுத்தக்கூடியது என்றும், நம் தமிழ் மருத்துவ நூல்களால் அறிகின்றோம். இத்துணை உயர்ந்த முறைகளையும் இவை களைத் தொழிலாய்க் கைப்பற்றி உலகத்தில் புகழ்சிறந்த மக்களாய் விளங்கிய மருத்துவர்களையும் இந்த நிலைமைக்குக் கொண்டுவந்தவர்கள் பார்ப்பனர்களாகும். மேனாட்டார்களே இதனை ஒப்புக்கொள்ளுகிறார்கள். ஆகவே, நம்மக்களை இவர்கள் எப்படி ஆதிமுதற்கொண்டே சாமிகளின் பெயரைச் சொல்லி ஆழ்த்திவந்தார்களோ, அதுபோலவே இன்றைக்கும் இவர்கள் நாம் முந்துகின்றன சீர்திருத்த முறைகளையெல்லாம் சாமிகளுக்கு ஆபத்து வந்ததென்று நம்மக்களிடைகூறி, நம்மை முன்னேற வொட்டாமல் தடைபுரிவதையும் பார்த்து வருகின்றோம். அந்தக்காலத்தில் கையாண்ட பார்ப்பனச் சூழ்ச்சிகள் இந்தக் காலத்திலும் சிலரிடத்தில் பலன் எய்தக்கண்டும் நாம் மனம் வருந்தாமலிருப்பது எங்ஙனம்? எனவே, இந்தியாவை இந் நிலைமைக்குக் கொண்டு வந்தவர்கள் பார்ப்பனர்கள் தாம் என்றும், இவர்கள் சாமிகளின் பேராலும், மந்திர தந்திரங்கள் பேராலுமே இதனைக்கையாடி வந்திருக்கின்றார்கள் என்றும் நாம் நன்கறிதல் வேண்டும். இதற்கு மேனாட்டாரே சான்று கூறுகின்றனர். இனியும் இவர்கள் சூழ்ச்சியில் சிக்கி, சாதியென்றும், மதமென்றும், உழன்று கடையவர்களாவதா? அல்லது அவர்கள் சூழ்ச்சிகளை எட்டுணையும் பொருட்படுத்தாது முன்னேற்றம் அடைவதா என்பதுதான் கேள்வி. நம்மக்கள் ஊன்றிச் சிந்தித்தல் வேண்டும்.

மருத்துவன், 1929, மே — ஜூன், பக். 719 – 722

5

மேற்கத்திய மருத்துவர்களின் கூற்று

அன்பர்களே!

அருமையான உங்கள் உடம்பில் ஒரு நோய் வந்தால் உடனே யாரிடம் தெரிவிக்கின்றீர்கள்? யார் சொல்லை நம்புவீர்கள்? யாருடைய மருந்தை அன்புடன் அருந்துவீர்கள்?

கற்றறிந்த பிரபலமான ஒரு வைத்தியர் (டாக்டர்) சொல்லைத்தானே நம்புவீர்கள். அதுபோல் கவர்மெண்டு வைத்திய பரீட்சைகளில் தேறி பொது ஜனங்களின் நன்மதிப்புக் குரியவர்களாயுள்ள இங்கிலீஷ் டாக்டர்கள் இதன் அடியில் என்ன எழுது கின்றார்கள் என்பதை அன்புகூர்ந்து முழுவதும் படித்துப்பார்த்து அதன்படி நடந்து கொள்ளப் பெரிதும் கேட்டுக் கொள்கின்றோம்.

டாக்டர் சி.என்.டி.சுவாமி, ஐ.எம்.டி.

ஒரு குழந்தைக்கு இருந்த மேக நோயை வெகு ஆச்சரியமாக பண்டிட் எஸ்.எஸ். ஆனந்தம் அவர்கள் குணப்படுத்தினதை நான் பார்த்தேன். அந்தக் குழந்தையை முதலில் என்னிடம்தான் கொண்டுவந்தார்கள். ****** ஷெ குழந்தையை இரண்டொரு மாதங்களுக்குப் பின் நான் பார்க்க நேரிட்டபொழுது அந்த மேகநோய் முற்றும் நீங்கி, அக்குழந்தை நலமா யிருக்கக்கண்டேன். சில வைத்தியர்கள் இம்மாதிரி வியாதிகளைக் குணப்படுத்துவதில் மிகவும் கைதேர்ந்தவர்களென்று நான் கேள்விப்பட்டிருக்கிறேன்.

டாக்டர் சி.ஆர். புருஷோத்தம முதலியார், பி.ஏ., எம்.பி.சி.எம்.
சிவில் அஸிஸ்டெண்டு ஸர்ஜன், சென்னை

'பண்டித எஸ்.எஸ். ஆனந்தம் பிள்ளை அவர்களின் சிறந்த மருந்துகளில் மகா சந்தனாதித் தைலம், அமுத சுரபி, பற்பொடி முதலியவற்றை இரண்டு மூன்று வருஷங்களாக உபயோகித்து அவற்றின் நற்குணங்களை அறிந்திருக்கிறேன். அவருடைய மருந்துகள் பலராலும் கொண்டாடப்படுகின்றன. தாழ்ந்த வகுப்பினருக்கு இலவசமாக வைத்தியஞ்செய்வதுமன்றி அவ்வப்போது சுகாதாரபோதனையுஞ் செய்து வருகின்றார்.'

டாக்டர் ஜெ.எம். ஞானவொளி, பி.ஏ.,எம்.பி.ஸி.எம்., சென்னை.

'பண்டித எஸ்.எஸ். ஆனந்தம் பிள்ளை அவர்களின் மகா சந்தனாதித் தைலம், அமுத சுரபி முதலிய மருந்துகளை நான் உபயோகித்துப் பார்த்தேன். அவை நேர்த்தியாய்ச் செய்யப்பட்டிருக்கின்றன; நல்ல மருந்துகள்'.

டாக்டர் டி.எஸ். இராமசாமி, பி.ஏ.,எம்.பி.ஸி.எம்.

'பண்டித எஸ்.எஸ். ஆனந்தம் பிள்ளையவர்கள் கீர்த்தியுள்ள தமிழ் வைத்தியக் குடும்பத்தினர். அவருடைய அமுதசுரபி என்னும் தாது விருத்தி மருந்து, சந்தனாதித் தைலம், ஹேர் ஆயில், ராயல் டூத் பேஸ்ட் என்னும் பல் விளக்கும் மருந்து முதலியவைகள் சாஸ்திரமுறையாய்த் தயார் செய்யப்பட்டிருக்கின்றன. குறித்த நோய்களைக் கண்டித்து நல்ல குணத்தைத் தருகின்றன'.

டாக்டர் ஜே.என். ராஜரத்தினம், பி.ஏ.எல்.எம்.எஸ்.

பண்டிட் எஸ்.எஸ். ஆனந்தம் அவர்களின் மகா சந்தனாதித் தைலத்தை நெடுநாளாக உபயோகித்து வந்திருக்கின்றேன். அது மிக ஆரோக்கிய முள்ளதாகவும், குளிர்ச்சியாகவும் இருக்கின்றது. அதன் இனிமையான மணமும் எல்லோராலும் விரும்பத்தக்கதாயிருக்கின்றது.

டாக்டர் ஜெ.ஆர். ஆசீர்வாதம், பி.ஏ.எல்.எம்.எஸ்.
கிருஸ்டியன் கலாசாலை, மெடிகல் ஆபீஸர், சென்னை

பண்டித எஸ்.எஸ். ஆனந்தம் அவர்களுடைய மகா சந்தனாதித் தைலம், ராயல் டூத் பேஸ்ட், கேசாமிர்தம், கல்நார் பற்பொடி முதலியவைகளை நான் உபயோகித்து பரீட்சித்திருக்கிறேன். அவைகள் குறித்த நோய்களைப் போக்கி அதிக நன்மையடையச் செய்கின்றன. அருமையான சரக்குகள் அவைகளில் சேர்க்கப் பட்டிருந்தும் சொற்ப விலைக்கு விற்பனை செய்யப்பட்டு வருகிறது. இவைகள் அநேகருக்குப் பிரயோசனத்தைக் கொடுக்குமென நிச்சயிக்கிறேன்.

டாக்டர் பி.என்.ரங்கசாமி, எல்.எம்.எஸ்.
ஜெனரல் அண்டு ஆப்தல்மிக் ஸர்ஜன், சென்னை,

பண்டித் எஸ்.எஸ். ஆனந்தம் அவர்களின் மகா சந்தனாதித் தைலத்தை கண்ணோயுள்ளவர்கள் பலருக்கு நான் சிபார்சு செய்திருக்கிறேன். அதனால் அவர்கள் நன்மை அடைந்திருக் கிறார்கள். பண்டிதரின் பற்பொடியை நான் உபயோகித்திருக்கிறேன். அது பற்களை நன்றாக சுத்தப்படுத்துகிறது. பல்லில் இரத்தம் வருதல், சீழ்வருதல் முதலியவைகளையும் கண்டிக்கிறது. அவருடைய மருத்துவச்சாலையில் தயாராகிற மற்ற மருந்துகளும் மிக நல்ல முறையில் செய்யப்படுகிறதென்பதை நான் பார்த்திருக்கிறேன்.

டாக்டர் ஜி. நாராயணசாமி எல்.எம்.எஸ்., சென்னை

பண்டித எஸ்.எஸ். ஆனந்தம் பிள்ளை அவர்களின் மகா சந்தனாதித் தைலம் குளிர்ச்சியா யிருப்பதுடன் மயிரை வளரச் செய்கிறது. ராயல் டூத் பேஸ்ட் என்னும் பல் விளக்கும் மருந்து மனோகரமாயும் மிக்க உபயோகமுள்ளதாயு மிருக்கிறது.

டாக்டர் எ.என். வெர்க்கீஸ், எல்.எம்.எஸ்.

பண்டிட் எஸ்.எஸ். ஆனந்தரின் மகா சந்தனாதித் தைலத்தை உபயோகித்திருக்கிறேன். அது குளிர்ச்சியாகவும், இனிய வாசனையுள்ளதாயு மிருக்கிறது.

டாக்டர் சி.ஆர். குப்புசாமி, எல்.எம்.பி.

பண்டித எஸ்.எஸ். ஆனந்தம் அவர்களைச் சென்ற பத்து ஆண்டுகளாக நான் நன்கறிவேன். அவர் மிகவும் சிறந்த குணமுள்ள சித்த மருந்துகளைத் தயாரித்து, அவற்றைப் புத்தி கூர்மையாய் பிறருக்குக் கொடுத்து உதவி வருகின்றார். அவருடைய மகா சந்தனாதித் தைலம் மிகச் சிறந்த குணமுள்ளது. அதை என்னிடம் வரும் பல நோயாளிகளுக்குச் சிபார்சு செய்கிறேன். தமிழ் மருத்துவத்தை விருத்தி செய்வதில் அவருக்குள்ள விருப்பம் நிறைவேற வேண்டுமென்பது எனது விருப்பமாகும்.

டாக்டர் எம்.பி. சங்கரசுப்புப்பிள்ளை, எல்.எம்.எஸ்.

பண்டித எஸ்.எஸ். ஆனந்தம் அவர்களின் சித்த மருந்துகள் சிலவற்றை நான் உபயோகித்துப் பார்த்திருக்கிறேன். 1925ஆம் வருடம் நான் இரண்டரை மாதஞ் சென்னையில் தங்கும்படி நேரிட்ட காலத்தில் அவர்களுடைய தரும வைத்தியசாலையில் நாள்தோறும் வைத்தியஞ் செய்து கொண்ட பலரையும் அவர்கள் மருந்துகளை வாங்கி உபயோகித்த சிலரையும் நேரில் பார்த்திருக்கிறேன். தமிழ் மருந்தின் பெருமையும் பண்டிட் ஆனந்தம் அவர்களின் திறமையும் வியக்கத்தக்கதாய் இருக்கின்றது.

டாக்டர் வி.எல். குப்புசாமி முதலியார், எல்.எம்.பி.

பண்டித எஸ்.எஸ். ஆனந்தம் அவர்களின் மகா சந்தனாதித் தைலத்தை எனது குடும்பத்தில் உபயோகித்திருக்கின்றேன். என்னிடம் வரும் நோயாளிகளுக்கும் நான் அதைச் சிபார்சு செய்கின்றேன். அதன் குணத்தைப் பற்றி பலரிடத்திலும் மிக நன்மையாகக் கேள்விப்பட்டு வருகிறேன். குளிர்ச்சிக்கும் ஆரோக்கியத்திற்கும் மருந்து குணத்திற்கும் சிறந்த மணத்திற்கும் அதைச் சாதாரணமாய் மயிருக்குத் தடவிக்கொள்ளுவதற்கும், தலை முழுகுவதற்கும் மிக நல்லதென்று கூறுகின்றேன். முக்கியமாய் நோயினால் மயிர் உதிர்வதை நிறுத்துவதற்கும், மயிர் வளர்வதற்கும் அது மிகவும் குணமுள்ளதென்று நான் உறுதியாய்ச் சொல்லுவேன்.

டாக்டர் டி. வடிவேலு

என்னிடம் வரும் நோயாளிகள் பலருக்கும் பண்டித எஸ்.எஸ். ஆனந்தம் அவர்களின் மகா சந்தனாதித் தைலத்தைச் சிபார்சு செய்ததில், அவர்களில் அநேகர் அதைப்பற்றிப் புகழ்ந்து பேசுகிறார்கள். மேலே சொல்லிய பண்டிட் அவர்களை வெகுகாலமாக எனக்குத் தெரியும். அவருடைய மருந்துகள் வெகு குணமுள்ளவைகளாகக் காணப்படுகின்றன.

டாக்டர் எஸ். திருவேங்கடம், எல்.எம்.பி.
மெடிகல் ஆபீஸர், ராயகுடா கஞ்சம் ஜில்லா.

அன்புள்ள பண்டிதர் ஆனந்தம் அவர்கட்கு வந்தனம். தங்களுடைய மகா சந்தனாதித் தைலத்தை நான் உபயோகித்து நல்ல குணத்தைக் கண்டேன். பலருக்கும் அதை நான் தெரிவித்தேன். அதை வாங்கி உபயோகித்தவர்களெல்லாம் அதன் நற்குணத்தைப்பற்றிப் புகழ்ந்து கூறுகின்றார்கள். தற்காலம் சந்தனாதித் தைலம் என்ற பெயரால் பல போலித் தைலங்கள் வியாபாரத்திற்காக விளம்பரப்படுத்துகின்றார்கள். அதனை வாங்கிப் பலர் மோசம் போகின்றார்கள். தங்களுடைய மகா சந்தனாதித் தைலத்தின் பெருமையை எல்லோரும் அறியும்படி பல பத்திரிகைகளில் தாங்களும் விளம்பரம் செய்ய வேண்டுமெனக் கேட்டுக்கொள்ளுகின்றேன்.

டாக்டர் வரதராஜுலு நாயுடு

சென்னைத் தமிழ் வைத்தியசாலைத் தலைவர், பண்டிட், எஸ்.எஸ். ஆனந்தம் அவர்களின் மகா சந்தனாதித்தைலத்தைச் சில வருடங்களாக உபயோகித்து வருகின்றேன். சிறந்த குணம் அதில் இருப்பதையறிந்தேன்.

மருத்துவன், 1928 அக்டோபர் – 1929 மே – ஜூன்

கோ. ரகுபதி

6

அரசர், அதிகாரிகள், தலைவர்கள் கூற்று

டாக்டர் எஸ். சுப்பிரமணிய ஐயர்,
சென்னை ஐகோர்ட் ஜட்ஜ்

நமது நாட்டிலுள்ள நமக்கு உரிமையான நமது நாட்டு வைத்திய முறையை, உயிர்ப்பிக்க வேண்டுமென்னும் விருப்பம் நம்மவர்களின் மனத்தின்கண் எழும்பியிருத்தல் அனைவரும் அறிந்ததே. சமஸ்கிருத நூல்களில் மட்டும் இம் முறைகள் காணப்படுகின்றன வென்னும் கருத்து தவறாகும்.

தென் இந்தியாவில் சமஸ்கிருத பாஷைவந்து கலப்பதற்கு நெடுங்காலத்துக்கு முன்னரே, உயர்ந்த நாகரீகம் தமிழ்நாட்டிலிருந்த தென்பதை அனைவரும் நன்கறிந்த தேயாகும். தமிழர் நாகரீகமடைந்திருந்த காலத்துச் சாத்திரவிருத்தியும், இத்தகைய வைத்தியமுறைப் பயிற்சியும் மிக்க மேம்பாடுற்றிருந்தன வென்பதற்கு, இக்காலத்தும் நம்மிடமுள்ள இலக்கியங்களின் மிகுதியே தக்க சாட்சியாகும். அருமையினையும், பெருமையினையும், உரிமையினையும் பெற்றுள்ள மருந்துகளை முடித்த லில் அக்காலத்து மருத்துவர் (பண்டிதர்கள்) உயர்ந்த முறைகளைக் கையாண்டிருந்தனர். பின்னர் நாளாக நாளாக இந்நூற்களின் பொருள்கள் பல இறந்துபடினும் தப்பித்தவறி நின்றவைகளை வெளியிட்டு அம்மருத்துவக் கல்வியினை வளர்ச்சி யடையச் செய்யின் அதனால் விளையும் பயன்

மிகப் பெரியதாகும். சென்னையின்கண் தென் இந்திய ஆயுர்வேத சங்கமெனும் தமிழ் வைத்தியசங்கம் தக்க திறமை வாய்ந்துள்ள வர்களாலாகியது. மிக்க இன்றியமையாத இந்த வேலையை ஆரம்பித்து நடத்த முன்வந்திருப்பது மகிழ்ச்சி தரத்தக்கது. இச்சங்கத்துக்கு பண்டிதர் எஸ்.எஸ். ஆனந்தம் அவர்கள் காரியதரிசி யாயிருந்து மிக ஊக்கமாகப் பாடுபட்டு வருகின்றார். இதனை நடத்த மேற்கொண்ட வழியோ எளிதாகவும் கையாளத் தகுந்ததாகவு முள்ளது.

பழைய நுல்களிலுள்ள மிக அருமையான பொருள்களைத் திரட்டி யாவரும் அறிந்து கொள்ளுமாறு எளிய வசன நடையில் எழுதுவித்து வெளியிடுவதும், மாணவர்களைப் படிப்பிப்பதிலும் இதன் முதல் வேலையாகும். இத்தகைய புத்தகங்களை எழுதி வெளிப்படுத்துவதில் இம்மாகாணத்திலுள்ள தமிழர் யாவரும் இச்சங்கத்தாருக்கு மனப்பூர்வமான உதவிபுரியக் கடமை யுடையவர்களாக வேண்டுமென்பது எனது தீர்மானமான வேண்டுதலாகும். முக்கியமாக அரசர்களும், ஜமீன்தார்களும், வர்த்தகர்களும், செல்வந்தர்களும் இச்சங்கத்துக்கு பொருளுதவி புரிவார்களென்று நம்புகிறேன். மேலும் பொது நன்மைக்குப் பாடுபடும் சபையின் நிருவாகிகளும், தலைவர்களும் இச்சங்கத் திற்குப் பொருள் உதவி செய்ய வேண்டப்படுகின்றனர்.

மற்றவர்களும் ஆலயம், சத்திரம் முதலிய அறநிலையங்களில் நியாயமான செலவுபோக மிகுதியாகும் தொகையை நோயாளி களுக்கும் ஏழைகளுக்கும் உபயோகப்படுத்துவதைத் தவிர வேறு நல்ல வழியில்லை.

புத்தகம் வெளிப்படுத்தும் வேலை சிறிது வளர்ச்சியடைந்த பின்னர் சென்னையிலும், இன்னும் முக்கியமான பலவிடங்களிலும் இச்சங்கத்தின் ஆதரவில் தரும வைத்திய சாலைகளை ஏற்படுத்த யோசிக்கப்பட்டிருக்கிறது. இந்த மருத்துவசாலைகளில் வடமொழிப் புத்தகங்களின் முறையைமட்டும் கையாளும் வைத்தியர்கள் அறியாத தமிழ் வைத்திய நூற்பயிற்சியும், மருந்து செய்யும் முறைகளும் மாணக்கர்களுக்கு கற்பிக்கப்படும்.

முன்னர் கூறியதுபோல் தமிழ் வைத்தியமுறை மிக எளிதில் கையாளத் தகுந்த தாயிருத்தலால், இவ்விஷயத்தில் போதுமான உதவி கிடைப்பின் இம்முயற்சி ஓங்கி உயர்ந்து செல்வந்தர்களுக்கும் ஏழைகளுக்கும் பேருதவியைச் செய்யு மென்பது திண்ணம்.

சி. சங்கரநாயர், C.I.E., சென்னை ஐகோர்ட் ஜட்ஜ்

பண்டிட் ஆனந்தம் பிள்ளை அவர்களின் வைத்திய சாலையில் செய்யப்படும் பற்பொடியை நான் உபயோகித்து

வருகின்றேன். அதனால் எனக்கு மிக நன்மை யுண்டாகியது. அவருடைய மகா சந்தனாதித் தைலம் எனது குடும்பத்தில் உபயோகிக்கப்படுகிறது.

சி. சங்கரன் நாயரின் மனைவி

பண்டிதர் எஸ்.எஸ். ஆனந்தம் பிள்ளை அவர்களின் மகா சந்தனாதித் தைலத்தை உபயோகித்து வருகிறேன். அது மிகவும் குளிர்ச்சியாயும் இனிய மண முள்ளதாயும் இருக்கிறது.

டி. சதாசிவ ஐயர் எம்.எ.பி.எல்., சென்னை ஐகோர்ட் ஜட்ஜ்

பண்டிட் எஸ்.எஸ். ஆனந்தம் அவர்கள் புகழ்பெற்ற பரம்பரை மருத்துவ குடும்பத்தில் பிறந்தவர். இவருடைய மருத்துவ சாலையில் செய்யப்படும் மருந்துகளில், ஜீரணி லேகியம், மகா சந்தனாதித் தைலம், கல்நார் பற்பொடி முதலியவைகளை நானும் எனது குடும்பத்தினரும் உபயோகித்து அதன் குணத்தைப்பற்றி மிக மகிழ்ச்சியடைகின்றோம். இவர் நமதுநாட்டு மருத்துவத்தை முன்னேற்றவும், மருத்துவத் தொழிலுக்குரிய மருத்துவ வகுப்பினர்களை நல்ல மருத்துவர்களாக்கவும் மிகப் பாடுபட்டு வருகின்றார்.

டி.வி.சேஷகிரி ஐயர், சென்னை ஐகோர்ட் ஜட்ஜ்

பண்டிட் எஸ்.எஸ். ஆனந்தம் அவர்களின் சந்தனாதித் தைலம் கண்ணுக்குக் குளிர்ச்சியையும் தேகத்துக்கு ஆரோக்கியத்தையும் உண்டுபண்ணுகிறது.

O. தணிகாசலஞ் செட்டியார், B.A. B.L.,
சென்னை ஸ்மால்காஸ் கோர்ட்டு தலைமை ஜட்ஜ்

பண்டித எஸ்.எஸ். ஆனந்தம் பிள்ளை அவர்களை நான் பல்லாண்டுகளாக அறிவேன். அவர் தமிழ்ச் சித்த மருத்துவ முறைகளை நன்கு கற்றுத் தேர்ந்து பிணிகளால் துன்புறும் மக்களுக்குப் பெரிதும் பயன்படுகிறார். அவர் மருத்துவ சாலையில் செய்யப்படும் மகா சந்தனாதித்தைலம், கல்நார் பற்பொடி போன்ற சிலமருந்துகளின் சிறந்த குணங்களை நான் உபயோகித்து அதன் குணத்தை அறிந்திருக்கிறேன். இவற்றை ஒரு முறை உபயோகிப்பவர் மீண்டும் மீண்டும் உபயோகிப்பதற்கு விரும்புகின்றனர்.

பண்டிதர் D. கோபாலாச்சாரியார்

இந்திய ஆயுர்வேத மகாசபை சுமார் 12 வருஷங்கட்குமுன் கல்கத்தாவில் கூடினபோது காலஞ்சென்ற வயித்திய ரத்தினம்

பண்டித டி. கோபாலாச்சாரியார் அவர்கள் அக்கூட்டத்தில் தமிழ் வைத்தியம் அல்லது அகத்திய வைத்தியமுறை என்பதைப்பற்றி பேசியதின் சுருக்கத்தை நம் தமிழ் மருத்துவர்களும், தமிழ் மருத்துவத்தில் அன்புள்ள செல்வர்களும், அறிந்திருப்பது இன்றியமையாததால் அதைச் சுருக்கி எழுதுவோம்:

தென் இந்தியாவில் தமிழ் (அகத்திய) வைத்தியமுறை வழங்கப்பட்டு வருகிறது. இது ஆர்ஷம், தாந்ரீகம் (ஆர்ஷம் – மூலிகை வைத்தியம். தந்திரம் – இரசவர்க்கங்கள், உலோக வர்க்கங்களால் வைத்தியம்) இரண்டுவகை முறைகளும் தமிழ் வைத்தியத்தில் கலந்ததாகக் காணப்படுகிறது. இது ஆரியர்களுடைய வைத்தியமுறைகளைப் போலவே அகத்திய முறையிலும் சிவன் தனது அருட்சத்தியால் நந்திகேசுவரர், அசுவினிதேவர்கள், அகத்தியர் முதலான முனிவர்களுக்கு முறையே வெளிப்படுத்தினார் என்றும் சொல்லப்படுகிறது.

அகத்திய வைத்திய முறையை முதலில் விருத்தி செய்தவர்கள் பதினெண் சித்தர்களென்றும், இவர்களையன்றி திருமூலர், தேரையர், சட்டமுனி, கொங்கணர், புசுண்டர், இடைக்காடர், புலத்தியர், யூகிமுனி, கருவூரார் முதலான சித்தர்கள் சமஸ்கிருத மறியாத தமிழ்நாட்டு யோகிகள் என்றும் அறிகிறோம். இத்தமிழ் வைத்தியமுறைக்கு 21 – சித்தர்களென்றும், 48 – சித்தர்களென்றும் சொல்லுகிறார்கள்.

இதனால் வடதேசத்து ஆர்ஷ வைத்திய முறையைத் தவிர்த்து தென்தேசத்து வைத்திய முறைகள் என்று வகுக்கப்பட்டன.

ஸ்ரீராமன் தென் இந்தியாவுக்கு வருவதற்கு முன்னரே அகத்தியர் இங்கு இருந்திருப்பதால் அவர் தமிழ் வைத்தியத்தைத் திருத்தி அமைத்தபடியினாலோ வேறு எக்காரணத்தாலோ தமிழ் வைத்தியத்துக்கு அகத்திய வைத்தியம் என்னும் பெயர் சிறப்பாய் வழங்குகிறது.

அகத்திய வைத்திய முறையைப் பின்பற்றி பல வைத்திய நூல்கள் தமிழில் வெளியாயிருக்கின்றன. இவற்றுள் தேரையர் எழுதின நூல்கள் மிக அழகாக எழுதப்பட்டிருக்கிறதென அறிகிறோம்.

உலோகவகைகள், ரசவகைகள் செய்யும் (தாந்த்ரிக) மருந்து முறைகள் தமிழ் நாட்டாருடைய தனி முறையாகவே காணப்படுகிறது. உலோகங்களையும் தாதுவகைகளையும் கொண்டு செய்யப்படும் பஸ்பம், சிந்துரம், திராவகம் முதலிய பலவகைமுறைகள் வடமொழியிலுள்ள இரச சாஸ்திரங்களுக்கு

வேறுபட்டவைகளாகவே இருக்கின்றன. தமிழ் முறைகளின்படி உலோகங்கள் இரசவர்க்கங்கள் முதலியவற்றை நீற்று பஸ்ம சிந்தூரங்களாக எளிதில் செய்துவிடலாம்.

சாரங்கள், (செயநீர்) உப்புவகைகள் இவற்றை பாதாள யந்திரத்தின் உதவியின் நிலத்தின்கீழ் சிலகாலம் அடக்கம் பண்ணிவைத்து ஒருவகை திராவகம் செய்வதுண்டு. இதிலிருந் தெடுக்கப்படும் திராவகத்துக்கு செயநீர் என்று பெயர். இந்த நீரால் பாஷாணம் முதலிய தீயில் எரிந்துபோகும் சரக்குகளுக்கு ஒருவரை சுருக்குக் கொடுப்பதும், செயநீரால் சுருக்குக் கொடுத்த இரசவகை மருந்துகள் நெருப்புக்குப் புகைந்து போகாமல் கட்டுவதும் வழக்கப்படி செயநீரால் பக்குவம் செய்யப்பட்ட பாஷாணம் முதலிய மருந்துகளை தேன் முதலானவற்றோடு அனுபானமாகக் கலந்து வாதரோகம், சன்னிவாதம் முதலான மிகக்கடுமையான நோய்களுக்குக் கொடுத்துக் குணமடைகிறார்கள்.

வடமொழியிலுள்ள ஆயுர்வேத நூல்களில் கூறப்பட்டபடி அப்பிரேகத்தை நூற்றுக்கணக்கான புடங்களில் எறித்தாலன்றி, அதிலுள்ள சந்திரிகை என்கிற மினுமினுப்புகள் போகிறதில்லை; ஆனால் தமிழ்முறையின்படி நாய்ப்புகையிலையின் சாற்றினால் அப்பிரேகத்தை பத்துமுறை அரைத்துப் புடமிட மினுக்கமில்லாமல் நல்ல நீறாய் (பஸ்மாய்) விடுகிறது. இவ்வகையாகப் பக்குவம் செய்யப்படும் அப்பிரேக நீறுக்கு (பஸ்மத்துக்கு) வீரியமும் மிகுதியாயிருக்கிறது.

குரு பஸ்மம்: பல மூலிகைகளால் மயில்துத்தம் என்னும் துருசை வெண்மையான நீறு (பஸ்மம்) ஒன்று செய்யப்படுகிறது. இதைக் குருபஸ்மம் என்று சொல்வதுமுண்டு. கட்டு மருந்தென்றும் சொல்லுகிறார்கள். இம்மருந்தை மிகக் கொடுமையான நோய்களுக்கு மிகவும் சிறிய அளவில் இரண்டு வேளைக்குமேல் உபயோகிப்பதில்லை. இவ்வகை மிகச் சிறந்த நூற்றுக்கணக்கான முறைகள் தமிழ் வைத்தியத்தில் உண்டு. இம்முறைகள் தென் இந்தியா முழுவதும், இலங்கைத் தீவிலும், சிங்கப்பூர் முதலிய மலேயா நாடுகளிலும், பர்மாவிலும் இப்போது வழங்கப்பட்டு வருகின்றன. புத்த மதஸ்தர்கள் அரசாண்ட காலத்தில் தமிழ் வைத்தியமுறை மற்ற நாடுகளிலும் பரவினதாக அறிகிறோம். இந்தத் தமிழ்நாட்டு வைத்தியமுறைக்குத் தலைவரான அகத்தியரால் ஆயுர்வேத சூத்திரங்களுக்கு விரிவுரை (பாஷியமும்) எழுதப்பட்டிருப்பதாகக் கேள்விப்படுகிறோம். ஆயுர்வேத சூத்திரங்களுக்கு வியாக்கியானம் வரைந்த யோகானந்தநாதரும், தமிழ் வைத்திய முறைப்படி கிரந்தங்கள் இயற்றிய சித்தர்களில் ஒருவர் என்று தெரியவருகிறது. பண்டைக்காலத்திய தமிழ்

வைத்திய நூல்கள் ஆங்காங்கு சிதறிக் கிடப்பதெல்லாம் இப்போது வெளியாய் வருகின்றன.

அகத்தியர், தன்வந்தரி முதலானவர்கள் தமிழ் வைத்தியத்துக்குத் தலைவர்களாகக் கருதப்படுகின்றனர். இவர்களே ஆர்ஷ வைத்தியத் தலைவர்களாகவும் ஆகிறார்கள். ஆனால், இவ்விஷயங்களை நன்கு விளக்குவதற்கேற்ற சரித்திரங்கள் கிடைக்கவில்லை. ஆதலால், மேற்கூறியவர்களில், அல்லது நூல்களில் முந்தியவை பிந்தியவை என்ற விசாரணை சாத்தியமானதல்ல, மிகக் கடினம். ஆயினும், எனது புத்திக்கு எட்டினவரையில் தமிழ் வைத்திய நூல்களை ஆராய்ச்சி செய்ததாலும், அவ்வைத்திய முறையைக் கையாளும் வைத்தியர்களுடைய அபிப்பிராயங்களைக் கொண்டும், வடமொழி தாந்திரீக வைத்திய . . .*

பி. தியாகராய செட்டியார்

தென் இந்தியாவின் சித்தர் மருந்துகளில் எனக்கு நம்பிக்கையுண்டு. நான் இன்றுவரை சித்த மருந்துகளைத் தவிர மற்ற மருந்துகள் எதையும் உபயோகித்த தில்லை. இரண வைத்தியத்திலும் அப்படியே, ஆனால் சித்த மருந்து முறைகளை வெளிப்படுத்தி பொதுமக்களுக்கு எளிதாகப் பயனாகும்படி வேலை செய்ய தமிழ் வைத்தியர் ஒருவரும் வெளிவராததைப் பற்றி நாம் கவலைப்பட்டதுண்டு. தற்காலம் பரம்பரை வைத்தியராகிய பண்டிட் எஸ்.எஸ். ஆனந்தம் அவர்கள் முன்வந்து தென் இந்திய வைத்திய சங்கம் என்னும் ஒரு சங்கத்தை நிறுவி பல வைத்தியர்களையும் ஒன்று சேர்த்து அச்சங்கத்தை ரெஜிஸ்தர் செய்து, ஊக்கமாக வேலை செய்து வருகின்றார். இவர் பொதுமக்களின் நன்மைக்கு வேலைசெய்வதில் ஆர்வமுள்ளவராய் இருப்பதைப் பற்றி மகிழ்ச்சி அடைகின்றோம்.

தென் இந்திய ஆயுர்வேத சங்கம் நன்றாக வேலை செய்து நமது நோக்கம் நிறைவேற வேண்டுமென்பது நமது கோரிக்கையாகும்.

பண்டிட் ஆனந்தம் அவர்களின் அமுதசுரபி இலேகியம், மகா சந்தனாதித் தைலம் முதலிய சில மருந்துகள் நாம் உபயோகித்திருக்கின்றோம். பண்டிதரின் வைத்தியசாலையில் தயாராகும் மருந்துகள் நல்ல மருந்துகள் என்பதை அறிகின்றோம்.

ஈ.வெ. ராமசாமி

பண்டிட் எஸ்.எஸ். ஆனந்தம் அவர்கள் தமிழ்நாட்டில் தஞ்சாவூர் ஜில்லாவில் புகழ்பெற்ற பரம்பரை சமஸ்தான

---

* இதன் தொடர்ச்சி கிடைக்கவில்லை.

வைத்தியர்களின் சந்ததியில் பிறந்தவர். அவர் எனக்கு சுமார் இருபது வருஷங்களாக நண்பராவர்.

சென்னையில் அவருடைய தமிழ் வைத்திய சாலையில் செய்யப்படுகிற மருந்துகளில் சிலவற்றையும், அவருடைய மகா சந்தனாதி தைலத்தின் பலனையும் நான் உணர்ந்திருக்கிறேன். அவைகள் குறிப்பிட்ட நோய்களைக் கண்டித்து நல்ல குணத்தைத் தருகின்றன.

அவருடைய இலவச வைத்தியசாலையில் தாழ்ந்த வகுப்பார்களும், ஏழைகளும் நாள்தோறும் பலர் வந்து நோய் நீக்கி நலமடைகின்றார்கள்.

பொதுவாக நமது தேசவைத்தியத்திற்கும், சிறப்பாகத் தமிழ் சித்த வைத்தியத்திற்கும் பண்டிட் ஆனந்தம் அவர்கள் சுமார் 12 வருஷங்களாக சென்னையில் சர்.பி. தியாகராய செட்டியார், டாக்டர். சர் சுப்பிரமணிய ஐயர் முதலியவர்களின் தலைமையில் ஒரு வைத்திய சங்கத்தை நிறுவி வேலை செய்து கொண்டு வந்தார். சென்னை அரசாங்கத்தார் தமிழ் சித்த வைத்தியத்தை ஒரு வகுப்பாக வைத்து நடத்துவதற்கு அவர் முதன்மையாக நின்று முனைந்து வேலை செய்தார். பரம்பரை மருத்துவர்களின் முன்னேற்றத்துக்காக தென் இந்திய மருத்துவர் சங்கம் என்னும் பெயர் கொண்ட ஒரு சங்கத்தை ஏழெட்டு வருஷங்களாக ஏற்படுத்தி நடத்தி வருகின்றார். அவருடைய உழைப்பினால் தமிழ் வைத்தியத்திற்கும் மருத்துவர்களுக்கும் புதிய சக்தி உண்டாகி வருகிறதென்று சொல்வது மிகையாகாது.

பண்டிட் ஆனந்தம் அவர்கள் சென்ற நான்கு மாதங்களாக *மருத்துவன்* என்னும் வைத்திய மாதப் பத்திரிகை ஒன்றை நடத்தி வருகின்றார். அதில் நமது நாட்டில் மரணம் மிகுதியாக இருப்பதைத் தடுப்பதற்காகப் 'பாலர் பரிபாலனம்' என்னும் நூல் வெளியாகின்றது. மக்கள் நோயின்றி உடல் பலத்தோடு நீண்ட நாள் வாழ்வதற்குரிய வழிகளும், நமது நாட்டு மருந்து முறைகளும், இன்னும் பல உயர்ந்த விஷயங்களும் அதில் வெளிவருகின்றன. அதில் வெளியாகும் பாலர் பரிபாலனம் என்னும் விஷயத்தை நமது பெண்மக்கள் ஒவ்வொருவரும் கட்டாயம் படித்து பயனடைய வேண்டியதவசியம். பொதுவாக நோயற்ற வாழ்வை விரும்புகிறவர்களும், வைத்திய ஞானத்தை பெற விரும்புகிறவர்களும் கட்டாயம் 'மருத்துவனைப்' படிக்க வேண்டுமென்பதில் ஆட்சேபனை யில்லை. ஆதலால் பண்டிட் ஆனந்தரால் வெளியிடப்படும் *மருத்துவன்* பத்திரிகையை ஒவ்வொருவரும் வாங்கிப்படித்துப் பயனடைய வேண்டுமென்பது நமது விருப்பமாகும்.

A. இராமசாமி முதலியார், B.A., B.L.
முனிசிபல் கார்ப்பரேசன் தலைவர், சென்னை

நான் பண்டிதர் ஆனந்தம் அவர்களைச் சில வருடங்களாக அறிந்துள்ளேன். அவர் சித்த வைத்திய முறையில் கற்றுத் தேர்ந்த நிபுணர் என்னும் புகழ் மிக உயர்ந்து நிற்கின்றது. சித்த வைத்திய முறைகளைப் பிறருக்கு எடுத்துச் சொல்வதில் அவர் நிகரற்ற திறமை வாய்ந்துள்ளார். அவருடைய தளராத ஊக்கத்தினாலேயே, பெரும்பாலும், இந்திய வைத்திய போதனாசாலையில் சித்த வைத்திய பாடங்கள் ஏற்படுத்தப்பட்டிருக்கின்றன. திரு. ஆனந்தம் அவர்களின் சந்தனாதித் தைலத்தையும், பற்பொடியையும் பற்றிய அனுவபம் எனக்குண்டு. அவைகளை உபயோகப்படுத்திய பிறகு, அவைகளைப்போல் பிறரால் செய்யப்பட்டவைகளை நான் உபயோகிக்க விரும்பவில்லை. அவருடைய தீவிர முயற்சியில் அவர் வெற்றிபெற வேண்டுமென்பது என் முழுமன விருப்பம். அவர் பொது மக்களின் ஆதரவையும் உதவியையும் பெறுவாரென்று நம்புகிறேன் – அவர் அவைகளைப்பெற மிகுதியும் தகுதியுடையவரே.

ஜே.எஸ். கண்ணப்பர்

பண்டிட் ஆனந்தம் அவர்களின் சென்னை தமிழ் மருத்துவ சாலையில் தயாராகும் அமுதசுரபி லேகியம், மகாசந்தனாதித் தைலம், பற்பொடி, ஆனந்த ஏராயில் முதலிய மருந்துகளை நானும் எனது நண்பர்களும் உபயோகித்து மகிழ்ச்சி அடைந் திருக்கின்றோம். அவருடைய இலவச வைத்திய சாலை ஏழைகளுக்கு மிகப் பயன்படுகிறது.

பண்டிட் ஆனந்தம் அவர்கள் மருத்துவ முறையில் பொது மக்களுக்கு உதவி செய்து வருவதோடு தமிழரின் சித்த மருத்துவத்தை நன்னிலைக்குக் கொண்டு வரவும், பிற்போக்கடைந்துள்ள மருத்துவ வகுப்பினர் முன்னேற்றமடையவும் பல வழிகளில் முயன்று பல்லாண்டுகளாக உழைத்து வருகின்றார்.

பார்ப்பனரல்லாதார் இயக்கம் தோன்றின நாள் முதல் உறுதியுடன் நின்று ஒத்துழைத்து வருகின்றார்.

பண்டிட் ஆனந்தம் அவர்களால் வெளியிடப்படும் மருத்துவன் என்னும் ஓர் அரிய வைத்தியப் பத்திரிகையைப் பார்த்தோம். அஃது ஒவ்வொரு பெண்மக்களுக்கும், மருத்துவ மாணவர், மாணவிகட்கும், மருத்துவர்கட்கும் பொதுவாக நோயின்றி நீண்ட வாழ்வைப்பெற விரும்பும் ஒவ்வொருவருக்கும் இன்றியமையாததாகும் என்பது நமது கருத்து.

மறைமலை அடிகள்

திருத்தமான அரிய சித்த மருத்துவ இனத்திற் சேர்ந்தவராய்த் திகழும் பண்டிதர் எஸ்.எஸ். ஆனந்தம் அவர்களின் திறமையைப் பற்றி மனமுவந்து கூறுகின்றோம். 1921ஆம் ஆண்டு ஆவணித் திங்கள் எனது அடிவயிற்றினுள்ளே மிகக் கொடியதோர்......* கழலை கண்டு அதனால் தொடர்பாக உண்டான காய்ச்சலோடு அல்லும் பகலும் வருந்தியபடியாய் ஏறக்குறைய ஒரு திங்கள் வரையில் படுக்கையிற் கிடந்தேன் அப்போது என்னை வந்து பார்த்த மருத்துவர்களெல்லோரும் எனக்கு அதனைத் தீர்க்கமாட்டாமல் மயங்கி நிற்க, எம்பெருமான் திருவருளால் பண்டிதர் ஆனந்தம் அவர்கள் உற்ற நேரத்தில் என்பால் வந்து என்னைக் கூற்றுவன் வாயினின்றும் மீட்டார்கள். தூய தமிழ் மருந்துகளின் வாயிலாகவே அவர் எனக்கு அந்நோயை தீர்த்த தானது மிகவும் வியக்கத்தக்கதாயிருந்தது. அறுத்துத் தீர்க்கும் இஞ்ஞான்றை மருத்துவத்தின் துன்பமான முறைக்கு யான் உள்ளாகாதபடி நோய் தீரப் பெற்றமைக்காக யான் இறைவனை வழுத்துகின்றேன். அதுமுதல் தூயதமிழ் மருந்து நோய் நீர்க்கும் ஆற்றலுடையதென்றும் நம்பிக்கை என்பால் உரமாக வளர்ந்து வந்திருந்தால், இத்தமிழ் நாட்டில் நோயால் வருந்தும் ஏழை எளியவர்கள் மட்டும் திரு. ஆனந்தம் அவர்களைப் போன்ற திறமையும் நுண்ணறிவும் மிக்க மருத்துவர்களைக் கொண்டு பார்த்து, அவர்களுக்குள்ள மருத்துவ உணர்ச்சியை அறிந்து பயன்படுத்திக் கொள்ளும் வகை தெரிவார்களானால் எளிதாகவும், செலவு மிகுதியில்லாமலும் அவ்வேழை மக்கள் நிலையான நன்மை பெறுவார்களென்று இப்போது நான் உண்மையாக நம்பத் துவங்கி இருக்கின்றேன். மேலும் பல நூற்றாண்டுகளாக மருத்துவத் திறமையிற் புகழ் பெற்றதொரு குடும்பத்திற் பிறந்தவராகையால் திரு. ஆனந்தம் அவர்கள் மருந்து முறையில் நாட்பட்ட பழக்கம் வாய்ந்ததொரு மேன்மையும் அடைந்தவராயிருக்கின்றார்."

N. தண்டபாணி பிள்ளை, சுயமரியாதை வீரர்

பண்டிட் எஸ்.எஸ். ஆனந்தம் அவர்களின் சென்னைத் தமிழ் வைத்திய சாலையில் செய்யப்படும் மருந்துகள் சிலவற்றை எனது குடும்பத்தில் உபயோகித்து நல்ல குணம் கண்டிருக்கின்றேன். அவருடைய தமிழ் வைத்திய சாலையின் மருந்துகளைப் பெரியோர்களும் பல டாக்டர்களும் உபயோகித்துக் கொண்டாடுகின்றார்கள்.

---

* வார்த்தைத் தெளிவாகத் தெரியவில்லை.
** பண்டிட் எஸ்.எஸ். ஆனந்தம் நினைவு மலர், 01 ஜூன் 1977, பக்.8, டீம்

இங்கிலீஷ் டாக்டர்கள் அறுத்தே வைத்தியம் செய்ய வேண்டுமென்று சொன்ன பலநோய்களுக்குப் பண்டிட் ஆனந்தம் அவர்கள் அறுக்காமலே வைத்தியம் செய்திருக்கின்றார். அவருடைய தமிழ் வைத்திய சாலையில் தயாராகும் மருந்துகள் பல நோயாளிகளுக்கும் பயனுள்ளதாய் இருக்கின்றன.

பண்டிட் ஆனந்தம் அவர்கள் நடத்திவரும் *மருத்துவன்* என்னும் உயர்ந்த தமிழ் வைத்தியப் பத்திரிகையின் மூன்று பிரதிகளைப் பார்வையிட்டேன். அதில் நந்தமிழ்நாட்டு மருத்துவமுறைகள், இயற்கை செயற்கை மருந்துப் பொருள்கள், நோயணுகாவிதிகள், பாலர் பரிபாலனம், பாலர் வைத்தியம் முதலிய பல விஷயங்கள் வெளிவருகின்றன. அவைகள் ஒவ்வொன்றும் பொன்னேபோல் போற்றற்குரியவை. ஆதலால் நந்தமிழ்மக்கள், ஆண்பெண் இருபாலரும, மருத்துவனைப் படிக்க வேண்டுமென்பது எனது விருப்பமாகும்.

கே.வி. மேனன், ஜஸ்டிஸ் ஆசிரியர்

பண்டிட் ஆனந்தம் அவர்களின் தமிழ் வைத்திய சாலையில் தயாராகும் சில மருந்துகளை நானும் எனது நண்பர்களும் உபயோகித்திருக்கின்றோம். அவைகள் மிக உயர்ந்த முறையில் செய்யப்பெற்றுள்ளது. பண்டிட் அவர்களுடைய பற்பொடியையும் சந்தனாதித் தைலத்தையும் நான் உபயோகித்து வருகின்றேன். அவைகள் மிகக் குணமுள்ளவை.

S.P.Y.S.V. **ஆரியா** M.A.B.D.S.T.M.,
பார்ப்பனரல்லாத இளைஞர் சங்கத்தலைவர்

நான் இந்தியாவில் இருக்கும்போதும், இலண்டனில் இருந்த போதும் பல ஐரோப்பிய பண்டிதர்களால் செய்யப்படும் 'ஏர்டானிக்'குகளை உபயோகித்து அதன் குணங்களை அறிந்திருக்கிறேன்.

பண்டிட் ஆனந்தம் அவர்களின் மகா சந்தனாதித்தைலம், கேசாமிர்தம் முதலிய 'ஏர்டானிக்'குகளை உபயோகித்துப் பார்த்ததில் அவைகளால் மேல் நாட்டாரின் ஏர்டானிக்குகளிலும் பதின்மடங்கு அதிக நன்மை உண்டானதைக் கண்டு மகிழ்ந்தேன். மயிருக்குத் தடவிக்கொள்ள மேல்நாடுகளிலிருந்து 'வாஸ்லயன்' பகட்டான கண்ணாடிப் புட்டியில் பலநிற லேபிள்களோடும், பல்வகை மணத்தோடும் வரினும் அவைகள் பண்டிட் ஆனந்தரின் வைத்தியசாலையில் நல்ல மூலிகைகளால் செய்யப்பட்ட அருமையான கேசாமிர்தத்துக்கு இணையாகாதென்பது எனது அனுபவமாகும். வெளிநாடுகளிலிருந்து வரும் பற்பொடி, பற்பசை (டூத்பேஸ்ட்)களை உபயோகித்துப் பார்த்தேன். அவைகள் பண்டிட்

ஆனந்தரின் பற்பொடியைப்போல் குணம் செய்யவில்லை என்பது எனது சகோதரர்களுக்கு அறிவிக்கிறேன்.

வி. சக்கரை செட்டியார்,
முனிசிபல் கார்ப்பொரேஷன் கவுன்சிலர், சென்னை

பண்டிட் ஆனந்தம் அவர்களின் தமிழ் வைத்திய சாலையில் தயாராகும் மருந்துகளில் மகாசந்தனாதித் தைலம், பற்பொடி முதலியவைகளை நான் உபயோகித்திருக்கின்றேன். அவைகள் நல்ல குணமுள்ளவைகள். பண்டிட் ஆனந்தம் அவர்களின் தமிழ் இலவச வைத்திய சாலையை இரண்டு தடவை பார்வை யிட்டேன். அது திருப்திகரமாக வேலைசெய்கிறது. அவ்வைத்திய சாலையை பண்டிதர் அவர்கள் தமது சொந்த செலவிலேயே பல வருடங்களாக நடத்தி வருவதைப் பற்றி அவரை நாம் போற்றுகின்றோம். சில வைத்தியர்களைப் போல பணம் சம்பாதிக்கும் நோக்கத்தையே முக்கியமாகக் கருதாமல் சித்த வைத்தியத்தில் தமக்குள்ள அறிவைப் பொது ஜன நன்மைக்கே உரியதாகச் செய்யக் கருதி அவ்வாறே செய்து வருகின்றனர்.

'தென் இந்திய மருத்துவர் சங்கம்' என்னும் ஒரு சங்கத்தை நிறுவி அதில் ஏழைப் பிள்ளைகள் சிலருக்கு உணவு, உடை, விடுதி கொடுத்து அவர்களுக்குக் கல்வியையும் கற்பித்து வருகின்றார். மாணவர் சிலருக்கும் வைத்தியமும் கற்றுக் கொடுக்கின்றார். அவர் எடுத்துக் கொண்டிருக்கும் காரியங்களில் மேல் மேலும் வெற்றியுண்டாக நாம் விரும்புகின்றோம். பொது ஜனங்களும், கார்பரேஷனும், கவர்ன்மெண்டும் அவருடைய காரியங்களுக்குப் பண உதவி செய்யும்படியாகவும் நாம் கேட்டுக் கொள்ளுகிறோம்.

டாக்டர் C. நடேச முதலியார், L.M.S.,
சென்னைத் திராவிட சங்கத் தலைவர்

பண்டிட் எஸ்.எஸ். ஆனந்தம் பிள்ளை அவர்கள் எனக்குச் சுமார் இருபது வருடங்களாகப் பழக்கமுள்ளவர். அவர் சிறந்த பரம்பரை மருத்துவக் குடும்பத்தைச் சார்ந்தவர். அவர் சித்த வைத்தியத்தில் பெரும் புலமை வாய்ந்து, மனிதர்களுக்கேற்படும் பிணிகளைப் போக்கி இன்பத்தை விளைவித்துக் கொண்டு வருகின்றார். அவருடைய மகா சந்தனாதித்தைலத்தையும், கல்நார் பற்பொடியையும் நான் உபயோகித்துப் பார்த்ததில், எவ்விதமான நன்மைகளுண்டாவதற்காக அவைகள் செய்யப் பட்டிருக்கின்றனவோ அவ்விதமான நன்மைகளெல்லாம் அவற்றால் உண்டாகக்கண்டேன். அவர் தமிழ் வைத்தியம் சிறப்புற்று விளங்க வேண்டு மென்று மிக முயன்று வேலை செய்து வருகின்றார்.

கெத்தெ. ரங்கைய்ய நாயுடு,
முனிசிபல் கார்பொரேஷன் கவுன்சிலர், சென்னை

பண்டிட் ஆனந்தம் அவர்களின் தமிழ் வைத்தியசாலையில் செய்யப்படும் சீரணி லேகியம், சந்தனாதித்தைலத்தை நானும், அவரது பற்பொடியை எனது குடும்பத்தாரும் உபயோகித்து அவைகளின் நல்ல குணத்தை அறிந்துள்ளோம். பண்டிட் ஆனந்தம் அவர்கள் வாதநோயாளர் சிலருக்கு முதலில் பேதிக்குக் கொடுக்கப்படும் வாதநிதானி என்னும் மருந்து பாதிவியாதியைப் போக்குந் தன்மையுடையது. அம்மருந்து வாந்தி, களைப்பு முதலிய எவ்விதகெட்ட குணங்களின்றி நோயை விரைவில் நீக்கி விடுகின்றது. என்னுடைய அனுபவத்தில் இம்மருந்துக்கு இணைகிடையாதென்று தைரியமாய்ச் சொல்லுவேன். நோயாளிகளுக்கு இது ஒரு பெரும் பாக்கியமேயாகும். பிணியாளர்களுக்கும் ஏழைகளுக்கும் தொண்டு புரிய பண்டிதரவர்களுக்கு கடவுள் நீண்ட ஆயுளையும் செல்வத்தையும் அளிக்குமாறு வேண்டுகிறேன்.

தரும வைத்திய ஸ்தாபனம் பண்டிதரவர்களின் சொந்த செலவிலேயே நடைபெறுகின்றது. இந்த ஸ்தாபனத்திற்கு நிலையான பண உதவியை சென்னைக் கார்பொரேஷன், ஜில்லா, தாலுக்காபோர்டுகள் போன்ற பொதுஸ்தலஸ்தாபனங்கள் செய்யுமானால் இப்பொழுது நடந்து வருவதைவிட இன்னும் நல்லவிதமாக ஏழைமக்களுக்கு வைத்திய உதவியை பண்டித ரவர்கள் செய்வார்களென்று திண்ணமாய் நம்புகிறேன்.

வைத்தியத் தொழிலில் எனக்குச் சம்பந்தமில்லாவிட்டாலும் என்னுடைய அனுபவத்திலிருந்து பண்டிதரவர்கள் சித்த ஆயுள் வேத வைத்தியத்தில் மிகத்தேர்த்தியடைந்திருப்பதை அறிகிறேன்.

மருத்துவன், 1928 அக்டோபர் – 1929 மே – ஜூன்

7

அறுவை இல்லாத சிகிச்சை

சுவாமி வேதாசலம், ஞானசாகர ஆசிரியர்

திருத்தமான அரிய ஆயுள்வேத மருத்துவ இனத்திற்கு சேர்ந்தவராய்த் திகழும் பண்டிதர் எஸ்.எஸ். ஆனந்தம் பிள்ளை அவர்களின் திறமையைப் பற்றி மனமுவந்து கூறுகின்றேன். 1921ஆம் ஆண்டு ஆவணித் திங்களில், எனது அடிவயிற்றினுள்ளே மிகக் கொடியதோர் இடரான கழலைகண்டு, அதனால் தொடர்பாக உண்டான காய்ச்சலோடு அல்லும் பகலும் வருந்தியபடியாய் ஏறக்குறைய ஒரு திங்கள் வரையிற் படுக்கையிற் கிடந்தேன். அப்போது என்னை வந்து பார்த்த மருத்துவர்களெல்லாரும் எனக்கு அதனைக் தீர்க்கமாட்டாமல் மயங்கி நிற்ப, எம்பெருமான் திருவருளாற் பண்டிதர் ஆனந்தம் அவர்கள் உற்றநேரத்தில் என்பால் வந்து என்னைக் கூற்றுவன் வாயினின்றும் மீட்டார்கள். சிவனாரமுதம், வாதநிதானி என்னும் தூய தமிழ் மருந்துகளின் வாயிலாகவே மூன்று நாட்களில் அவர் எனக்கு அந்நோயைத் தீர்த்ததானது மிகவும் வியக்கத்தக்க தாயிருந்தது. அறுத்துத் தீர்க்கும் இஞ்ஞான்றை மருத்துவத்தின் துன்பமான முறைக்கு யான் உள்ளாகாதபடி நோய்தீரப் பெற்றமைக்காக யான் இறைவனை வழுத்துகின்றேன்.

பின்னர் எனது உடம்பின் வலிவு குறைவா யிருந்தமைக்கு ஆனந்தரின் அரச அமுதசுரபி என்னும் இலேகியம் உட்கொண்டமையால், நல்லவலி வெய்தப் பெற்றுப் பெரிதும் நன்மையுற்றேன்.

T.K. கணேசய்யர்,
கிளார்கு, எலக்ட்றிக் சப்ளை கார்பரேஷன் லிமிடெட், சென்னை

ஐயா,

எனக்குத் தொண்டையில் ஓசை நரம்பு உணர்ச்சி அற்றுப் பேசுவதற்குக் கொஞ்சமும் முடியவில்லை. எவ்வளவு அருகிலிருப்பவர்கட்கும் நான் பேசுவது காதில் சிறிதும் கேட்காத நிலையில் மிக வருந்தினேன். எனக்கு ஆகாரம் விழுங்குவதற்குச் சக்தி யில்லாமலிருந்தது. இந்த நிலையில் 25.4.28 ஆம் நாள் சென்னை, ஜெனரல் ஆஸ்பத்திரிக்குச் சென்றேன். அங்குள்ள டாக்டர்கள் E.N.T. டிபார்ட்மெண்டில் குளோரோபாரம் கொடுத்துச் சோதனை செய்து பார்த்தார்கள். பார்த்தபின்னர் எனக்குத் தொண்டையில் ஓசை நரம்பு உணர்ச்சி அற்றுவிட்ட தென்றும் தொண்டையில் ஒரு பக்கத்தில் சதை வளர்ந்திருக்கிறதென்றும், அதற்கு ஆப்ரேஷன் செய்ய வேண்டுமென்றும், சதைவளர்ச்சியை அறுத்தெடுத்தாலும், பேசுவதற்குரிய ஓசை நரம்பு ஒருபக்கம் அறுபட்டுவிடுமாதலால் பேசுவதற்கு வைத்தியம் செய்ய முடியாதென்றும் சொன்னார்கள். பின்னர் சென்னைத் தமிழ் மெடிகல்ஆல் சொந்தக்காரர் பண்டிட் எஸ்.எஸ். ஆனந்தம் பிள்ளை அவர்களிடம் காண்பித்ததில், 'அறுக்க வேண்டியதில்லை' எனச் சொல்லி அவர், தம்முடைய மேகநிவாரணி என்னும் மருந்தும், மற்றொரு பஸ்பமும் கொடுத்தார். அவற்றை நான் பத்துநாள் சாப்பிட்டதில் எனது நோய் முற்றும் நீங்கி நானும், எனது வீட்டார்களும், எனது ஆபிசிலுள்ள நண்பர்களும் ஆச்சரியபடும்படி சுகமாகப் பழைய குரலோசையோடு என்னால் பேச முடிந்தது. இவ்வருமையான மருந்தை மிக மகிழ்ச்சியோடு ஜனோபகாரமாக எல்லோருக்கும் தெரிவிக்கின்றேன்.

K. சேதுவாச்சாரி, திருவல்லிக்கேணி, சென்னை

ஐயா,

எனக்கு பத்தொன்பது வருடங்களாக இருந்த சதை யடைப்புக்குப் பல வகை வைத்தியங்கள் பார்த்தும் நீங்க வில்லை. பிறகு எனக்குச் சிறுநீர் முற்றும் இறங்காமல் வயிறு உப்பி நான் பிராணாவஸ்தை அடைந்தபோது ஜெனரல் ஆஸ்பத்திரியில் எனக்கு சிலாகை போட்டு நீர் இறங்கியது. இப்படிப் பலநாள் நீர் இறங்காத போதெல்லாம் சிலாகை போட்டே நீர் இறங்குவது வழக்கம். கடைசியாக மெல்லிய சிலாகையும் போடமுடியாமல் நீர்த் தாரையில் சதையடைப்பு மிகுதிப்பட்டுக் கெட்டிப்பட்டுவிட்டது. ஜெனரல் ஆஸ்பத்திரியில் டாக்டர் ஆபரேஷன் செய்தாலன்றிப் பிழைக்க மாட்டேனென்று

சொல்லிவிட்டார்கள். நான் மிக்க கவலையோடு, பண்டிட் எஸ்.எஸ். ஆனந்தம் பிள்ளை அவர்களிடம் சென்று விஷயத்தைச் சொல்லி வருந்தினேன். பண்டிதர் ஆனந்தம் அவர்கள் உடனே எனக்குத் தேறுதல் சொல்லி மருந்து கொடுத்து, வெந்நீர் தொட்டியில் உட்காரவைத்த பிறகு எனக்கு நீர் இறங்கியது. அன்று முதல் அவர் பரிகாரத்தில் இருந்து அவருடையே குடிநெய்யை (மேகநிவாரணி) சாப்பிட்டு வந்தேன்.

அதுமுதல் எனக்கு அறுக்க வேண்டியதும், சிலாகை போடவேண்டியதுமின்றி சதை அடைப்பு நோய் முற்றும் ஒழிந்தது. நன்றாய் நீர் இறங்குகிறது. இதனை என்போன்ற நோயாளர்களின் கஷ்டம் நீங்குவதற்காக வெளியிடுகிறேன்.

R. காசிவிசுவநாத முதலியார்,
ஆனரரி பிரசிடென்சி மாஜிஸ்ட்ரேட், சென்னை

என் குழந்தைக்குக் கழுத்தைச் சுற்றிக் கட்டிகள் தோன்றிக் கஷ்டப்பட்டபோது, பல டாக்டர்கள் அது கண்டமாலை என்றும் அதை அறுத்துத்தான் சுகமாக்க வேண்டுமென்றும் கூறினார்கள்.

பண்டிதர் எஸ்.எஸ். ஆனந்தம் பிள்ளை அவர்கள் அதனை அறுக்காமல் அவர் வைத்திய சாலையில் தயாராகும் குடிநெய் என்னும் குட்ட நோய் மருந்தை உள்ளுக்கு கொடுத்து மேலுக்கும் மருந்து தடவி நாங்கள் ஆச்சரியப்படும்படி அந்நோயைப் போக்கினார். இன்னும் பலசமயங்களில் வீட்டிலுள்ளவர்களுக்கு ஏற்பட்ட பல நோய்களுக்கும் வைத்தியம் செய்து குணப்படுத்தினார்.

பாஷ்யம் ஐயங்கார்,
ரிட்டையர்டு ஸ்டேஷன் மாஸ்டர், அரக்கோணம்

ஐயா,

எனக்கு அடிவயிற்றின் ஒரு பக்கத்தில் சகிக்க முடியாத வலியும், கனமும், கண்களிற் காமாலையும், காய்ச்சலும் ஏற்பட்டு மிக வருந்திக் கொண்டிருந்தேன். அதனை ஆங்கில வைத்தியர்கள் அப்பண்டிசிட்டிஸ் என்றும் வயிற்றை அறுத்துத்தான் வைத்தியம் செய்ய வேண்டுமென்றும் சொன்னார்கள். பின்னர், தங்களிடம் வந்து காண்பித்தபோது தாங்கள் அறுக்க வேண்டியதில்லை எனக்கூறி தங்கள் வைத்திய சாலையில் தயாராகும் வாதநிதானி, சிவனாரமுதம் முதலிய மருந்துகளைக் கொடுத்தீர்கள். அதைத் தாங்கள் சொன்னபடி நான் சாப்பிட்டு வந்ததால் எனது நோய்கள் முற்றும் நீங்கி நன்றாய் இருக்கிறேன். இதனை மகிழ்ச்சியோடும் வந்தனத்தோடும் தங்களுக்கு அறிவிக்கின்றேன்.

எனது குழந்தைக்கு வயிற்றில் ஏற்பட்ட காய்ச்சல் கட்டியும் தங்கள் தமிழ் வைத்திய சாலையின் மருந்துகளைக் கொடுத்துச் சுகமாயிருக்கிறது.

S.A. வெங்கடராமய்யர்,
புரொப்ரைட்டர், டூப்ளே அண்டு கம்பெனி, கும்பகோணம்

1909ஆம் ஆண்டு எனக்கு வலக்கையிற் தோன்றின வலியோடு உண்டான குடைச்சலுக்குப் பல வைத்தியர்கள் மருந்து கொடுத்தும் நோய் நீங்காதபடியால், சென்னை இராயப்பேட்டை ஆஸ்பத்திரியில் டாக்டர் பார்த்துக் கையைப் புண்ணாக்கி உள்ளுக்கு மருந்து கொடுத்தார். அதனாலும் எனது நோய் நீங்கவில்லை. பிறகு ஜெனரல் ஆஸ்பத்திரியில் 'எக்ஸ்ரே' என்னும் போட்டோ எடுத்துப் பார்த்துக் கை எலும்பில் கோளாறு இருப்பதாகவும், ஆஸ்பத்திரியிலே சில நாளிருந்து ஆப்ரேஷன் செய்து பார்த்துக் கொள்ள வேண்டுமென்றும் டாக்டர் சொன்னார். எனக்கு அறுத்துப் பார்ப்பதில் விருப்பமில்லாமல் நான் சென்னையிலுள்ள தமிழ் வைத்தியர் பண்டித S.S. ஆனந்தரிடம் காண்பித்தேன். அவர் அறுக்க வேண்டியதில்லை யென்று கூறி என் பயத்தை நீக்கி வாதநிதானி மருந்தும், மற்றொரு மருந்தும் அருந்தக் கொடுத்துக் கையின்மேல் தடவும்படியாக ஒரு தைலமும் கொடுத்தார். சில நாட்களுக்குள் என் கைகுடைச்சலும், வலியும் நீங்கி நான் நலமடைந்தேன்.

மு. கந்தசாமி முதலியார்,
காணியம்பாக்கம், பொன்னேரி தாலுக்கா

ஸ்ரீ பண்டிட் ஆனந்தம் அவர்கட்கு

ஐயா, சுமார் பதினைந்து வருஷங்களாக எனக்கு ஆகாரம் செமிக்கும்போது தாங்கமுடியாத கொடுமையான வயிற்று நோயினால் நான் வருந்துவதுண்டு. அதற்குப் பலவகை வைத்தியங்கள் செய்தும் பலனில்லாமல் நோய் மிகுந்துவிட்டது. சென்னை ஆஸ்பத்திரியில் வயிற்றை அறுத்து வைத்தியம் செய்ய வேண்டுமெனக் கூறினார்கள். எனது மருமகன் அதைத் தடுத்துச் சென்னையில் தங்களுடைய தமிழ் வைத்திய சாலையில் மருந்து வாங்கிக் கொடுத்தார். அம்மருந்தைச் சாப்பிட்டு வந்ததால் எனது நோய் நீங்கிச் சுகமடைந்தேனென்பதை வந்தனத்தோடு உங்களுக்குத் தெரிவித்துக் கொள்ளுகிறேன். தயைசெய்து அந்த மருந்தில் இன்னும் ஒரு புட்டி அனுப்பக் கேட்டுக் கொள்ளுகிறேன்.

ராஜ ராஜேசுவர சேதுபதி, எம்.எல்.சி., இராமநாதபுரம் அரசர்

பண்டித எஸ்.எஸ். ஆனந்தம் அவர்களை வெகுகாலமாக எமக்குத் தெரியும். அவர் வழி வழி வந்த மருத்துவ குடும்பத்தில்

பிறந்தவர். அவருடைய அமுதசுரபி என்னும் தாதுவிருத்தி லேகியம், மகா சந்தனாதித் தைலம், ஆனந்த பாம், பற்பொடி முதலிய மருந்துகளை உபயோகித்துக் குணமடைந்திருக்கின்றோம். அதைப் பலர்க்கும் மிக மகிழ்ச்சியுடன் தெரிவிக்கின்றோம்.

எட்டயபுரம் அரசர்

எனக்கு நேர்ந்த கொடிய பல்நோய்க்குப் பலமருந்துகள் உபயோகித்தும் பயன்படவில்லை. கடைசியாகப் பண்டிதர் ஆனந்தம் அவர்களின் பற்பொடி, ராயல் டூத்பேஸ்ட் என்னும் பல் துலக்கும் மருந்துகளை உபயோகித்து விரைவில் நலமடைந்தேன். அவருடைய அமுதசுரபி என்னும் தாதுவிருத்தி மருந்து, பொன்மருந்து, சந்தனாதித் தைலம் முதலியவைகள் எவ்வகையிலும் திருப்தியைத் தருகின்றன. நமது நன்மதிப்புக்குறியாகப் பொற்றோடா, பொற்பதக்கம் . . .* வெகுமானம் செய்துள்ளோம்.

சேற்றூர் ஜமீன்தார், எம்.எல்.சி.

சென்னை, பண்டிதர் எஸ்.எஸ். ஆனந்தம் பிள்ளை அவர்களின் வைத்திய சாலையில் செய்யப்படுகிற அரச அமுதசுரபி என்னும் தாதுபுஷ்டி மருந்து என் அனுபவத்தில் மிகவும் நல்லகுணத்தை உண்டு பண்ணுகிறது. தாதுவிருத்தி இலேகியங்களுக்கெல்லாம் இதுவே சிறந்ததாகச் சொல்வதில் தடையில்லை. நான் அவருடைய பொன்மருந்து, மகா சந்தனாதித் தைலம், பற்பொடி முதலியவற்றையும் உபயோகித்திருக்கிறேன். அவையும் நல்ல மருந்துகளே.

பேராசிரியர் க. அன்பழகன்

தமிழ் நாட்டினுடைய வரலாறு எழுதப்படுமானால், தமிழ் நாட்டினுடைய பண்டைக் கலைகளும் பழந்தமிழருக்குப் பெரு வாழ்வு அளித்த சிறப்பு, விஞ்ஞானக் கருத்துக்களும் இடம் பெறுகிற காலத்தில் – இந்த நூற்றாண்டிலே – தமிழுக்கு ஏற்பட்ட இழிவும் அதை மாற்றுகிற வகையிலே தமிழோடு ஒட்டிய கலைகளைக் காப்பாற்றிய அந்தத் திறனும் நிச்சமாகக் குறிக்கப்படும்.

அந்த வகையில் நம்முடைய முதுபெரும் பெரியார் ஆனந்தம் அவர்கள் சித்த வைத்தியத்தைக் காப்பாற்றுவதற்காக – அந்த சித்த வைத்தியத்தினுடைய பலனை இந்த நாட்டு மக்கள் பெறுவதற்காக – அவர் ஆற்றிய தொண்டு அளவிடற்கரியது. அவராலே சித்த வைத்தியம் இந்த நூற்றாண்டில் மறுமலர்ச்சி பெற்றது என்று சொன்னால் அது எந்த வகையிலேயும் தவறாகாது.

---

* வார்த்தைகள் தெளிவாகத் தெரியவில்லை.

சித்த வைத்தியத்துக்கு உள்ள ஒரு மிகப் பெரிய பெருமை அந்த மருத்துவ முறையினுடைய அடிப்படை நல்ல நெறியிலே நின்று வாழ்வது என்பது ஆகும். முறையோடு உண்பதும் அதற்கு மேல் ஆற்ற வேண்டிய கடமைகளை வரையரையோடு நிறைவேற்றுவதும் ஆகிய இவையெல்லாம் சித்த மருத்துவத்தினுடைய அடிப்படைக் கலைகள் ஆகும். அவராலே உயர்வுவாழ்வு பெற்றவர்கள் – மருத்துவத்துறையிலே ஈடுபட்டு முன்னுக்கு வந்தவர்கள் – பலபேர். அதிலும் குறிப்பாக சித்த மருத்துவக் கல்லூரி ஏற்பட வேண்டும் என்ற ஆர்வத்தோடு அவர்கள் பணியாற்றியவர்கள்; இந்திய மருத்துவத் துறையிலே பட்டம் பெற்ற பல டாக்டர்களை உண்டாக்க வேண்டும் என்ற அந்த ஆர்வத்தோடு முயற்சித்து அதிலே வெற்றி கண்டவர்கள். அவர்களுடைய முயற்சியும் ஊக்கமும் இன்றைய தினம் நூற்றுக் கணக்கான, மருத்துவத் துறையிலே – இந்திய மருத்துவத் துறையிலே ஈடுபட்ட மருத்துவர்களை நாம் பட்டதாரிகளாக அந்தத் துறையிலே நல்ல படிப்புள்ளவர்களாகக் காணமுடிகிறது.

சித்த மருத்துவக் கலையைக் காப்பாற்றுவது இன்றைய தினம், தமிழ் நாட்டினுடைய பெருங் கடமையாக இருக்கிறது. இன்றைக்கு மேல்நாட்டு அலோபதி மருத்துவமுறை, அதற்கு இருக்கிற விஞ்ஞான சாதனங்கள் காரணமாக மிகப் பெரிய அளவுக்குப் பரவுகிறது. தொழில் முறையிலே அது பரவுகிற காரணத்தாலே, மருத்துவம் என்று சொன்னாலே ஊசி போடுவது என்றும் மருத்துவம் என்று சொன்னாலே அலோபதி முறையில் மருத்துவம் செய்து கொள்வது என்பதும்தான் பொது மக்கள் அறிந்திருக்கிற கருத்தாகும். அதற்கு அடுத்தபடி மருத்துவம் என்று சொன்னால் எளிய முறையாக இருக்கிற ஹோமியோபதி மருத்துவம்தான் இன்றைய தினம் எல்லோருக்கும் எளிதாக இருக்கிறது. மருந்து கசப்பது கிடையாது. பத்தியமும் கிடையாது; இருக்கிற பத்தியமோ தவறான பழக்க வழக்கத்தை விடுவதுதான். எனவே, அதனுடைய விலையும் மலிவு. டாக்டர் ஆவதும்கூட எளிது; எனவே இப்படிப் பல வாய்ப்பு இருக்கிற காரணத்தாலே ஹோமியோபதி மருத்துவம்தான் சாதாரண மக்களிடத்திலே அடுத்தபடி அறியப்படுகிறது.

சித்த மருத்துவம் என்பது ஏதோ வீட்டு வைத்தியத்தைப் போல, சற்று அலட்சியமாகவே கருதப்படுகிறது. ஆனால், சித்த வைத்தியம் தமிழ் நாட்டிலே பிறந்து வளர்ந்த கலை என்பதற் காக மட்டுமல்ல; தமிழர்களுடைய வாழ்க்கைக்கு ஏற்ற தகுதி யுடைய கலை என்பதற்காக மட்டுமல்ல; விஞ்ஞான அடிப்படை யிலே ஆராய்ச்சி செய்யப்படுமானால் நீண்ட கால அனுபவத்தையே ஆராய்ச்சியாக வைத்துச் சித்த மருத்துவக் கலை வளர்க்கப்பட்டிருக்கிறது. பத்தாயிரம் ஆண்டு, இருபதாயிரம்

ஆண்டு தொடர்ந்து ஒரு சமுதாயம் வாழ்ந்த காலத்திலே உருவாகிப் பல முறை அது, பலபேருக்கு அந்த மருந்து பயன் தந்து, அதற்குப் பின்னாலே நிலை பெற்ற காரணத்தாலே இந்தச் சித்த மருத்துவம், விஞ்ஞானத் துறையில் ஏற்படக்கூடிய தவறுகளைக்கூட கடந்து நிலையான பயன்தரக்கூடிய அளவுக்கு அந்த மருத்துவக்கலை வளர்ந்திருக்கிறது.

இன்றைக்கு மேனாட்டார் சித்த மருத்துவக் கலையை சற்று வடிவத்தை வேறுபடுத்தி, வேறுவிதமான பெயராலே உலகெங்கும் பரவச் செய்யக்கூடிய நிலைமை இருக்கிறதென்று சொன்னால் நாமும் அந்த முயற்சி எடுத்துக் கொள்வோமேயானால், இன்னும் பல உண்மைகளை உலகத்துக்கு வழங்க முடியும். எத்தனையோ வகையான நோய்களை வேறு மருத்துவ முறையினாலே நீக்க முடியாதபோது – நோயைக் குணப்படுத்த முடியும் என்ற நிலைமை இருக்கிறது. எனவே, அப்படிப்பட்ட தனிச்சிறப்புக்களை நாம் உலகத்திற்கு அறிவித்தாகவேண்டும். நம்முடைய மருத்துவத்தாலே முடியவில்லை என்று சொன்னால், உடனே அலோபதி மருத்துவத்தாலே வைத்தியம் செய்து கொள்வது நமக்குச் சாதாரணமாக இருக்கிறது.

எலும்பு ஒடிந்து போனால் அதைக் கட்டுவதற்கு எலும்பைச் சரிப்படுத்துவதற்கு – இன்றைக்கு மேல்நாட்டார் கண்டு பிடித்திருக்கிற முறைகளெல்லாம் அந்த எலும்பு இருக்கிற இடத்திலே பக்குவமாக வைத்து, நீண்டநாள் நீடிக்கச் செய்வதனால், தானே ஒட்டச் செய்கிற ஒரே ஒருமுறைதான். ஆனால் சித்த மருத்துவ முறையிலேயும் இந்த நாட்டு வைத்திய முறைகளிலேயும் இருக்கிற முறைகளைப் பார்த்தால், சதை வளரச் செய்வதற்கும் அதற்கு இடையிலே நீர் கலந்து தங்கி விடாமல் இருக்க – தடுக்கச் செய்வதற்கும் கூட சில முறைகள் இருக்கின்றன. இந்த நாட்டு வைத்தியர்கள் அதை மேற்கொண்டு இருக்கிறார்கள். வேண்டுமானால், விஞ்ஞான நுணுக்க முறையில் இது சேர்ந்து ஒட்டாமல் இருக்கலாம் ஆனால் அப்படிச் சில தனிப்பட்ட சிறப்புக்கள் நமக்கிருக்கின்றன. நம்முடைய வைத்தியத்தினாலே உலகத்து வைத்தியக் கலைக்கே நாம் அதிக உதவி செய்ய முடியும்.

பண்டித ஆனந்தம் அவர்கள் மருத்துவ கலையோடு ஒன்றி வாழ்ந்துள்ளார்கள். அவர்களுடைய வாழ்க்கை மற்றவர்களுக்கு பல அம்சங்களில் வழி காட்டியாக உள்ளது. அவராலே ஏற்பட்ட மறுமலர்ச்சி தொடர்ந்து தமிழகத்தை வாழ்விக்க வேண்டும்.*

மருத்துவன், 1928 அக்டோபர் – 1929 மே – ஜூன்

---

* பண்டிட் எஸ்.எஸ். ஆனந்தம் அவர்கள் நினைவு மலர், பக். 5–6

TAMIL MEDICAL HALL
221, MINT STREET, CHENNAI

தமிழ் வைத்தியசாலை
221, தங்கசாலைத்தெரு, சென்னை.

உயர்ந்த செந்தூரங்கள், பஸ்மங்கள், சுன்னங்கள், குளிகைகள் (மாத்திரைகள்), இலேகியங்கள், சிருதங்கள், தைலங்கள் முதலிய உத்தரவாதமுள்ள சித்த மருத்துகள் தமிழ் வைத்தியசாலையில் எப்பொழுதும் விலைக்குக்கிடைக்கும்.

தமிழ் வைத்தியசாலையில்
காலை 7 மணி முதல் 10 மணிவரையில் இலவசமாக நோயாளர்களுக்கு மருந்து கொடுக்கப்படும்.

8

பனகால் அரசர் விண்ணுற்றார்!

பனகால் அரசரிடம் பொறாமை கொண்டிருந்தவர்களும், அவரைப் புறங்கூறினவர்களும், அவரைப் பெரும்பகைவராக நினைத்து அவர் சாவை எதிர்பார்த்தவர்களுங்கூட, பனகால் அரசர் இறந்தார் என்று கேட்டவுடனே திடுக்கிட்டு மனமுருகி வருந்தினார்கள். அவருடைய அரசியல் அறிவையும், ஆற்றலையும் அவரிடமிருந்த மற்ற சிறந்த குணங்களையும் நினைந்து நினைந்து சொல்லிச் சொல்லி வாயாரப் புகழ்ந்தார்கள், கண்ணீர் வடித்தார்கள், என்றால் அவரைப்பற்றி நாம் சொல்லப்போவது ஒன்றுமில்லை.

உயர்ந்த படிப்பாலும், பணத்தாலுமே ஒருமனிதன் உலகில் பெரியவனாக முடியாதென்பதற்கும், மனிதனுக்கு எல்லா குணங்களும் படித்துப் பழகுவதனாலேயே வருவதல்ல வென்பதற்கும் பனகால் அரசர் சாட்சியாய் விளங்கினார். வேம்புக்குக் கசப்பும், மருவுக்கு மணமும் முளையிலேயே உடன் கலந்திருப்பதுபோல் ஒவ்வொரு மனிதரிடத்திலும் பிறவிக்குணங்கள் தனியே சில காணப்படுவது இயற்கை. அதுபோல் பனகால் அரசரிடம் நாம் கண்ட அரசியல் அறிவும், ஆற்றலும் அவர் உடன்பிறந்ததே ஆகும். அது அவரோடு மறைந்து போய்விட்டது. இனி அவ்வாற்றலையும் பெருமையையும் நாம் யாரிடமும் காணப்போகிறதில்லை. அவர் செய்த வேலையை இனி யார் செய்வதென்று நெடுந்தூரம் நினைத்துப் பார்த்தாலும் நமக்கு முடிவு தெரியவில்லை.

நமது பனகால் அரசர் பிராம்மணரல்லாத பெரும்பகுதி மக்களுக்குத் தலைவராகவும், அரசியல் ஆற்றல் மிக்குள்ளவராகவும் சிறந்து விளங்கினார். "அறிவுடை யொருவனை அரசனும் விரும்பும்" என்பதற்கிணங்க, இதனைக்கண்ட அரசாங்கத்தார் அவரை மதித்து அவருடைய சொல்லை விரும்பிக்கேட்டார்கள். அதனால் பிராமணரல்லாதார் பலருக்கு பல உத்தியோகங்களையும், பதவிகளையும் பனகால் அரசர் வழங்கினார். இன்னும் ஓராண்டாவது இருந்திருப்பாரானால் பிராமணரல்லதார்க்கு அரசியல் சம்பந்தமாக பெரிய நன்மைகள் பல விளைந்திருக்கும்.

அவரால் செய்யப்பட்ட காரியங்களில் தென் இந்தியாவிலுள்ள கோயில்களின் சொத்துக்கள் தீயவழிகளில் செலவானதைக் குறைத்து அப்பொருள்களை நல்வழியில் செலவு செய்யும் நோக்கத்தோடு செய்து வைத்த இந்து அறநிலைய பாதுகாப்புக் கழகமும் (இந்து ரிலிஜியஸ் எண்டோவ்மெண்டு போர்டு) ஒன்று, இந்தியநாட்டு வைத்திய பாடசாலையையும், வைத்திய சாலையையும் அரசாங்கத்தார் ஆதரித்து நடத்தி வரும்படி செய்தது இரண்டும் மிக இன்றியமையாததாகும்.

சுதேச வைத்திய ஆராய்ச்சிக்கழகத்தை (உஸ்மான் கமிட்டியை) பனகால் அரசர் ஏற்படுத்திய காலத்தில் ஆயுர்வேத யுனானிவைத்தியத்தோடு நந்தமிழ் நாட்டு சித்தமருத்துவ முறையையும் ஆதரிக்கவேண்டுமென நாம் கிளர்ச்சிசெய்தோம். அப்போது பனகால் அரசருக்கு முதலில் அது புதுமையாகவும், சிறிது வெறுப்பாகவுந்தோன்றியது எனினும், பின்னர் அதன் உண்மைகளையுணர்ந்து தமிழ் சித்த மருத்துவ முறையையும் ஆதரித்தார்.

சித்த வகுப்பில் சேர்ந்து படிக்கும் ஏழைமருத்துவ மாணவர் பலருக்கு சம்பள மில்லாமல் சேரும்படி செய்தார். இந்த உதவியை மருத்துவத்தொழிலை பரம்பரைக் குலத்தொழிலாகக்கொண்ட மருத்துவர்களும், மற்ற இந்திய மருத்துவர்களும் பனகால் அரசரை என்றும் மறவாமல் அவருக்கு நன்றிசெலுத்த கடமைப் பட்டவர்களாகின்றார்கள்.

***மருத்துவன்*, 1928, டிசம்பர், பக். 80–81**

II

சமூக மருத்துவம்

SOUTH INDIAN MARUTHUVA SANGAM,
MADRAS.

(ESTD. 1921.)

221, Mint Street, G. T., MADRAS.

9th May 1931.

President
S. S. Anandan

Founder
...Maruthuva Sangam

Vice-Presidents
Sankara Subbu
Pillay, L. M. P.
...l Pillai,
...my Pillai.

Secretaries
...uni Pillai,
...kroluva.

Treasurer
...a Pillai.

...ts of the Sangam
...all the Members of
...munity.
...Tamil Medical
...ks for educating
...and Women in
...d Medicines.
...art a Tamil Journal
Medicine and Hygiene.
...ee Dispensaries for
poor.
Midwives on Modern
...
...h books on Siddha
...
...boys and girls in
...l and English and to
...deserving students
...her education.

To

His Excellency the Governor - in - Council,
Fort St. George,
M A D R A S.

MAY IT PLEASE YOUR EXCELLENCY,

I most respectfully beg to submit on behalf of the Maruthuvar (Barber) Community of South India this humble memorial for your Excellency's kind and sympathetic consideration and favourable disposal.

This community is most backward in education and except for a few stray cases, it is not represented in the Government Service, though its population is about eleven lakhs. It is therefore most disappointing to find our community removed from the list of backward communities, though the previous list included our community and though our community has not advanced either in education or in Government Service since then, even in a small degree.

I most humbly beg to submit that the condition of the community is much worse and more pitiable than that of the depressed Classes and it is our great misfortune that we are included neither in the list of

1

தென் இந்திய மருத்துவ சங்கத்தின் நோக்கங்கள்

1. மருத்துவ குலத்தவர்களை ஒழுங்கு சேர்த்தல்.

2. தமிழ் மருத்துவப் பள்ளிக்கூடங்கள் வைத்து ஆண் பெண்களுக்கு மருத்துவக்கலை கற்பித்தல்.

3. தமிழ் மருத்துவக் கல்லூரி (வைத்திய கலாசாலை) ஏற்படுத்துதல். பரீட்சையில் தேறியவர்களுக்கு யோக்கியதாபத்திரம், பட்டம் முதலியன அளித்தல்.

4. சுகாதார, மருத்துவ பத்திரிகை நடத்தல்.

5. மருத்துவ சாலைகள் ஏற்படுத்தி, ஏழைகளுக்கு இனாமாக வைத்தியம் செய்தல்; கல்வி அறிவுள்ள தமிழ் மருத்துவச்சிகளைக் கொண்டு பிள்ளைப்பேறு பார்த்தல்.

6. வெளிவந்துள்ள பல தமிழ் மருத்துவ நூல்களிலுள்ள பிழைகளைத் திருத்தி அந்நூல்களை அச்சிடுதல்; அச்சுக்கு வராத நூல்களை அச்சிடுதல்.

7. மருத்துவகுலச் சிறுவர் சிறுமிகளைத் தமிழ், ஆங்கிலம் கற்கச் செய்தல்; ஊக்கமுள்ள சிறுவர் களை உயர்தரக் கலாசாலையில் படிக்க வைத்தல்.

8. பல இடங்களில் சுகாதாரம், வைத்தியம் முதலியவைகளைப் பற்றிய விரிவுரைகள் நிகழ்த்துவித்தல்.

9. ஆண்டுகள்தோறும் மருத்துவர் மகாநாடுகூட்டி மருத்துவ வகுப்பினரின் முன்னேற்றத்திற்கும், தமிழ் வைத்திய வளர்ச்சிக்கு முரிய தீர்மானங்கள் செய்தல்.

சங்கத்தின் அங்கத்தினர்களுக்கு ஒருவருட சந்தா ரூ. 3-0-0

காரியதரிசி,
தென் இந்திய மருத்துவர் சங்கம்,
221, தங்கசாலைத் தெரு,
சென்னை.

2

மருத்துவர் ஐக்கிய நாணய நிதியும் அதன் அவசியமும்

நவநாகரீகம் மிகுந்த இக்காலத்தில் (கோவாபரேடிவ் பாங்கு) ஐக்கிய நாணய நிதி என்பதைக் கேள்விப்படாதார் ஒருவரும் இருக்க மாட்டார் என்றே கருதுகின்றேன். ஆகவே கோவாபரேடிவ் பாங்கு ஐக்கிய நாணய நிதி என்பதைப் பற்றி ஒவ்வொரு சகோதரர்களும் சிறிதாவது உணர்ந்திருத்தல் இயல்பே ஆயினும் கண்டியில் கூடிய கண்டி மருத்துவர் சங்கத்து அங்கத்தினர்களாக திராவிடர்கள் வி.எம். சாமி லிண்டாலா, சுப்பையா, எஸ்.எம். சாமி, எஸ். சுப்பையா, ரா. தங்கவேல், திரு.செ. வேலையா, சொ. பலவேசம், ப. இசக்கிமுத்து, ரா. சங்கரசுப்பு, போ.சங்கரலிங்கம் முதலிய சகோதரர்கள் மருத்துவ ஐக்கிய நாணய சங்கத்தின் நன்மையையும் அவசியத்தையும் பற்றி ஒரு கட்டுரை எழுதவேண்டுமாய் அன்புடன் நம்மைக் கேட்டுக் கொண்டார்கள். அதற்கு இணங்கி அடியிற் கண்ட சில வார்த்தைகளை நமது சகோதரர்களுக்கு தெரிவித்துக்கொள்ள விரும்புகிறேன்.

உலகில் பொருளாதார நெருக்கடி மிகுந்த இக்காலத்தில் ஒவ்வொருவருக்கும் தத்தம் தொழில்களை முயற்சிகளை சீர்பெற நடத்துவதற்குப் பணமுடை......* இயற்கையேயாகும். ஆயினும் ஒரு தனிப்பட்ட நபர் மற்றொரு தனிப்பட்ட நபரிடம் தமது தொழிலை சீர்பெற நடத்துதல் நிமித்தம் கடன் வாங்குவதனால் ஏற்படும் கஷ்ட நஷ்டங்கள்

---
* வார்த்தை தெளிவாகத் தெரியவில்லை.

பலவாகும். முதலாவது அளவுக்கு மிஞ்சிய வட்டி கொடுக்க வேண்டிய அவசியம் ஏற்படுகிறது. அவ்வித வட்டி கொடுத்தாலும் தேவையான பணம் கிடையாமல் கஷ்டபடுவார் பலர் உளர். சில சமயங்களில் வாங்கின முதலைவிட அதிகமாக வட்டி கொடுக்க வேண்டிய நிர்ப்பந்தமும் ஏற்படுகிறது. அத்துடன் கடன் கொடுத்தவர் தயவை கடன் வாங்கியவர் எப்போதும் எதிர்பார்த்தே இருக்க வேண்டியதா யிருக்கிறது. அது போலவே ஒரு தனிப்பட்ட நபர் இன்னொரு தனிப்பட்ட நபருக்கு வட்டியை உத்தேசித்துத் தான் கொடுத்த பணத்தை மீளப் பெறுவதிலும் பல கஷ்ட நஷ்டங்களை இருக்கின்றன. சில சமயங்களில் தான் கொடுத்த கடனை மீண்டும் அடைப்பதற்காக கோர்ட்டில் விவகாரஞ் செய்து, அவ்விவகாரத்தில் தான் கொடுத்த கடனைவிட அதிகமாக இழக்க நேருவதும் உண்டு. இவ்வகை கஷ்டநஷ்டங்களை வராதிருக்க ஒரு சிறந்தவழி யாதெனில் ஒவ்வொருவரும் தான் சங்கத்தினராக இருக்கும் ஓர் (கோவாபரேட்டிவ் பங்கு) ஐக்கிய நாணய நிதியிற் தனக்கு வேண்டிய தொகையைக் கடனாகப் பெறுவதும் தன்னிடத்து எஞ்சிய தொகையை சேமித்து வைப்பதுமே யாகும். அஃதுடன் ஒரு சமூகத்திற்கு பொதுவாக வேண்டிய பல நன்மைகளையும் வசதிகளையும் செய்வதற்கு (கோவாபரேடிவ் பாங்கு) ஐக்கிய நாணய நிதி இன்றி யமையாதது. அவையாவன:

1. ஆந்திர ஆயுர்வேத பார்மசி என்று சென்னையில் நடைபெற்று வருவதைப் போலும் பாங்கால் கெமிகல் வொர்க்ஸ், அலம்பிக் கெமிகல் ஒர்க்ஸ் என்னும் மருந்து செய்....*லைகளைப் போலவும், நமது குலத்தையாகிய மருத்துவத் தொழில் சிறப்புற நடத்துவதற்கு, சிறந்த மூலிகைகள் நிறைந்த திருநெல்வேலி ஜில்லா பொதிய மலைச் சாரலில் ஓர் மூலிகைத் தோட்டமும் மருந்து தொழிற்சாலையும் சித்த பார்மஸி, சித்த மருந்து சாலை அல்லது சித்த கெமிகல் ஓர்க்ஸ் என்னும் பெயரால் நமது ஐக்கிய நாணய பாங்கியின் சார்பாக ஆரம்பித்து நடத்துவது. இதில் நம்மவர்கள் பலருக்கு வேலை கொடுப்பதுடன் ஐரோப்பா, அமெரிக்கா முதலிய தேசங்களிலிருந்து இந்தியாவுக்கு மருந்துகள் இறக்குமதியாவதைப் போல் மேற்கண்ட மேல் நாடுகளிலும் நமது இந்திய மருந்துகளை விரும்பி வாங்குபவர்கள் பலர் இருப்பதால் ஐரோப்பா, அமெரிக்கா முதலிய வெளிநாடுகளிலும் நமது சித்த மருந்துகளை வியாபாரம் செய்வது,

---

* வார்த்தை தெளிவாகத் தெரியவில்லை.

2. உடைக்கு அத்தியாவசியமான நூல்களுக்கும், துணிகளுக்கும் சாயமிடுதலும், நெய்தலும் மேற்படி சாயத் தொழிலையும் விருத்தி பண்ணுவதற்குத் தக்க ஒரு தொழிற் சலையை ஏற்படுத்தி நடத்துவது,

3. உயர்தர தேசியக் கல்வி உயர்தர வைத்தியக் கல்வி மற்றும் பலவித தொழிற் கல்வி கற்க விரும்பும் மருத்துவ சிறுவர்களுக்குப் போதிய பொருளும் சகாயமும் இல்லாததால் அவர்கள் பூரணமாகக் கற்கமுடியாமல் இடையிடையே விட்டு கஷ்டப்படுகிறார்கள். அத்தகையவர்களுக்கு வேண்டிய பொருளுதவியும் சகாயமும்செய்து அவர்களை அவசியமானால் மேல்நாடுகளுக்கும் அனுப்பி அவர்களது கல்வியை பூர்த்தி செய்து நம்குலச் சிறுவர்களை முன்னுக்குக் கொண்டுவந்த பின்னர் அவர்கள் சம்பாதிக்குங் காலத்தில் வரும்படி சிறிது சிறிதாக மேற்படி கடனை மீண்டும் பெற்று இவ்விதமே பல மருத்துவக்குலச் சிறுவர்களுடைய கல்வியையும் நிலைமையையும் முன்னேற்றத்துக்குக் கொண்டு வருவது.

4. அச்சு யந்திரங்கள், அரிசி, கடலை, கோதுமை முதலியவை களை அரைக்கும் மாவு யந்திரங்கள் மோட்டார் ஓட்டுதல் முதலிய கைத்தொழில்களைக் கற்க நோக்கமும் விருப்பமும் உள்ள நம்குலச் சிறுவர்களை அந்தந்த தொழில்களில் பழக்கி, அவர்களுக்கு அந்தந்த தொழில்களைத் தானாக ஆரம்பித்து நடத்துவதற்கு வேண்டிய உதவி செய்தல்.

5. திடீரென ஏற்படும் நன்மை தீமைச் செலவுகளுக்கும் குறைந்த வட்டியின் பேரிலும் சிறிய ஆதரவின் பேரிலும் கடன் கொடுத்து சிறிது சிறிதாக மீண்டும் பெற்றுக் கொள்ளுதல்.

இன்னும் நம் மருத்துவக் குல சகோதரர்களுக்கு வேண்டிய பல உதவிகளையும் அவ்வப்போது சமயோசிதமாகச் செய்து வருவதற்கு கோவாபரேடிவ் பாங்கு ஐக்கிய நாணய நிதி இன்றியமையாதது. தற்போது இந்தியாவின் ஒவ்வொரு தாலுக்காக்களிலும் கோவாபரேடிவ் பாங்கும் ஐக்கிய நாணய நிதியும், ஒவ்வொரு கிராமங்களிலும் சிற்றூர்களிலும் அதன் கிளைகளும் வெகுவாக இருப்பதுடன், மற்றும் பல மூகத்தவர்களும் தங்கள் தங்கள் முன்னேற்றம் கருதி இத்தகைய கோவாபரேடிவ் பாங்கு ஐக்கிய நாணய நிதி, சமூக சார்பாக ஏற்படுத்தியும் இருக்கிறார்கள். நானும் பல சமயங்களில் மருத்துவர் சமூகத்தின் முன்னேற்றத்திற்கு இனி கோவாபரேடிவ் பாங்கு ஒன்று இருப்பது அவசியம் என்று உணர்ந்து முயற்சித்ததும்

உண்டு. இப்போது கண்டி மருத்துவச் சங்கத்தின் சார்பாக ஓர் (கோவாபரேடிவ் பாங்கு) ஐக்கிய நாணய நிதி ஏற்படுத்துவதைக் கேள்விப்பட்டு மகிழ்ச்சிப் பெருக்கடைந்தேன் ஆனால் முன்னர் வடநாட்டிலுள்ள மருத்துவச் சகோதரர்களால் ஆல் இந்தியா மகாவீர் இண்டஸ்டிரியல் லிமிடெட் என்ற கம்பெனியை 25 லக்ஷம் ரூபா அனுமதிக்கப்பட்ட மூலதனத்தோடு 1913ஆம் வருடத்து இந்தியன் கம்பெனி ஆக்டுப்படி பதிவு செய்யப்பட்டு ஆரம்பிக்கப்பட்ட தாயினும் அது நடைபெறாமல் ஒழிந்தது.

'எண்ணித் துணிகக் கருமம் துணிந்தபின் எண்ணுவமென்ப திழுக்கு' என்ற முதுமொழிப்படி தற்போது ஆரம்பிக்கப்போகும் மருத்துவ ஐக்கிய நாணய நிதியை தீர்க்கமாக நடத்திவர வேண்டுமென்று நான் ஆசைப்படுகிறேன். மதுரை 'சௌராஷ்டிரா சகோதரர்கள் 30, 40 வருடங்களுக்குள் பொருளாதார நிலையிலும் மற்றும் சீர்திருத்தங்களிலும் முன்னேற்றமடைந்ததற்குக் காரணம் அவர்களின் ஒற்றுமையும் விடாமுயற்சியுமே யாகும். அவர்கள் துணிகளுக்கும் நூல்களுக்கும் சாயமிடுவதும், நெய்தலும் அதற்குரிய முற்சிகளில் ஆண், பெண் இருபாலர்களும் ஊக்கத்தோடு ஒத்து உழைப்பதுவும், வியாபார முன்னேற்றமுமே யென்பதை நாம் கண்கூடாகக் காண்கிறோம். இம் மாதிரியே 'நாடார் சகோதரர்களும் பொருளாதார நிலைமையிலும் மற்றும் எல்லா நிலைமைகளிலும் சில வருடங்களுக்குள் முன்னேற்றம் அடைந்ததற்குக் காரணம் அவர்கள் ஒத்துழைப்பும் விடாமுயற்சியும் காலத்துக்குத்தக்கவாறு புதிய தொழில்களையும் புதிய வியாபாரங்களையும் ஊக்கத் துடன் ஆரம்பித்து உழைப்பதுவே யாகும். அது போலவே நம் மருத்துவச் சகோதரர்களும் ஒற்றுமையுடனும் ஊக்கத்துடனும் விடாமுயற்சியுடனும் காலத்துக்குத் தக்கபடி புதிய தொழில்களிலும் வியாபாரங்களிலும் கோவாபரேடிவ் பாங்கு ஐக்கிய நாணய நிதியின் உதவியைக்கொண்டு ஆரம்பித்து நடத்தி முன்னேற்றம் அடைய வேண்டும் என்பதுவே எனது விருப்பம்.

_திராவிடன்_, 28 மே 1932, ப. 7

3

மருத்துவ குலத்தாருக்கு முக்கிய அறிக்கை

இந்திய மஹாவீர் இண்டஸ்டிரியல்ஸ் லிமிடெட், ஆக்ரா

அன்புள்ள சகோதரர்களே!

நமது குலத்தின் நலத்திற்காக மேற்குறித்த பெயருள்ள கைத்தொழில் கம்பெனி ஒன்று நியமிக்கப் பட்டுள்ளது. இது துரைத்தனத்தார் சட்டப்படி ரெஜிஸ்தர் செய்யப்பட்டிருக்கிறது. இத்தகைய கம்பெனி ஒன்று நம்மவர்க்காக நியமித்துள்ள விஷயத்தைப் பற்றிப் பெருமகிழ்ச்சி அடைகின்றோம்.

நமது குலத்தார் இக்கம்பெனியில் சேர்ந்து இதன் விருத்தியைக் கவனித்து, விரைவில் இது உன்னத நிலையை எய்துமாறு ஊக்கம் செலுத்துவார்களென்று நம்பி அவர்கள் அன்பையும் ஆதரவையும் நாம் எதிர்பார்க்கின்றோம்.

மேற்கூறிய கம்பெனியில் வெவ்வேறாக ஐந்து எந்திரசாலைகளும், தொழிற்சாலைகளும் இணைக்கப் படும். அவையாவன: சுற்றும், மாவரைக்கும் எந்திரசாலை ஒன்று; அஃது 1000 மணங்கு மாவை 24 மணிநேரத்தில் அரைக்கக்கூடியது. 1100 மணங்கு ஐஸ்ஸை 24 மணிநேரத்தில் செய்யக்கூடிய ஐஸ் தொழிற்சாலைகள் இரண்டு. இரும்புத்தொழிற்சாலை ஒன்று. வளையல்கள் முதலியவை செய்யக்கூடிய கண்ணாடி எந்திரசாலை ஒன்று ஆகமொத்தம் ஐந்தாம். இவைகளுக்கு முதற்பணம் பத்து இலட்சம்

ரூபாய்வைத்து ஏறக்குறைய 100க்கு 12 ரூபா வருடத்தில் இலாபம் வருமாறு செய்தல்வேண்டும்.

இத்தகைய கம்பெனிகள் நியமிப்பதால் நமது குலத்தவருக்கு உயர்ந்த கைத்தொழில்கள் கிடைப்பதோடு, பணமும் மிகுதியாகக் கிடைக்கும். தாழ்ந்த தொழில்களைக் கைக்கொள்ளுதல் ஒழியும்; இழிவுநீக்கிப் பெருமைவளரும் துரைத்தனத்தார் நம்மைமதித்து நமது உரிமைகளைத் தடையின்றி நமக்குக் கொடுக்க முன் வருவார்கள். மற்றக் குலத்தவர்களும் நம்மை மேன்மையாகக் கருதி, நம்மோடுகலந்து, எல்லாவிஷயங்களிலும் ஒழுங்காக நடந்து கொள்வார்கள்.

இக்கம்பெனியில் சேர்வதற்குப் பங்கு ஒன்றுக்கு 5 ரூபா. இத்தொகையை மாதம் ஒன்றுக்கு ஒரு ரூபாவாக ஐந்து மாதங்களில் கட்டலாம். இது எவ்வளவு ஏழ்மையான நிலை யுள்ளவர்களுக்கும் கஷ்டம் அன்று. இதனால் அவர்களுக்குப் பின்னர் அதிக பொருள் இலாபம் உண்டு. அதுவும் அன்றி, நமது குலத்தவர்கள் கைத்தொழில்களின் மாட்சியையும், வியாபாரத் தின் நுணுக்கங்களையும் நாளடைவில் நன்குணர்ந்து நலம் அடைவார்கள்.

மேற்கூறிய கம்பெனி செழித்து ஓங்குமானால், ஒரு வருடத் திற்கு நூற்றுக்கணக்காக இஞ்சின் டிரைவர்கள், இஞ்சினுக்குக் கரிபோடுபவர்கள், பிட்டர்கள், மேஸ்டர்கள், மா அரைப்பவர்கள், ஐஸ் செய்பவர்கள், நூல் இழைப்பவர்கள், சாயம்போடுபவர்கள், இரும்புவேலை செய்பவர்கள், கண்ணாடிவேலை செய்பவர்கள், கடைச்சல்வேலை செய்பவர்கள் முதலிய பற்பல தொழில் செய்பவர்கள் நமது குலத்தில் ஏற்படுவார்கள். அவர்கள் அத் தொழில்களில் கைத்திறம் அடைவதால், அவர்களுக்கு உயர்ந்த வேலைகள் எங்கு வேண்டுமானாலும் கிடைக்கும். இதைப்பற்றி அதிகமாக விரித்துரைக்க வேண்டியதில்லை.

மேற்குறித்த நலங்களை யுத்தேசித்து நமது குலத்திலுள்ள ஏழைகளும், பணக்காரர்களும், கற்றவர்களும், கல்லாதவர்களும் இக்கம்பெனி விருத்தியாகுமாறு தாங்கள் எவ்வளவு அதிகமாக '5 ரூபா பங்குகள்' எடுத்துக்கொள்ளக்கூடுமோ அவ்வளவு மனப்பூர்த்தியாக எடுத்துக்கொள்ளுமாறு அவர்களை மிகவும் வேண்டிக் கேட்டுக்கொள்ளுகின்றோம்.

இவ்விந்தியநாடு முழுவதும் உள்ள மருத்துவ குலத்தவர்கள் ஏறக்குறைய 27 இலட்சம்பேர் இருக்கின்றனர். அவர்கள் ஒவ்வொருவரும் தங்களால் இயன்றவரையில் '5 ரூபா பங்கு' எடுத்துக் கொள்வார்களானால் நமது எண்ணம் நிறைவேறுவதற்கு என்ன தடையுளது?

இக்கம்பெனி தலைசிறந்து விளங்கவேண்டுமானால், நம்மவர்களுடைய ஒற்றுமை நலமும், உதவியும் அவசியம் இருத்தல் வேண்டும். ஆதலால் நம்மவர்கள் கருணையோடு இந்த மிகச்சிறப்பான கம்பெனியில் பங்குகள் அதிகமாக வாங்கித்தமது குலத்தின் மேன்மையைக்காப்பாற்றிக் குலத்தவர்களின் வாழ்க்கையைச் சுகமான நல்வாழ்க்கையாகச் செய்யுமாறு அவர்களின் கருணைத்திரத்தை நாடி, அவர்களைப் பன்முறை கேட்டுக்கொள்ளுகின்றோம்.

சந்தாதாரர்கள் ஆவதற்கு வேண்டிய அப்ளிகேஷன் பாரமும், சட்டப்புத்தகமும் மேற்கூறிய கம்பெனியின் ஏஜெண்டுக்கு எழுதிப் பெற்றுக் கொள்ளலாம்.

இங்ஙனம்:

மருத்துவ குலத்தின் நலத்தை வளர்க்கக்
கடமைப்பட்டுள்ள அடிமைகள்

இராஜாசந்த் கோலியா, லாகூர்
ஜீவன்மால், லாகூர்
ஹீராலால், பாட்னா
N.G. அமிர்தகார் B.A. LL.B. அம்ரோட்
துர்கா பிரசாத் B.A. LL.B
பண்டிட் எஸ்.எஸ். ஆனந்தம், சென்னை
டாக்டர் ஹார்டையால் சிங், மொரடாபாட்
உத்தாம் சந்ராட்டன்சந், ஔரங்கபாத்
சையாராம் B.A.L.T., பேடான்
சுரேந்திரசிங், மீரட்
சுஜான்சிங்க், ஆக்ரா.

மருத்துவன், 1928, அக்டோபர், பக். 3–4

4

இந்திய அரசியல் மகாசபையாகிய சைமன் கமிஷனும் தென் இந்திய மருத்துவர் சங்கப் பிரதிநிதிகளும்

2–3–29ஆம் நாள் சென்னை மெஸானிக் லாட்ஜில் சர் ஜான் சைமன் முன்பாக தென் இந்திய மருத்துவர் சங்க ஸ்தாபகரும், சங்கத் தலைவரும், மருத்துவன் ஆசிரியருமாகிய பண்டிட் எஸ்.எஸ். ஆனந்தம் அவர்களும், அட்வகேட் டி.எம். வேணுகோபால் B.A. B.L. அவர்களும், மருத்துவர் சங்க காரியதரிசிகளில் ஒருவராகிய எஸ். தருமாம்பாள் அம்மை அவர்களும், தமிழ்மாதர் சங்கக் காரியதரிசி பண்டிதை எ. நாராயணி அம்மை அவர்களும் வந்தார்கள். பண்டிட் ஆனந்தம் அவர்கள் சர் ஜான் சைமனுக்கு தென் இந்திய மருத்துவ சங்கத்தின் சார்பாக ரோஜாமலர்மாலை சூட்டி, முதன் முதல் ராயல் கமிஷன் பம்பாய் துறைமுகத்தில் வந்திறங்கும்போது, தென்னிந்திய மருத்துவர் சங்கத்தினர் கமிஷனை நல்வரவுகூற தந்திகொடுத்ததையும் பிறகு சென்னையில் கமிஷன் வந்தவுடன் 1.2.29 ஆம் நாள் பப்ளிக் ஒர்க்ஸ் பில்டிங்கில் தென் இந்திய மருத்துவ சங்கத்திலிருந்து பலர் ஒரு டெபுடேஷனாக வந்து சர் ஜான் சைமனுக்கும் கமிஷனுக்கும் நல்வரவு பத்திரம் படித்துக் கொடுத்ததையும் அந்த நல்வரவுப் பத்திரத்திலேயே தென் இந்திய மருத்துவர்களுக்கும், ஒடுக்கப்பட்ட மற்ற வகுப்பினர்களுக்கும் உயர்ந்த சாதியார் என்பவர்களால் ஏற்பட்டுள்ள கஷ்டங்களைப்

பற்றியும் குறிப்பாய்க் கூறப்பட்டிருக்கிறது என்று கூறி, தென் இந்திய மருத்துவர்களைப் பற்றியும், இந்திய அரசியல் திட்டத்தைப்பற்றியும் எழுதிய மெமோராண்டம் ஒன்றை சர் ஜான் சைமன் கையில் பண்டிட் ஆனந்தம் அவர்கள் கொடுத்தார்கள். சர். ஜான் சைமன் அதனைப்பெற்று மெமோராண்டம் கொடுத்ததற்காக மிக்க வந்தனமளிப்பதாகவும், மெமோராண்டத்தை முற்றும் தான் படித்துப்பார்த்து வேண்டியதைச் செய்வேனென்றும், நாங்கள் முதல்தடவை சென்னை வந்தவுடன் நீங்கள் டெபுடேஷனாக வந்து எங்களை வரவேற்று மரியாதைசெய்ததையும், இரண்டாவது இந்தியாவுக்கு வந்து சென்னையில் கமிஷன் அலுவல் முடிந்து ஊருக்குப் போகிறபோதும் நீங்கள் செய்த மரியாதையையும் மறக்கமாட்டோம் என்றும் பதில் கூறினார்.

அட்வகேட் டி.எம். வேணுகோபால் அவர்கள் பண்டிட் ஆனந்தம் அவர்களைப் பற்றியும் தமிழ்நாட்டில் மருத்துவர்களுடைய கஷ்டங்களைப்பற்றியும் சிலவார்த்தைகள் சொன்னார். கஷ்டப்படுகிறவர்கட்கு வேண்டியதை செய்வதற்காகத்தான் நாங்கள் வந்திருக்கின்றோம் என்று சைமன் பதில் கூறினார்.

இந்திய அரசியல் மகாசபையாகிய சர் ஜான் சைமன் கமிஷனுக்கு தென் இந்திய மருத்துவர் சங்கத்தின் அறிக்கை (Memorandum)

தென் இந்திய ஆயுர்வேத (சித்த வைத்திய) சங்கத்தின் ஸ்தாபகரும், தென் இந்திய மருத்துவர் சங்க ஸ்தாபகரும், ஷை சங்கத் தலைவரும் *மருத்துவன்* பத்திராதிபருமான பண்டிட் *S.S.* ஆனந்தம் அவர்கள் தென் இந்திய மருத்துவர் சங்கத்தின் பிரதிநிதியாக சைமன் கமிஷனுக்குக் கொடுத்த மெமோராண்டத்தின் சாரம்:

*1928*ஆம் வருடம் மார்ச்சு மாதம் முதல்தேதி சென்னையில் தென் இந்திய மருத்துவர் சங்கத்தார் சைமன் கமிஷனுக்கு ஒரு வரவேற்புப் பத்திரம் வாசித்துக்கொடுத்தது நினைவிலிருக்கலாம். அவ்வாறு வரவேற்பு பத்திரம் வாசித்துக்கொடுப்பதுடன் நில்லாமல் அச்சங்கத்தலைவனாகிய நான் கமிஷன் இரண்டாவது தடவை இந்த நகரத்துக்கு வரும்போது கமிஷன்முன் மருத்துவ குலத்தவரின் கஷ்டங்களை எடுத்துக்கூறி அவர்களுக்கு சமூகத்தில் தக்க சம உரிமைகளும், ஸ்தலஸ்தாபனங்களில் பிரதிநிதித்துவமும் கிடைக்கும்படி கேட்க வேண்டுமென்று தென் இந்திய மருத்துவ சங்கத்தார் விரும்பினர். ஆதலால் இந்த மெமோராண்டத்தில் மருத்துவகுலத்தாரின் சமூக அரசியல் நிலைமைகளை விவரித்து அவற்றை சீர்படுத்த என்னென்ன செய்யவேண்டுமென்று

என்னால் இயன்ற அளவு இந்திய அரசியல் கமிஷனுக்கு எடுத்துரைக்கின்றேன்.

ஜனநாயக ஸ்தாபனங்களுக்கு பிரதிநிதிகளை தேர்ந்தெடுக்கும் முறை, ஓட்டுரிமை வழங்குவதின் விஸ்தாரம், அரசாங்க உத்தியோகங்களில் வகுப்புவாரிப் பிரதிநிதித்துவம், இன்னோரன்ன விஷயங்களைப்பற்றியும், எனது சங்கத்தார் கருதுகின்றபடி எவ்வித அரசியல் திட்டம் இந்த மாகாண அபிவிருத்திக்கு ஏற்றதென்பதைப்பற்றியும் நான் இந்த அறிக்கையில் சுருக்கமாகக் கூறியுள்ளேன்.

சுய ஆட்சி ஸ்தாபனங்களில் மருத்துவருக்கு பிரதிநிதித்துவம் இல்லை

1. தென் இந்தியாவில் உள்நாட்டிலும் வெளிநாடுகளிலும் மருத்துவகுலத்தார் சுமார் 11 லட்சம் பேர் இருக்கின்றனர். வைத்தியம், இரணவைத்தியம், சங்கீதம், பிள்ளைப்பேறு பார்த்தல், விவசாயம், சவரம் செய்வது முதலியன இவர்களின் முக்கிய தொழில்களாகும். இந்து மதத்தைச் சேர்ந்தவர்களாயினும் மருத்துவர்கள் தென் இந்தியாவில் ஒடுக்கப்பட்டோரில் ஒரு வகுப்பாராக கருதப்படுகின்றனர். சமுதாய அரசியல் துறைகளில் முன்னேற்றமடைந்துள்ள வகுப்பார் அனுபவிக்கிற பல சுதந்தரங் கள் மருத்துவ குலத்தாருக்கு மறுக்கப்பட்டுள்ளன. 1919ஆம் வருடத்திய சீர்திருத்தங்களுக்கு பின்னரும் அரசியல் துறையில் மருத்துவ குலத்தாருக்கு நன்மை ஏற்படவில்லை. பொது ஸ்தானங்களிலே அவர்களுக்கு தேர்தல் மூலமாகவேனும் அல்லது நியமன மூலமாகவேனும் பிரதிநிதித்துவம் கொடுக்கப் படவில்லை. சீர்திருத்தப்படி ஒடுக்கப்பட்ட அல்லது பிற்போக் கான வகுப்பார்களில் ஒரு வகுப்பாருக்கு அல்லது சில வகுப்பார் களுக்காக சென்னை சட்டசபையில் ஒரு பிரதிநிதியை நியமிப்பது சர்க்காருக்கு வழக்கமாக யிருந்து வந்தது. சட்டசபையிலும் மற்ற சுயாட்சி ஸ்தாபனங்களிலும் சில ஒடுக்கப்பட்ட பிற்போக்கான வகுப்பார்களின் உரிமைகளை பாதுகாப்பதற்காக அப்படிப்பட்டவர்களுக்கு வகுப்புக்கொரு பிரதிநிதியேனும் சர்க்காரால் நியமிக்கப்பட்டிருக்கின்றனர். மருத்துவ குலத்தாருக்கோ அப்படி யில்லாமல் மேற்குறிப்பிட்டபடி பொதுப் பிரதிநிதித்துவம் தான் கொடுக்கப்பட்டிருக்கிறது.

தனிப் பிரதிநிதித்துவம்

2. சட்டசபையிலும், ஜில்லா போர்டு, லோக்கல் போர்டு, முனிசிபாலிட்டி முதலிய ஸ்தாபனங்களிலும் மருத்துவ குலத்தாரி லிருந்து ஒரு பிரதிநிதி நியமிக்கப்பட்டால் மருத்துவ குலத்தார்

உரிமைகளுக்கு போதிய பாதுகாப்பு ஏற்படுமா என்பது (1) சைமன் கமிஷன் அறிக்கை ஆதாரமாகக் கொண்டு தயாரிக்கப்படும் சீர்திருத்தங்களையும் (2) அப்போது ஏற்படுத்தப்பட்டிருக்கும் நியமன முறையையும் பொருத்ததாயிருக்கும்.

3. அடுத்த சீர்திருத்த திட்டத்திலே நியமன முறை முழுவதும் ஒழிக்கப்பட்டுவிட்டால் ஒவ்வொரு சமூகமும் தன் தன் சொந்தப் பிரதிநிதியை தெரிந்துகொள்ள ஏற்பாடு செய்ய வேண்டியது அவசியமாகும். அப்போது மருத்துவ குலத்தார் ஏறக்குறைய 11 லட்சம் ஜனத்தொகை யுள்ளவர்களாக யிருப்பதால் அவர்களுக்கும் அவ்விதமே சொந்தப் பிரதிநிதி தேர்ந்துகொள்ளும் உரிமை கிடைக்கும்.

4. அப்படி நேரிடாமல் நியமனமுறையே இன்னும் இருக்குமாயின், சட்டசபையிலும் மற்ற சுய ஆட்சி ஸ்தாபனங் களிலும் மருத்துவ குலத்தவர்களுக்கு தனிப்பிரதிநிதித்துவம் கொடுத்து மருத்துவகுல பிரதிநிதிகள் நியமிக்கப்பட ஏற்பாடு செய்தல் வேண்டும். ஆனால் தற்போது வழக்கத்திலிருக்கிற நியமனமுறை அந்தந்த வகுப்பாரின் உரிமைகளை முழுவதும் பாதுகாப்பதாயில்லை. நியமிக்கப்படுகிற பிரதிநிதிகளிடத்தில் அந்த வகுப்பாருக்கு நம்பிக்கை உண்டோ இல்லையோ என்பதை கவனியாமலே சர்க்கார் இப்போது ஒரு வகுப்புக்கு அல்லது ஸ்தாபனத்துக்கு சட்டசபையில் பிரதிநிதிகளை நியமித்து வருகின்றனர். இந்த முறையை நீக்கிவிட்டு இதற்குப் பதிலாக எந்த பிற்போக்கான அல்லது ஒடுக்கப்பட்ட வகுப்பாருக்கு அந்த வகுப்பாரால் ஆதரிக்கப்படுகிறவரும், அவர்களின் நம்பிக்கையைப் பெற்றவருமான பிரதிநிதிகளை பல ஸ்தாபனங்களிலும் நியமிக்க வேண்டும். நியமனகாலத்தில் அந்தந்த வகுப்பாரின் சங்கங்களில் விசாரணை செய்தால் இவ்வித அந்தஸ்துள்ள பிரதிநிதிகளை எளிதில் தெரிந்தெடுக்கலாம். உதாரணமாக மருத்துவ குலத்தாருக்கு பிரதிநிதி தெரிந்து கொள்ள வேண்டுமாயின் தென் இந்திய மருத்துவர் சங்கத்தின் மூலமாக தெரிந்து கொள்ளல் வேண்டும்.

5. மற்றெல்லா மாகாணங்களின் நிலைமைகளிலிருந்தும் பெரிதும் மாறுபட்ட இந்த சென்னை மாகாணத்தின் ராஜீய நிலைமைகளைப் பற்றி தீர விசாரித்ததின்மேல் தென் இந்தியா விலுள்ள மருத்துவ குலத்தினர் இன்னும் தங்கள் பிரதிநிதிகளை தேர்ந்தெடுக்கத் தக்க தகுதியடையவில்லை என்று நானும் எனது குலத்தாரும் கருதுகின்றோம். எனவே, மருத்துவ குலத்தவர் உரிமைகளைக் காப்பாற்றுவதற்கு நியமனமுறை ஒன்றுதானுண்டு. கல்வியில் அவர்கள் பிற்போக்கான நிலைமையிலிருக்கின்றனர். ஆயிரத்தில் ஒருவர்கூட உயர்தரக் கல்வி பெற்றிருக்கவில்லை.

மீதமுள்ள நூற்றுக்கு 99 பேருக்கு ஆரம்பக் கல்விகூட கிடையாது. அரசியல் கல்வியில் அவர்கள் நிலைமை இன்னும் கேவலமானதா யிருக்கிறது. ஒரு வகுப்பார் தங்கள் பிரதிநிதியைத் தேர்ந்தெடுப்பதிலே கட்சிப் பிரதிகட்சிப் போட்டியும் குழப்ப மும் நேரிடுகின்றன. பொதுத் தேர்தல் தொகுதியில் இந்த வகுப்பாருக்குக் கல்வி யில்லாமையால், உயர் ஜாதிக்காரர் தங்களை ஏமாற்றுவதற்கு இடங்கொடுத்து விடுகின்றனர். அரசியல் சமுதாயத் துறைகளிலே முன்னேற்ற மடைந்த வகுப்பாரின் தலைவர்கள் தங்கள் கட்சிக் கொள்கைகளை கபடமறியாத கல்வியில்லாத மருத்துவ குலத்தாருக்குக் கொணர்ந்து புகுத்தி அவர்களுக்குள் கட்சிப்பிரிவினை உண்டாக்குகின்றனர், எனவே, மேற்குறிப்பிட்டவாறு நியமனமுறை ஏற்படுத்தினால் தகுதியுள்ள பிரதிநிதிகளை தேர்ந்துகொள்ளுவதற்காக சங்கங்கள் ஸ்தாபிக்கப்படுவதற்கு ஏதுவாகும். அப்படிப்பட்ட சங்கங்கள் ஏற்பட்டால் அந்தந்த வகுப்பாருக்குள் ஒற்றுமை ஏற்படவும், அவர்கள் தங்கள் ஓட்டுரிமையைச் சரியாய் பிரயோகிப்பதற்கு அவர்களுக்குத் தேர்ச்சி யுண்டாகவும் ஏதுவாகும்.

வகுப்புவாரிப் பிரதிநிதித்துவமும், நியமனமும் வேண்டும்

சீர்திருத்தத்துக்குப் பின் சிறுபான்மை கட்சியாருக்கும் பிரதிநிதித்துவம் இல்லாத வகுப்பாருக்கும் நியமனத்தின் மூலமாக ஓரளவு நன்மை ஏற்பட்டிருப்பதாக அறிகிறோம். ஆகையால் நியமன முறையை நீக்கிவிடுகிறதாயின், அதற்குப்பதிலாக அதன் நோக்கம் நிறைவேறும்படியான தக்க ஏற்பாடுகள் செய்யப்பட வேண்டும். சிறுபான்மைக் கட்சியார் பொதுத் தொகுதிகளில் சேர்க்கப்பட்டால் அரசியல் சமுதாயத் துறைகளில் அபிவிருத்தி யடைந்துள்ள வகுப்பார்கள் அவ்விஷயங்களில் பிற்போக்கான நிலைமையிலுள்ள ஜனங்களுக்குப் பிரதிநிதிகளாக வர நேரிடும். அப்படி நேரிட்டால் பிற்போக்கான நிலைமையிலுள்ள ஜனங்களுக்கு தக்க பிரநிதித்துவம் கிடையாமற்போகும். இதனால்தான் நாம் வகுப்புவாரிப் பிரதிநிதித்துவம் வேண்டுமென்கிறோம். இது பிற்போக்கான வகுப்பார்களையாவது அல்லது இந்த மாகாணத்தை மாத்திரமாவது பொருத்ததல்ல. உண்மையில் இது இந்தியா முழுவதிலுமுள்ள எல்லா வகுப்பாருக்குமே அவசியமான தொன்றாகும்.

பொதுத்தேர்தல் தொகுதிகள் ஏற்பட்டால் இந்தியாவிலுள்ள பல வகுப்பார்களுக்குள்ளும் அதிக ஒற்றுமை ஏற்பட்டுவிடுமென்றும் வகுப்புவாரித் தனித்தேர்தல் தொகுதிகளால்தான் துவேஷம் அதிகரிக்கிறதென்றும் சொல்லப்படுவதை நாங்கள் ஆதரிக்க வில்லை. அதற்கு மாறாக தனித்தேர்தல் தொகுதிகளினால்

ஒவ்வொரு வகுப்பாரும் தங்களுக்குள் ஒற்றுமைப்பட்டு தங்கள் சமூகத்திலுள்ள குற்றங்குறைகளை நீக்கி துரிதமாய் சீரேற்றமடைவதற்கு அனுகூலமுண்டாகும். ஆகையால் வகுப்புவாரித் தேர்தல் தொகுதிகளும், நியமன முறையும் ஏற்படுத்தப்பட வேண்டுமென்று நாங்கள் மிகவும் வற்புறுத்திக் கேட்டுக் கொள்ளுகிறோம்.

மேஜர்களுக்கு ஓட்டுரிமை

இப்போது இந்திய சட்டசபை, ஜில்லா போர்டு, தாலுக்கா போர்டு முனிசிபாலிட்டி ஆகிய ஸ்தாபனங்களுக்கு ஒட்டு கொடுக்கிறவர்களுக்கு ஏற்படுத்தப்பட்டுள்ள சொத்து, அந்தஸ்து மிகவும் உயரியதாயிருப்பதால் இந்த சுயஆட்சி ஸ்தாபனங்கள் தகுந்த ஜனப்பிரதிநிதித்துவமுள்ளதாக யிருக்கவில்லை. எனவே, இந்த ஸ்தாபனங்களை யெல்லாம் உண்மையில் ஜனப் பிரதிநிதித்துவ முள்ளதாக்குவதற்காக இப்போதைய ஓட்டுரிமை அந்தஸ்தை நீக்கிவிட்டு அதற்குப் பதிலாக வயது வந்தவர்களுக்கெல்லாம் ஓட்டுரிமை வழங்க வேண்டும். இப்போது வழங்கப்பட்டுள்ள சீர்திருத்தங்களினால் தங்களுக்குக் கிடைத்துள்ள உரிமைகளை உபயோகப்படுத்த முடியாதபடி சில வகுப்பார்கள் பிற்போக்கான நிலைமையிலிருந்தாலும், நாடு முழுவதையும் மொத்தமாய்ப் பார்க்குமிடத்து பொது ஜனங்கள் அரசியல் விஷயமாய் தேர்ச்சிபெற்று வயது வந்தவர்களுக்கெல்லாம் ஓட்டுரிமை வழங்குவதற்கு நாடு தகுதியடைந்திருக்கிறது. தேர்தல் தொகுதிகளை விஸ்தாரமாக்கினால் தற்கால நிலைமையில் அவற்றை நிருவகிப்பது கஷ்டமென்று தோன்றலாம், என்றாலும் தேசம் குடியேற்றநாட்டு அந்தஸ்துக்காக தயாராகி வருவதால் இந்த கஷ்டத்தை மேற்கொள்ள வகைதேட வேண்டும்.

மாகாண சுய ஆட்சி

இந்தியா, கிரேட் பிரிட்டன் இவ்விரு நாடுகளின் நன்மைக்காக கிரேட் பிரிட்டனுடன் இந்தியாவுக்கு தொடர்பு இருக்க வேண்டுமென்றே நாங்கள் எப்போதும் நம்பி வந்திருக்கிறோம். இந்தியாவுக்கு சுயராஜ்யம் என்றால் பிரிட்டிஷ் சாம்ராஜ்யத்தில் ஒரு பகுதியாக இந்திய குடியேற்ற நாட்டு அந்தஸ்து அடைவதென்றே அருத்தமாகும். அப்படி இந்திய பிரிட்டிஷ் பொது ராஜ்யத்தில் ஒரு சம பங்காளியாக எடுத்துக் கொள்ளப்படுவதற்கு முன் இந்தியா பல அரசியல் திருத்தங்களைக் கடந்து செல்லுவது அவசியமாகும். எனவே இதற்கடுத்த திருத்தமாக மாகாண சுய ஆட்சி கொடுக்கப்படவேண்டும். இரட்டையாட்சி சரியாய் நடத்தப்படக்கூடிய ஒரு ஏற்பாடல்லவென்றும், அப்படி அதை நடத்துகிறதானால் அதற்கு குறிப்பிட்ட சில நிலைமைகள்

ஏற்பட்டிருந்தாலொழிய சரிவராதென்றும் கருதுகின்றோம். இரட்டையாட்சி ஏற்படுத்தி மாற்றப்பட்ட இலாக்காக்களை இவ்வளவுகாலம் மந்திரிகள் நிருவகித்து வந்திருப்பதால் இந்த திருத்தங்களை எடுத்துவிடுவது புத்திசாலித்தனமான முறையல்ல. இப்போதைய இரட்டையாட்சியிலும் நல்ல சீர்திருத்த ஏற்பாடு செய்ய முடியாவிட்டாலும், இப்போது மாற்றப்படாமலிருக்கும் இலாக்காக்களில் பலவற்றை மந்திரி ஆளுகைக்குள் மாற்றுவது நல்லதாகும். அதிலும் மாகாண சுய ஆட்சிதான் மிகச் சிறந்த ஏற்பாடாகும்.

மாகாண சட்டசபையில் இரண்டாவது சபை

சட்டசபையில் விரும்பப்படத் தகாதசட்டங்கள் செய்யாதபடி தடுக்க இரண்டாவது சபை ஏற்படுத்த வேண்டும். அதன் அமைப்பும் வல்லமையும், தன்மையும், இந்தியா சட்டசபையையும் அரசாங்க சபையையும் போலிருக்கவேண்டும்.

மருத்துவரும் அரசாங்க உத்தியோகங்களும்

இப்போது மாகாண இந்திய அரசாங்க உத்தியோகங்களெல் லாம் இந்நாட்டிலே உயர்ந்த ஜாதிக்காரர் என்று சொல்லப்படும் சமூகத்தாராலேயே ஏகபோக மிராசாய் அனுபவிக்கப்பட்டு வருகின்றன. இந்த வகுப்பாரிடம்தான் எல்லா அறிவும் அடங்கியிருக்கிறதென்று நம்பிக்கை யிருப்பதால் இவர்களை அரசாங்க உத்தியோகங்களிலிருந்து நீக்கிவிட்டால் நிருவாகத் திறமை கெட்டுப்போகும் என்ற தவறான அபிப்பிராயமும் ஏற்பட்டிருக்கிறது. இந்த வகுப்பாருக்கு அரசாங்க உத்தியோகங் களில் உரிமை கொடுக்கக்கூடாதென்று நாம் கூறவில்லை. ஆனால் மற்ற வகுப்பாருக்கு இடம் கிடையாதபடி இந்த சமூகத்தார் அரசாங்க உத்தியோகங்களில் அதிகரிக்காதபடி ஏற்பாடு செய்யப்பட வேண்டும். சர்வ கலாசாலை பட்டங்களை கவனியாமல் வகுப்புவாரி உரிமைகளைக் கவனித்தே மாகாண இந்திய அரசாங்க உத்தியோகங்கள் பகிர்ந்து கொடுக்கப்பட வேண்டும். ஒரு வேலைக்கு ஒரு உயர்ந்த வகுப்பினரும், ஒரு தாழ்ந்த வகுப்பினரும் அபேட்சகராய் நின்றால் உயர்ந்த வகுப்பினர் சர்வ கலாசாலைப்பட்டம் பெற்றிருந்தபோதிலும் அந்த உத்தியோகத்துக்கு போதுமான படிப்புள்ளவராயிருந்தால் அந்தத் தாழ்ந்த வகுப்பினரையே அந்த உத்தியோகத்துக்குத் தெரிந்து கொள்ளப்பட வேண்டும். இவ்விதமே தாழ்ந்த மருத்துவ குலத்தார் கல்வியில் பிற்போக்கான நிலைமையிலிருக்கின்றனர். ஆதலால் இந்த வகுப்பைச் சேர்ந்த ஒருவர் போதிய சர்வ கலாசாலை படிப்புள்ளவராயிருந்தால் அவருக்கு உயரிய

அரசாங்க உத்தியோகம் கொடுக்கப்பட வேண்டும். அப்படி உத்தியோகம் கொடுப்பதால் அது இந்த வகுப்பார் உயர்தரக் கல்வி கற்பதற்கு தூண்டிவிடுவதாகும்.

இலவசக் கல்வி வேண்டும்

மருத்துவர்கள் தற்காலம் தாழ்ந்தவர்கள் என்று கருதப்பட்ட போதிலும், பரம்பரையாக பெருமையுள்ள வைத்தியரா யிருந்து வரும் சமூகத்தாராவர்.

இந்த நாட்டில் அறியாமையே எங்கும் காணப்படுகிறது. மருத்துவரில் நூற்றுக்கு 10 பேர் வீதம்கூட படித்தவர்களல்ல என்று கூறினால் மிகையாகாது. பையன்களுக்கு ஏழு அல்லது எட்டு வயது ஆனவுடனேயே அவர்களை ஒரு தாழ்ந்த தொழில்களிலோ அல்லது ஏதாவது கடைகளிலோ மாதம் 4 அல்லது 6 ரூபா சம்பளத்துக்கு வேலைக்கு அனுப்பிவிடுவது மருத்துவகுல பெற்றோருக்கு வழக்கமா யிருந்து வருகிறது. இது நிறுத்தப்பட வேண்டும். ஆகையால் ஆரம்பக்கல்வி கட்டாயமாக கற்றுக்கொடுக்கப்பட வேண்டும். ஆண் பெண் இருபாலரும் பன்னிரண்டு வயது வரையிலாவது பள்ளிக்கூடத்தில் சேர்ந்து படிக்க ஏற்பாடு செய்யப்பட வேண்டும். மருத்துவ குலத்தாரைப் போலவே ஒடுக்கப்பட்ட வகுப்புப் பிள்ளைகளுக்கும் இரண்டாந்தரக் கல்வி இலவசமாய் கற்பிக்க ஏற்பாடு செய்யப்படவேண்டும். அதற்குமேல் உயரிய படிப்புக்குப் போக விரும்புகிறவர்களுக்கு உபகாரச் சம்பளங்கள் கொடுத்து உதவிசெய்தல் வேண்டும்.

வேலையில்லாக் கஷ்டம்

பொது ஜனங்களில் படித்த நடுத்தர வகுப்பாருக்கு வேலை யின்மையால் பெரும் கஷ்டம் ஏற்பட்டிருக்கிறது. இது விஷயமாய் விசாரித்து ஆலோசனை கூறும்படி இரண்டுவருட காலத்துக்குமுன் நியமிக்கப்பட்ட கமிஷன் இந்த வேலையில்லா கஷ்டத்தைத் தீர்ப்பதற்காக காரியத்தில் கொண்டுவரக்கூடிய எவ்வித திட்டமும் செய்யவில்லை. கிராமப் பிரதேசங்களை அபிவிருத்தி செய்கிறதிலே வேலையில்லாதாருக்குக் போதிய வேலை கிடைக்கக்கூடுமென்று அந்தக் கமிஷன் சிபார்சு செய்ததுண்டு. ஆனால் அது நடக்கிற காரியமல்ல. நடுத்தர வகுப்பைச் சேர்ந்த இந்திய மாணவர்கள் மேனாட்டுக்கல்வி கற்றவுடனே அரசாங்க இலாகாவில் ஏதோ ஒரு குமஸ்தா அல்லது நிருவாக வேலைதான் தங்களுக்குக் கௌரவமானது என்று நினைக்கின்றனர். படித்தவர்களில் ஒருவருக்கேனும் ஒரு கிராமத்தில்போய் உழவுத்தொழில், கைத்தொழில் இவைகளை மேற்கொள்ள வேண்டுமென்று விருப்பம்கிடையாது. அவர்கள்

அப்படிப்பட்ட படிப்பே படிக்கவில்லை. இந்தியாவில் இப்போது பல தொழிற்துறைகள் கிடையா. வேலையில்லாத் திண்டாட்டம் நீங்கவேண்டுமாயின் புதிது புதிதாய் தொழிற்சாலைகளை ஏற்படுத்தப்படல் வேண்டும். நாட்டிலே கைத்தொழிற்சாலைகளை அதிகப்படுத்தினால் வேலையில்லாக் கஷ்டத்துக்கு நிவர்த்தி மார்க்கம் ஏற்படுமென்று தோன்றுகிறது.

கைத்தொழில் அபிவிருத்தி

கைத்தொழில்களை அபிவிருத்தி செய்தால் நாட்டுப் பொருளாதார நிலைமை சீர்படுமென்று உணருகிறோம். இந்திய முதலைக்கொண்டே சர்க்கார் இந்தியாவில் கைத்தொழில்கள் ஏற்படுத்துவார்களானால் இப்போது இந்தியாவிலிருந்து அயல்நாடுகளுக்குச் செல்லும் பொருளில் பெரும்பாகம் இந்தியா வுக்கே பயன்படுமென்று நம்புகிறோம்.

அயல்நாடு செல்வோருக்கு தொழில்

இந்த மாகாணத்திலே விஸ்தாரமான நிலம் பயிருக்காக பண்படுத்தப்படாமல் கிடக்கிறது. இந்த நிலமெல்லாம் பண்படுத்தப்பட வேண்டும். சர்க்கார் இந்த வேலையை மேற் கொண்டு வேண்டிய விவசாய வசதிகள் ஏற்படுத்திக் கொடுத்தால் அதன் பலனாக சர்க்காருக்கு அதிக வரி கிடைப்பதுடன் இப்போது இங்கு வேலையில்லாமையால் சிங்கப்பூர், பினாங்கு, தென் ஆப்பிரிக்கா முதலிய நாடுகளுக்குச் செல்லுகிற தொழிலாளர் பெரும்பாலோருக்கு இந்த நாட்டிலேயே வேலை கிடைக்கும்.

சமூக மத விஷயங்கள்

சமூக விஷயங்களில் சர்க்கார் தலையிடுவதில்லையென்று விக்டோரியா ராணி அறிக்கை காலம்முதல் அனுட்டித்துவரும் நடுநிலைமையை விட்டுவிடவேண்டும். இந்தியா இன்னும் சமூக விஷயங்களில் பிற்போக்கான நிலைமையிலே இருக்கிறது. இந்திய ஜனங்கள் பிறப்பை அடிப்படையாகக் கொண்ட பலவித ஜாதிகளாகவும், உட்பிரிவுகளாகவும் பிரிந்துபோயிருக்கின்றனர். இதில் பார்ப்பனர் எல்லாரிலும் உயர்ந்தோராகவும், ஒடுக்கப் பட்ட வகுப்பைச் சேர்ந்தோர் மிகத் தாழ்ந்த ஜாதியாகவும் கருதப்படுகின்றனர். ஒவ்வொரு மனிதனும் தனக்கு கீழ்ப்பட்ட வகுப்பாரிலும் தன்னை உயர்ந்தவனாக மதித்துக் கொள்ளுகிறான். ஆனால் அவனுக்கு மேலான வகுப்பார் எனப்படுவோர் அவனைக் கேவலமாகவே நடத்துகின்றனர். இதனால் பொது ஜனங்களுக்குள் எவ்வித அனுதாபமும், ஒற்றுமையும் வளருவதற்கு

இடமில்லை. சூத்திரர் பிர்மாவின் காலிலிருந்து பிறந்தவர்களென்று சொல்லப்படுகிறபடியால் இந்து சமூகத்திலுள்ள நாலு வகுப்பில் கடையாராக கருதப்படுகின்றனர். இந்தச் சூத்திரர் யாரென்றால் பார்ப்பனரல்லாதாரே. அவர்களுக்குக் கீழாக பிற்போக்கான வகுப்பாரும் ஒடுக்கப்பட்ட மக்களூ மிருக்கின்றனர். இவர்கள் பிர்மாவின் உடலின் எந்தப் பாகத்திலிருந்து தோன்றினார்களென்று சாஸ்திரத்திலாவது சரித்திரத்திலாவது சொல்லப்படவில்லை. இந்த வகுப்பார்கள் இந்துமதத்தை சேர்ந்தவர்களாயிருந்தும், இந்து தெய்வங்களை வணங்கிவந்தும் இவர்களில் பெரும்பாலோர் தீண்டாதாராக கருதப்படுகின்றனர். அவர்களை கிட்ட அணுகாதாராகக் கருதும் உயர்சாதியர் உண்டு. மலையாளத்தில் நம்பூரிதிரிப் பார்ப்பனர் இந்த வகுப்பாரைத் தங்கள் தெருக்கள் வழியாகச் செல்ல அனுமதிப்பதில்லை. பிறப்பினாலே ஏற்பட்ட இந்த ஜாதிக் கட்டுப்பாட்டுக் கொடுமைகளினால் இந்தியாவிலுள்ள கோடிக்கணக்கான ஜனங்கள் வருந்துகின்றனர். மதத்தின் பெயரால் மகத்தாகிய பாதகங்கள் செய்யப்பட்டு வருகின்றன.

மருத்துவரில் உயர்ந்த வைத்தியராயினும், என்ன அந்தஸ்துள்ளவராயினும் பெரிதும் மதிப்புப் பெற்றவராயினும், தமிழ்நாட்டில் திருநெல்வேலி, மதுரை முதலிய இந்துக் கோயில்களுக்குள் செல்லக்கூடாது.

உயர் வகுப்பினரால் மக்களுக்குப் பொதுவான கோயில் வணக்க உரிமையே மறுக்கப்படுகிறதென்றால், ஒடுக்கப்பட்ட மக்களின் நிலைமை சமூகத்தில் மிக கேவலமாயிருக்கிறதென்பதைச் சொல்லவும் வேண்டுமோ.

பொது ஸ்தாபனங்களிலும், பொதுச் சத்திரங்களிலும் மருத்துவ குலத்தாருக்கு இவ்விதமே உரிமை கொடுக்கப்படுகிறதில்லை. மருத்துவர்கள் சிறப்பும் கண்ணியமுமான தொழில் நடத்தி வருகிறவர்களென்பதை மறுக்க முடியாது. புராதனகால முதலே மருத்துவ குலத்தார் வைத்தியராயிருந்து வந்திருக்கின்றனர். அவர்கள் முன்னோர் மூவேந்தரிடம் அரச வைத்தியர்களாக இருந்தனர். தமிழ் நூல்களிலே ஞானிகளும் அறிஞரும் அவர்களைப் புகழ்ந்து கூறியிருக்கின்றனர்.

தற்காலத்திய மருத்துவர்களும் தங்கள் புகழ்பெற்ற முன்னோரின் தொழிலை ஓரளவு மேற்கொண்டு நடத்தி வருகின்றனர். மருத்துவ குலத்தவரில் ஆண்கள் வைத்தியராகவும்ம், பெண்கள் மருத்துவச்சிகளாகவும் இருக்கின்றனர். நோய்வந்த காலத்திலும், பிரசவகாலத்திலும் தீண்டப்படாதார் என்று

கருதப்படும் மருத்துவ குலத்தாரின் உதவியை உயர்ந்த வகுப்பார் ஆவலாய் விரும்புகின்றனர். ஆனால் மற்ற காலங்களில் பிறப்பினால் கேவலமாகக் கருதி எல்லாச் சிறுமைகளுக்கும் அவர்கள் உட்பட்டிருக்க வேண்டியிருக்கிறது.

சமூக திருத்தத்துக்கு சர்க்கார் உதவி வேண்டும்

இந்தியாவின் தற்கால அரசியல் நிலைமையிலே மருத்துவ குலத்தினர் தங்களுக்கு எவ்வித இழிவுமின்றி சமத்துவ அரசியல் உரிமை கொடுக்கவேண்டுமென்று கேட்பதை அலட்சியம் செய்யமுடியாது. சட்டசபைக்கு தேர்ந்தெடுக்கப்பட்ட சில பிரதிநிதிகள் இந்து சமுதாயத்திலுள்ள இந்தக் கதைகள் தேசீய வளர்ச்சிக்கு தடையாயிருக்கிறதென்பதை உணர்ந்து, அறியாமையிலும் குருட்டாட்டத்திலும் ஆழ்ந்து கிடக்கும் பொது ஜனங்களை பிரசாரத்தினால் திருத்த முடியாமையால் சட்டங்களினால் இந்த தீமைகளை நீக்க பல தடவைகளிலும் முயற்சித்திருக்கின்றனர். தேர்ந்தெடுக்கப்பட்ட சட்டசபைகளிலேயே இவ்வித சட்டம் செய்ய முடியுமாயினும், சர்க்கார் சமுதாய விஷயங்களில் தலையிட முடியாதென்ற காரணத்தினால் அவ்வித சட்டங்களுக்கு சம்மதம் கொடுக்க மறுத்தே வந்திருக்கின்றனர். பிரிட்டிஷ் சர்க்கார் இந்த முறையை மாற்றி சமூக திருத்த விஷயமாய் இந்திய சட்டசபைகளுக்கு அதிகார மிருக்கும்படி அடுத்த சீர்திருத்த திட்டத்தில் ஏற்பாடு செய்யவேண்டும். சட்டசபைக்கு தேர்ந்தெடுக்கப்பட்ட பிரதிநிதிகள் இதுவிஷயமாய் பராமுகமாயிருந்தால், சர்க்காரே முன்வந்து சமுதாய தீமைகளை ஒழிப்பதற்கான சட்டங்கள் செய்தல் வேண்டும்.

இந்தியாவில் பிரிட்டிஷ் ஆளுகை ஏற்பட்டு இப்போது 200 வருடங்களாகியும் மருத்துவ குலத்தாரும் இன்னும் சில குலத்தினரும் முன்போல பிற்போக்கான நிலைமையிலேயே இருக்கின்றனர். சமுதாயத்திலே அவர்கள் இன்னும் முன்னேற்ற நிலைமை அடையவில்லை. இவ்வாறு பல திறப்பட்ட சிக்கலான இந்திய வியவகாரங்களையெல்லாம் அவைகளின் முக்கியத்துக்கு தக்கதாக கவனத்துடன் விசாரித்து நடைமுறையில் வரத்தக்க ஏற்பாடுகள் செய்வார்களென்று நம்புகிறோம்.

முடிவுரை

இந்த மாகாண ஜனங்களெல்லோரும் இந்திய அரசியல் மகா சபையினிடத்தில் பூரண நம்பிக்கை யுள்ளவர்களா யிருக்கின்றனர். ஒரு சிலர் கமிஷனை ஆட்சேபித்தாலும், கமிஷனுடன் ஒரு வழியில் இல்லாவிட்டால் இன்னொரு வழியில் ஒத்துழைக்க

விரும்பாதவர்கள் கிடையாது. இந்திய அரசியல் திருத்தம் செய்வதற்கு பிரிட்டிஷ் பார்லிமெண்டுக்கு உரிமையில்லை என்று கூறும் பகிஷ்காரக்காரர்களின் நோக்கம் எதுவாயினும் மருத்துவ குலத்தாராகிய நாங்களும் எங்களைப்போல் கஷ்டப் படுகிற பலரும், சமூக முன்னேற்றத்துக்காகவும் சம உரிமைக் காகவும் இதுவரையில் பிரிட்டிஷ் பார்லிமெண்டை நம்பி யிருந்ததுபோல எப்பொழுதும் பிரிட்டிஷ் சர்க்காரிடம் ராஜ விசுவாசமுள்ளவர்களா யிருக்கிறோம். இந்திய அரசியல் கமிஷனுடன் ஒத்துழைக்கும் உண்மை விருப்பத்துடன் இந்த அறிக்கையை (மெமோராண்டத்தை) கொடுக்கின்றோம்.

சர் ஜான் சைமனும் அவர் சகாக்களும் இந்திய அரசியல் விசாரணையை வெற்றிபெற நடத்தி முடிக்க விரும்புவதுடன், இந்திய சக்கரவர்த்திக்கு பூரண சுகமும் நீடிய ஆயுளும் ஏற்பட வேண்டுமென்றும் கடவுளைப் பிரார்த்திக்கிறேன்.

மருத்துவன், 1929, மார்ச், பக். 153–163

5

மங்கல அமங்கல சீர்திருத்தம்

ஒரு அருமைத் திருமணம்

(கலப்பு விவாகமும் – விதவா விவாகமும்)

8.12.1928ஆம் நாள் மாலை 5.30 மணிக்கு சென்னை அண்ணாபிள்ளைத்தெரு 97ஆம் எண்ணுள்ள தென் இந்திய பிரம்ம சமாஜமந்திரத்தில் மருத்துவ வகுப்பைச்சேர்ந்த சைவராகிய சீர்காழி வைத்தியர் S. வாசுதேவபிள்ளை அவர்கள் மகன் S.V. பாலகிருஷ்ணபிள்ளை அவர்கட்கும், தேவாங்க வகுப்பினராகிய T. முத்துச்செட்டியாரின் மகள் M. சீதாலெட்சுமி அம்மைக்கும் திருமணம் நடைபெற்றது. மேற்கண்ட மணமக்கள் இருவரும் பிரம்மசமாஜத்தைச்சேர்ந்த மருத்துவமாணவர்கள். மணமகள் M. சீதாலட்சுமி அம்மை அதிபாலியத்தில் விவாகம் நடைபெற்று கணவனை இழந்த பெண்.

இக்கலியாணம் பிரம்மசமாஜத்தின் முறைப்படி சாதிவேற்றுமை அழியவும், பால்யவிதவைகளின் துன்பம் ஒழியவும், கூலிப்புரோகிதர், போலிப் புரோகிதர்களின் ஆதிக்கம் இன்றி, வீண் செலவின்றி, வீணான மூடச் சடங்குகளின்றி மிக அழகாக நடைபெற்றது. ஒற்றுமையற்ற நமது நாட்டுக்கு இது ஒரு படிப்பாக இருக்கிறது.

பாமரமக்களின் கட்டுப்பாட்டைத் தகர்த்தெரிந்து, மிக வீரத்தனமாக இத்திருமணத்தை செய்து காட்டிய இம்மணமக்கள் என்றும் ஒருவருக்கொருவர் அன்பு மாறாமல் இருந்து நமது நாட்டின் விடுதலைக்கு ஒருவழிகாட்டியா யிருப்பார்க ளென்று நம்புகின்றோம்.

இத்திருமணத்திற்கு ஆண் பெண்கள் பெருங்கூட்டமாக வந்திருந்தார்கள். வந்திருந்தவர்களில் முக்கியமானவர்கள் சர் *A.P.* பாத்ரோ, திவான்பகதூர் *J.* வெங்கட்ட நாராயணா, திவான்பகதூர் *T.* வரதராஜலு நாயுடு, *V.* சுந்தரராஜலு நாயுடு, *B.A.B.L.* சுவாமி பிரமானந்தா, வித்வான் மணி திருநாவுக்கரசு முதலியார், வித்வான் பா. கண்ணப்ப முதலியார், பண்டிட் எஸ்.எஸ். ஆனந்தம், எதிராஜலு நாயுடு, இன்னும் பல கனவான் களாவார்கள்.

மணவினை முடிந்ததும் இந்திய மருத்துவமாணவர்களால் மணமக்களுக்கு கதர் மாலைகள்சூட்டி வாழ்த்துப்பத்திரம் வாசித்துக் கொடுக்கப்பட்டது. மணமக்கள் கதருடை அணிந் திருந்தார்கள்.

மணி திருநாவுக்கரசு முதலியார் அவர்களும் பண்டிட் எஸ்.எஸ். ஆனந்தம் அவர்களும் அத்திருமணத்தை வந்திருந்தவர் கட்கு விளக்கி அதன் அவசியத்தையும் அதனால் விளையும் நன்மைகளையும் எடுத்துக் கூறினார்கள். வந்திருந்தோர்களுக் கெல்லாம் சந்தனம், பூ, பழம் முதலியவைகள் வழங்கப்பட்டது என்று ஒருநிருபர் எழுதுகிறார்.

***மருத்துவன்*, 1928, டிசம்பர், பக்.79**

ஓர் திருத்தத் திருமணம்

பினாங்கிலிருந்து ஓர் திருமண இதழ் கிடைக்கப்பெற்றோம். அதன்முகப்பில் வைக்கம் வீரரின் திரு உரு விளங்கியது.

மேற்கண்ட மணவினையை பேரா இந்து மகாஜன சங்கம் காரியதரிசி திரு. ஐயாரு அவர்கள் தமிழில் நடத்தி வைப்பார்கள். திரு. கருப்பண்ண வைத்தியர் திருமகன் அப்பாவு பண்டிதருக்கும், திரு. கலியபெருமாள் அவர்களின் மகள் ஜானகி அம்மாளுக்கும் இவ்வாண்டு தைமாதம் 9ஆம்நாள் காலை இத்திருமணம் நடைபெறும். மணவினை முடிந்ததும் சுயமரியாதைச் சொற்பெருக்குகளும் நடைபெறும்.

இத்திருமணம் பார்ப்பன கூலிப் புரோகிதர், போலிப் புரோகிதரின்றி, வீண் சடங்குகளின்றி சுயமரியாதைக் கொள்கை யைத் தழுவி நடைபெறுமென்பதறிந்து மகிழ்வடைகின்றோம்.

இத்திருமணத்திற்குரிய மணமகள் திரு. க. ஜானகி அம்மை என்பவர் நமது *மருத்துவன்* பத்திரிகை மூன்றாம் இதழில், மருத்துவச் செல்வனுக்கு நல்வரவுகூறி ஆசீர்வதித்த அம்மையார் தான் என்பதும், வேறு அம்மையார் என்பதும் அறிய விருப்பம்.

மணமகள் மருத்துவப்பெண் என்பதும் வேறு குலப்பெண் என்பதும் நமக்கு அறியக்கூடவில்லை. பெண் வேறுகுலமாயிருந்தால் இன்றியமையாத அக்கலப்பு விவாகத்தை மிக மகிழ்ச்சியோடு போற்றுகின்றோம்.

சுயமரியாதை முறைப்படி மணந்துகொண்ட மணமக்கள் இருவரும் மனமொத்து நெடுநாள் வாழ இறைவனை இறைஞ்சு கின்றோம்.

***மருத்துவன்,* 1929, ஜனவரி, பக்.116**

சுயமரியாதைத் திருமணம்

சைதாப்பேட்டை மர வியாபாரம் திருவாளர். எம். சரவணன் அவர்கள் குமாரர் திரு. செகநாதத்திற்கும், கும்பகோணம் – திருவாளர் மருத்துவ சிரோமணி பொன்னம்பல பண்டிதர் குமாரத்தி திருமதி காந்திமதிக்கும், 20ஆம் தேதி காலை 5½ மணிக்கு சைதாப்பேட்டையில் மணமகன் வீட்டில் சுயமரியாதை முறைப்படி திருமணம் நடந்தேறியது. அநேக பெரியார்கள் கூடி இருந்தார்கள். திருவாளர்கள் ஈ.வெ. ராமசாமிப்பெரியார், மணி திருநாவுக்கரசு முதலியார், பண்டித எஸ்.எஸ். ஆனந்தம், எஸ். குருசாமியார், காளியப்பன், ஆரிய சமாஜ போதகர் ஸ்ரீ வெங்கடேசுவரா, ஜி. இரத்தினம்பிள்ளை பி.ஏ.எல்.டி., முதலிய அநேகர் சென்னையிலிருந்து வந்திருந்தார்கள். சரியாக 5.45க்கு மணமக்களைக் கல்யாண மண்டபத்திற்கு அழைத்துவந்து உட்காரவைத்ததும் திரு. ராமசாமிப்பெரியார் அவர்களால் மணமக்களின் பெற்றோர் சம்மதத்தைச் சபையோருக்குத் தெரிவித்தபின் மணமகன் மணமகளைத் தன்வாழ்க்கைத் துணைநலமாகக் கொண்டதையும், மணமகள் மணமகனைத் தன் வாழ்க்கைத் துணைநலமாகக்கொண்டதையும் ஒருவருக் கொருவர் சபையின்முன் சொல்லியபிறகு மாங்கல்யத்தை மணமகனிடம்கொடுத்து மணமகளுக்கு அணியச்செய்தார். பிறகு இருவரும் மாலைமாற்றிக்கொண்டதும் திருவாளர்கள் மணி. திருநாவுக்கரசு, எஸ். குருசாமி, வெங்கடேசுவரா, ஜி. ரத்தினம் பிள்ளை பி.ஏ.எல்.டி., பண்டிட் ஆனந்தம், மோகன் பிரதர்ஸ் ஆகிய கனவான்கள் திருமணமுறையை ஆதரித்தும், மணமக்களை ஆசீர்வதித்தும், உபந்நியாசம் செய்தார்கள். பிறகு மணமக்கள் புகைப்பட மெடுக்கப்பட்டதுடன் வந்திருந்தவர்கள் எல்லோரும் காலை சிற்றுண்டி அருந்தி சென்னைக்குப் புறப்பட்டு விட்டார்கள்.

அன்று மாலை சைதாப்பேட்டை முனிசிபல் சேர்மனும் மற்ற கவுன்சிலர்களில் பலரும் மற்ற அன்பர்கள்பலரும்

சென்னையிலிருந்து பலரும் பெருங்கூட்டமாகக் குழுமி இருந்தார்கள். தமிழ்ப்புலவர் சிவ. முத்துக்குமாரசாமி அவர்கள், தமிழ்ப்புலவர் பா. கண்ணப்பர் அவர்கள், தமிழ்ப்புலவர் எஸ்.எஸ். அருணகிரிநாதர் முதலியவர்கள். சுயமரியாதைத் திருமணத்தைப்பற்றி விரிவுரைசெய்தார்கள். சென்னை தமிழ் மாதர் கழகக் காரியதரிசி பண்டிதை திரு. நாராயணி அம்மாள் பெண்களின் சார்பாக அத்திருமணத்தைப்பற்றி புகழ்ந்து கூறினார்கள். பிறகு பண்டிட் ஆனந்தம் அவர்கள் ஒரே இரத்தக் கலப்புள்ளவர்களிலும், தமது குலத்தினரிலும், அவரவர்கள் வசிக்கும் ஜில்லாக்களிலுமே மணமுடிப்பதென்பது மிக அறியாமை என்றும், ஆறுகளுக்கு பாலங் கட்டுவதற்கு முன்னும், ரயில் ஏற்படாததற்கு முன்னும், ஆற்றுக்கு அப்பால் கொடுத்த பெண் ஆபத்துக் குதவாதென்று மக்கள் பயந்தார்களென்றும், இந்த காலத்தில் ஐந்து கண்டங்களும் ஒரேநாடாக இணைக்கப் பட்டிருப்பதாலும், மக்களுக்குள் ஏற்பட்டுள்ள சாதிமத வேற்றுமைகளையும், பகைகளையும் வேரோடு ஒழித்து பரஸ்பர அன்பைவளர்த்து சமத்துவம் நிலைபெற வேண்டியது இன்றியமையாததாலும், தமிழர் பலயீனம் ஒழிந்து பலவான்களாக வேண்டியது அவசியமாதலாலும், இம்மாதிரி சுயமரியாதைத் திருமணங்களே இனி நடைபெற வேண்டியது என்பதைப்பற்றியும், தமது கால்வழியிலேயே, குலத்திலேயே கொள்ளல், கொடுத்தல் என்பதை அறவே நீக்கவேண்டுமென்பதைபற்றியும், ஆங்கிலம் படித்து சர்க்கார் உத்தியோகம் செய்கிறவர்கட்கே பெண் கொடுப்பதென்னும் தப்பெண்ணத்தைவிட்டு உழவு, கைத்தொழில், வாணிபம் முதலிய தொழில்களை நன்கு செய்வோர்களே உலகிற்கு நன்மை செய்கிறவர்களாதலாலும், அவர்களாலேயே நமது நாடு சுயமரியாதையை அடையவேண்டுமாதலாலும் அவர்களை நாம் அவமதிக்கக்கூடாதென்றும், நடுவில் வந்து சேர்ந்து நமது நாட்டை அடிமைப்படுத்திய சாதிவேற்றுமைகளை ஒழித்து தமிழர்கள் என்ற ஒரே வகுப்பினராதல் வேண்டுமெனவும், அதற்கு கலப்பு மணங்கள் அவசியமென்றும், பல விஷயங்களைப்பற்றி மிக ஆர்வத்தோடு விரிவுரைசெய்து, இன்று காலை மணவினை நடைபெற்றதுமுதல் இதுவரையில் வந்து மணவினையைச் சிறப்பித்தவர்களுக்கும் உபந்நியாசகர்கட்கும் வந்தனங் கூறினார்.

அக்கூட்டத்தில் மணமகனையும் மணமகளையும் உயர்ந்த ஆசனத்தில் வீற்றிருக்கச்செய்து வந்திருந்தோர்களுக்கெல்லாம் அறிமுகம் செய்யப்பட்டு வாழ்த்து கூறப்பட்டது.

இத்திருமணத்தில் தாழ்த்தப்பட்ட ஒடுக்கப்பட்ட வகுப்பினர் களுக்கு ஒரு வேற்றுமையுமின்றி இரவு 10 மணிவரை அறுசுவை உண்டி அளிக்கப்பட்டது.

மறுநாள் தென் இந்திய மருத்துவர் சங்கத்தின் சார்பில் பண்டிட் ஆனந்தம் அவர்கள் இல்லத்தில் மணமகன் மணமகள் இருவருக்கும் அவர்களைச் சார்ந்தவர்கட்கும் அன்பு விருந்து நடைபெற்றது. அன்று பண்டிட் ஆனந்தம் அவர்கள் பண்டைக்கால மருத்துவர்களின் யோக்கியதை பொதுஜன தொண்டு, மருத்துவம், மருத்துவப் பெண்களின் நிலை முதலியவைகளைப்பற்றி வந்திருந்தோர்களுக்கு இரண்டுமணிநேரம் விரிவுரை செய்தார்.

மருத்துவன், **1929, மே – ஜூன், பக். 251–253**

மருத்துவர்களுக்கோர் அறிவிப்பு

சென்ற பங்குனித்திங்கள் 17ஆம் தேதி மதுரைக்கடுத்த மாடக்குளம் கிராமம் நீ. கருப்பண்ணவைத்தியர் அவர்கள் காலஞ்சென்றார். அதன் பனிரண்டாம்நாள் உத்தரகிரியை நடத்தப்பட்டது. பல ஊர்களிலிருந்து அநேக மருத்துவர்கள் அங்கு வந்திருந்தனர்.

ஷை காரியம் நடந்தேறியதின் பின்னர், மதுரை V.S. சண்முகாநந்தம் அவர்கள் 'கலியாணம், உத்தரகிரியை' முதலிய எவ்வித நன்மை தீமைகளிலும் பார்ப்பனப் புரோகிதத்தை ஒழித்தல், மூட பழக்க வழக்கங்களை நீக்கி, நாகரீகமுறையை அனுசரித்தல்; சிறுவர், சிறுமிகளை அவசியம் உயர்தரக் கல்வியில் பயிற்சித்தல்; விதவா விவாகத்தை ஆதரித்தல்முதலிய விஷயங்களைப்பற்றி மிக விரிவாகப் பேசினார்கள்.

6

இணைக்கவயது கமிட்டியாரின் கேள்விகளுக்குத் தென் இந்திய மருத்துவ சங்கத்தலைவர் எஸ்.எஸ். ஆனந்தம் அவர்கள் கொடுத்த சாட்சி

கேள்வி 1: இந்தியன் பினல்கோட்டிலுள்ள 375, 376, செக்ஷன்படி சம்மத வயது திட்டம் அமுலிலிருப்பதில் தங்களுக்குத் தற்காலம் ஏதாவது அதிர்ப்தி உண்டா?

பதில்: இந்தியன் பினல் கோட்டில் 375வது செக்ஷனில் உள்ள எக்ஸெப்ஷன் கூடாது.

இந்தியன் பினல் கோட் 375வது செக்ஷனில் கண்டுள்ள 5 விஷயங்களில் அதிர்ப்தி ஒன்றுமில்லை. ஆயினும், அந்த செக்ஷனில் எக்ஸெப்ஷனாக 13 வயதுக்கு மேற்பட்ட பெண் தனது மனைவியா யிருந்தால் அவளை அவள் கணவன் சேர்ந்தால், அது 'ரேப்' என்னும் குற்றமாகா தென அந்த செக்ஷனில் இருக்கிறது. அந்த எக்ஸப்ஷன் இருப்பது சரியல்ல. சொந்தகணவனே யாயினும், 16 வயதிற்குள்பட்ட தனது மனைவி சம்மதித்தாளாயினும் கணவன் அவளைச்சேர்ந்தால் அது ரேப் என்னும் குற்றத்தில் சேர்க்கவேண்டும்.

காரணம்: இந்தியாவில் இந்துக்கள் பலவீனர்களா யிருப்பதற்கும், பெண்களுக்கு இயற்கையாயும், சாதாரணமாயும் நடைபெற வேண்டிய பிரசவம் அவர்களுக்கு மிக ஆபத்தாயிருப்பதற்கும், பால்ய விதந்துகள் மிகுதியாயிருந்து வருந்து வதற்கும், சிசு மரணத்திற்கும் காரணமாயிருப்பது, பெண்,

ஆண்களின் உடம்பு, முழு உடம்பு (பூரணசரீரம்) ஆவதற்குள் அவர்கள் பொருந்துவதின் கொடுமையேயாகும். கணவனுக்கு 24 வயதிற்குமேலும், பெண்களுக்கு 16 வயதுக்கு மேலும் விவாகம் செய்யவும், அதன் பின்னர் பெண் ஆண்கள் சேரவும் சட்டம் ஏற்படல் வேண்டும்.

கேள்வி 2: (a) இப்போதிருக்கும் சம்மதவயது சட்டத்தை அப்படியே வைத்துக் கொள்ளவோ?

(b) அல்லது அதில் இன்னும் திருத்தம் செய்யவோ நீங்கள் நினைப்பதற்கு என்ன காரணங்கள் உள?

காரணம்: இப்போதிருக்கும் சம்மத வயது சட்டத்தைத் திருத்த வேண்டும்.

பதில்: 14 வயதுடைய ஒரு பெண்ணுக்குக் கலியாணத்தால் தனக்கு உலகத்தில் ஏற்படப்போகும் பொறுப்பு இன்னதென உணர அறிவு போதாமையாலும், 16 வயதுக்குள் அவள் கருப்பெறுவது மிக அபாயத்திற் கிடமாயிருப்பதாலும், அவள் வாழ்நாள் முழுவதும் பலவீனமாயிருக்க நேருகிறபடியாலும், இப்பொழுதிருக்கும் சம்மதவயது பதினாலைப் பதினாறாக மாற்றவேண்டும்.

கேள்வி 3: உங்கள் நாட்டில் பெண்களைக் கெட்டவழியில் திருப்புவதோ, பலாத்காரமாகக் கற்பழித்தலோ, அடிக்கடி நடக்கின்றதா? சம்மத வயதை 14 ஆக உயர்த்தி 1925ஆம் ஷூ திருத்திய சட்டத்தால் பெண்கள் அவர்கள் கணவர்களைத் தவிர பிறர் கற்பழித்தாலோ, கெட்ட வியாபாரத்திற்காகப் பெண்கள் மனதைக் கலைப்பதோ குறைந்து வருகிறதா? இல்லா விட்டால் எப்படிச்செய்து அச்சட்டத்தை பயன் படச் செய்யலாம்?

பதில்: ஆம். எங்கள் நாட்டில் பெண்களைக் கெட்டவழியில் திருப்புவது நடைபெறுகின்றது. 1925 ஷூ சம்மத வயதைப் பதினாலாக திருத்தியதால் கெட்ட வியாபாரத்திற்காகப் பெண்களின் மனதைக் கலைப்பது முதலியன குறைந்ததாகக் காணவில்லை. 16 வயதுக்குட்பட்ட பெண்களுக்குத் தனது வாழ்நாள் முழுவதும் தனது உயிர்த்துணையாய் நாடும் கணவனுக்கும் தனக்கும் உள்ள சம்பந்தம் இன்ன தென்றறிவதற்கும், கணவனின் யோக்கியதையறிந்து தனக்குத் தக்க கணவனைத் தீர்மானித்துக் காதலிப்பதற்கும் உலக அனுபவமும் அறிவும் போதாது. ஆதலால் சம்மத வயதை பதினாலாகத் திருத்தியது போதாது. பதினாறாகத் திருத்தவேண்டியது தான் சரி.

கேள்வி 4: 13 வயதிற்குள் பெண்களை அவர்கள் கணவர்களும் சேரக்கூடாதென்று 1925ஆம் வருடம் திருத்திய சட்டத்தினால் பயனுண்டா? அப்படிப் பயனுற

1. சாந்திமுகூர்த்தத்தைத் தள்ளிவைக்க சட்டம் செய்யலாமா?

2. பொது ஜனங்களுடைய அபிப்ராயத்தை மாற்ற பிரசாரம் செய்யலாமா?

3. கல்யாணத்தையே பெண்களுக்கு 13 வயதிற்குமேல் தான் செய்யவேண்டுமென்று சட்டம் செய்யலாமா? இவைகளன்றி வேறு எவ்வழிகளிலாவது அச்சட்டத்தைப் பயனுறச்செய்ய என்னயோசனை சொல்லுகிறீர்கள்?

பதில்: 1925 ௵ 13 வயதுக்குள் பெண்களை அவர்கள் கணவர்களும் சேரக்கூடாதென சட்டம் செய்ததால் பயனில்லை.

1. சாந்திமுகூர்த்தம் வேறு, கலியாணம் வேறு என்று இரண்டு சடங்குகளே கூடாது. கலியாணமே 16 வயதுக்குமேல் செய்யவேண்டுமெனும் சட்டம் வருவது தான் நலம். கலியாணத்தன்றோ, அன்று மறுநாளோ சாந்திமுகூர்த்தமும் நடைபெற வேண்டியது தான் சரி. இப்படி பலவிடங்களில் நடைபெறுகின்றது.

2. இதைப்பற்றிப் பொது ஜனங்களுடைய கருத்தை மாற்ற பிரசாரம் மிக அவசியமாகும். பாடசாலைகளிலும் ஆண் பெண்களுக்குத் தேக சம்பந்தத்தினால் வரும் இன்பதுன்பங்களையும், அதற்குத்தக்க காலத்தையும் போதிக்கவேண்டும்.

3. பெண்களுக்குக் கலியாணத்தைப் பதினாறு வயதுக்குமேல்தான் செய்ய வேண்டுமெனும் சட்டம் ஏற்படுத்துவது மிக அவசியமாகும். 16 வயதுக்கு மேல் பெண்களும், 24 வயதுக்கு மேல் ஆண்களும் கலியாணம் செய்து கொள்ளு முன் ஆண் பெண் இருவர்களின் தேக நிலையையும் வயதையும் டாக்டர் பார்த்துத் தகுதியானவர்களென அனுமதித்த பின்னர் மணம் செய்வதே நல்லது.

கேள்வி 5: உங்கள் நாட்டில் அநேகமாய் எந்தவயதில் பெண்கள் பிரவிடையாகிறார்கள்? அது ஒவ்வொருசாதிக்கும், மதத்திற்கும் வேற்றுமைப்படுகிறதா?

பதில்: எங்கள் நாட்டில் பொதுவாக பெண்கள் அநேகமாகப் பதினாறுவயதுக்கு மேல் பருவமடைகிறார்கள்.

கேள்வி 6: பெண்கள் பருவமடையாததற்கு முன்னோ, அல்லது பருவமடைந்த பின்னோ? 13 வயது முடிவதற்குள்ளோ, ஆண் பெண் சேருவது உங்கள் நாட்டில் சகஜமாய் இருக்கிறதா? இப்படிப்பட்ட விஷயம் ஏதாவது கோர்ட்டுக்கு வருகிறதா?

பதில்: எங்கள் நாட்டில் சிறு வகுப்பினராகிய பிராமணர்கள் மட்டும் பெண்கள் பருவமடைவதற்கு முன்னும், பின்னும், பதிமூன்று வயதுக்கு முன்னும் பெண்களைச் சேருவதாகத் தெரிகிறது, பிராமணரல்லாத பெரும்பகுதி மக்கள் பெண்கள் பருவமடைவதற்கு முன் ருது சாந்தி செய்வதில்லை.

கேள்வி 7: பாலியத்தில் பிரவிடையாவதற்கு முன்னோ, ஆன உடனேயோ, பெண்களுக்கு எங்கெங்கு சாந்திமுகூர்த்தம் நடக்கிறதோ அங்கெல்லாம் மதத்தின் தூண்டுதலால் நடை பெறுகிற தென்று நீங்கள் நினைக்கின்றீர்களா? அப்படி மதத் தூண்டுதலாயிருந்தால், அது எந்த அதிகாரத்தினால் எப்படி நடைபெறுகிறது? அதைமீறி நடப்பவர்களுக்கு அவ்வதிகாரத்தினால் என்ன சிக்ஷை விதிக்கப்படுகிறது?

பதில் : தென்னிந்தியாவிலுள்ள பிராமணர்களுக்குள் அவர்கள் சாதி வழக்கத்தினால் பெண்கள் பருவமடைவதற்கு முன்னும், பருவமடைந்த உடனேயும் விவாகம் செய்வதாகத் தெரிகிறதே அன்றி மதம் அதற்குத் தூண்டுதலாயிருப்பதாகத் தெரியவில்லை.

கேள்வி 8: பெண்கள் பிரவிடை ஆவதே, அவர்களுடைய தேக வலிமை சாந்திமுகூர்த்தத்திற்குத் தகுதியான நிலையையடைந்து விட்டதற்கு ஒரு அறிகுறி என்று நீங்கள் நினைக்கிறீர்களா? அவர்கள் பின் சந்ததி சுகமாய் வளர்ந்து வாழவும், பெண்ணுடைய தேகநிலை கெடாதிருக்கவும் அவள் பிரவிடையாகி எத்தனை காலம், அவள் தேகம் சாந்திமுகூர்த்தத்திற்கு லாயக்காக காத்திருக்க வேண்டுமென்று நினைக்கின்றீர்கள்?

பதில்: பெண்கள் பருவமடைந்ததனால் மட்டும், அவர்கள் உடம்பு கணவன் சேர்க்கைக்குத் தகுதியான குறியாகாது. பெண்களின் தேகநிலை கெடாதிருக்கவும், ‘அவர்கள் சந்ததி சுகமாய்வளர்ந்து வாழவும், பெண்கள் ருதுவாகி நாலுவருஷம் வரை சாந்திமுகூர்த்தம் செய்யாமல் இருத்தல் வேண்டும்.

கேள்வி 9: தன் பொறுப்பையும் பின்னால் நேரிடுவதையும் அறிந்து ஒருபெண் தன் முதிர்ந்த அறிவுடன் சாந்திமுகூர்த்தத்திற்கு இணங்க எத்தனைவயதாக வேண்டுமென்று நினைக்கின்றீர்கள்?

பதில்: பெண்கள் 18 வயதிற்கு மேல் தான் தாங்கள் பொறுப்பாளியாக விருந்து எக்காரியமும் செய்யத்தக்கவர்களாயிருக்கின்றார்களென்றும், அவ்வயதிற்குட் பட்டவர்கள் மைனர்கள் எனவும், அவர்கள் சொத்தைப் பற்றியோ இன்னும் மற்ற காரியங்களையோ தானாகச்செய்தால் அது ஏற்றுக்கொள்ளப்பட மாட்டாதென்றும் சட்டமிருக்கும்போது, தங்கள் வாழ்நாள் முழுவதையும் பாதிக்கக்கூடியதும், மிக முக்கியமான துவுமான புருஷசேர்க்கைக்கு

உடன் படுவதென்பதற்கு 16 வயது போதுமென்பது எப்படிப் பொருந்தும்?

ஒரு பெண்ணின் பெற்றோர்களோ, அல்லது அப்பெண்ணின் நலத்தை உண்மையில் கோரும் சுற்றத்தாரோ, தங்களிடையில் நடைபெற்று வரும் வழக்கப்படி ஒரு ஆண்மகனுக்கு அப்பெண்ணை 16 வயதிற்குமேல் விவாகம் செய்து கொடுக்கலாம்.

ஆனால் பெண் தனது பொறுப்பையுணர்ந்து, தானே ஒரு புருஷனைத் தீர்மானித்துக் கொள்ளுவதற்கு 18 வயதுக்கு மேலாக வேண்டும். உடம்பு வளர்ச்சி போது மெனினும் அறிவு வளர வயதாக வேண்டும்.

கேள்வி 10: உங்களுடைய அனுபவத்திலாவது, உங்கள் தொழில் சம்பந்தமான அனுபவத்திலாவது, வேறு எப்படி இருந்தாலாவது சரி; பெண்கள் பிரவிடை ஆவதற்கு முன்னோ அல்லது பிரவிடையாகி உடல் நிலை முற்றும் வலிவடைவதற்கு முன்னோ ஆண்களால் சேரப்படுவதால், அவர்களின் தேகநிலை கெட்டிருப்பதையாவது, அவர்கள் சந்ததி கேடு அடைந்திருப்பதையாவது பார்த்திருக்கிறீர்களா? அப்படி இருந்தால் அப்பெண்ணின் வயதையும் அவள் அடைந்த கெடுதலையும் அறிவிக்கவும்.

பதில்: 16 வயதிற்குள் எந்த பெண்களும் பூரண உடல் நிலையை யடைவதில்லை. இதைப்பற்றி மற்ற கேள்விகளுக்குச் சொல்லிய பதிலில் சொல்லப்பட்டிருக்கிறது. தற்காலத்தில் பெண்கள் நூற்றுக்குத்தொண்ணூறுபேர் வரையில் உடல் வலியற்றவர்களாவும், நோயாளிகளாகவும் இருக்கின்றனர். சிசு மரணமும் மிகுதியா யிருக்கின்றது. சிசுக்கள் நூற்றுக்குத் தொண்ணூறு மிகவும் மெலிந்தும் நோயுடனும், வயதிற்குத் தக்க வளர்ச்சியற்று மிருப்பது வெளிப்படை. நானே ஒருவைத்தியனாயிருந்து, தரும வைத்தியசாலை வைத்து நடத்திப்பார்த்து வருவதால் இதை நிரூபிக்க என்னிடம் பலசாட்சிகள் உண்டு. பெண்களின் ஆஸ்பத்திரிகளில் இதற்கு சாட்சியம் மிகுதியாகக் கிடைக்கும். தென் இந்தியாவில் பிராமணவகுப்பினரில் கல்யாணமான எந்தப்பெண்ணும் 16 வயதிற்குள் புருஷசேர்க்கையை யடைந்து பிள்ளைப்பெற்றவர்களே ஆவர். மற்ற வகுப்பார்களிலும் நூற்றுக்கு எண்பது பெண்கள் 16 வயதிற்குள் புருஷன் சேர்க்கையை யடைந்தவர்களே யாவர். பொதுவாக நம் நாட்டிலுள்ளவர் அனைவரும் இவ்வாறு நோயுடன்கூடிய துன்பமான வாழ்க்கையை அடைந்திருப்பதற்குக் காரணம் 16 வயதிற்குள் பெண்களும் 24 வயதிற்குள் ஆண்களும் பொருந்துவதே யாம்.

ஆனந்தம்பண்டிதர்

கேள்வி 11: தாய்மார்களும், இளங்குழந்தைகளும் சாவதற்கும், ஜனங்களுடைய அறிவும், தேகவலிமையும் கெடுவதற்கும், பாலிய சாந்திமுகூர்த்தமும், இளம் பெண்கள் தாய்மார்களாவது தான் காரணமென்று நினைக்கின்றீர்களா?

பதில்: 11வது கேள்விக்குக் கொடுத்த பதிலே இதற்கும்.

கேள்வி 12: 1925 ஸ்ரீ திருத்திய சட்டத்திற்குப்பின்னர், சம்மத வயதை அதிகப்படுத்த உங்கள் நாட்டில் ஜனங்களுக்கு எண்ணமிருக்கின்றதா? அப்படி இருந்தால் அது பொதுவாக இருக்கின்றதா? அல்லது ஒரு வகுப்பார் மாத்திரம் அவ்வெண்ணம் உடையவர்களாக இருக்கின்றார்களா?

பதில்: இப்போது தென் இந்தியாவில் ஒவ்வொரு வகுப்பாரும் தங்கள் வகுப்பு மகாநாடுகளில் சம்மத வயது உயர்ந்திருக்க வேண்டுமெனத் தீர்மானங்கள் செய்கிறார்கள். தென்னிந்திய மருத்துவர் சங்கத்தின் ஆதரவில் நடைபெற்ற இரண்டு மூன்று கான்பரன்சுகளிலும் தற்காலம் நடைபெறும் பாலிய விவாகத்தைக் கண்டித்துத் தீர்மானங்கள் செய்து கவர்ன்மெண்டுக்கும் அனுப்பப்பட்டிருக்கிறது. படித்த மக்கள் மகாநாடுகள் கூட்டிச் செய்த தீர்மானத்தை பாமரஜனங்கள் அனுஷ்டானத்தில் கொண்டுவருவதில்லை. அரசாங்கத்தாரால் சட்டமியற்றிவிட்டால் அது எளிதாக அனுஷ்டானத்தில் வந்துவிடும். தென் இந்தியா விலுள்ள எல்லா சமாசாரப் பத்திரிகைகளும் பால்ய விவாகத்தைக் கண்டனம் செய்கின்றன. இது வெகு ஜன அபிப்பிராயமாகவே இருக்கின்றது. இதை எதிர்க்கும் சிறு பகுதியினர் ஜாதி வழக்கத்தைக் காரணம் காட்டுகிறார்களே தவிர உடற்கூறு உடற்றொழில், உடல் நலம் முதலிய ஆராய்ச்சியினால் சொல்லுபவர்களல்லர்.

கேள்வி 13: உங்கள் நாட்டிலுள்ள பெண்கள் தங்கள் குழந்தை களுக்குப் பால்யத்தில் சாந்திமுகூர்த்தம் நடப்பதற்கு அனுகூலமா யிருக்கின்றார்களா?

பதில்: இந்தியாவில் பொதுவாகப் பெண்மக்களுக்குச் சுதந்திரம், கல்வியில்லாமையினாலும், மூட வழக்கத்தைவிட தைரியமில்லாத தினாலும் ஆண்களுக்குக் கட்டுப்பட்டு, அடங்கி நடக்கும் குணமுடையவர்களாகையாலும் பெண்கள் பால்ய விவாகத்திற்குச் சம்மதிக்கிறார்கள். இந்தியாவில் படித்த பெண்கள் பால்ய விவாகத்தை ஒழிக்கவே பாடுபட்டு வருகின்றார்கள்.

கேள்வி 14: இந்தியன் பினல்கோட் 375, 376 செக்ஷன்படி ஏற்பட்டுள்ள குற்றங்களின் விசாரணையில் பெண்களின் வயதை நிர்ணயிப்பதில் ஏதாவது கஷ்டங்கள் நேர்ந்திருக்கின்றதா? இக்கஷ்டங்களை நிவர்த்தியாக்கவோ, குறைக்கவோ என்ன யோசனை சொல்லுவீர்கள்?

பதில்: பொதுவாக நீதி மன்றங்களில் பெண்களைப்பார்த்து அவர்களின் வயதை நீதிபதி நிர்ணயிப்பது கஷ்டமேயாகும். பிறந்ததும் எழுதிவைக்கும் சென்ஸஸ் கணக்கைக்கொண்டு வயதைத் தீர்மானிக்கலாம். பற்களின் வரிசையையும் எண்ணி வயதைத் தீர்மானிக்கலாம்.

கேள்வி 15: சம்மதவயதை 14 ஆகவோ அதற்கு மேலாகவோ உயர்த்தினால் வயதை நிர்ணயிக்கும் கஷ்டம் நீங்குமா? அல்லது குறையுமா?

பதில்: சம்மதவயதை பதினாறாக உயர்த்தினால் நன்மையுண்டு.

கேள்வி 16, 17: கணவனாயிருந்து செய்யும் குற்றத்தையும், அன்னியனாயிருந்து செய்யும் குற்றத்தையும் வித்தியாசப் படுத்துவீரா? அப்படியானால் ஒவ்வொன்றிற்கும் எவ்வளவு தண்டனைகளை எந்தவிதமாக விதிப்பீர்கள்? இவ்வகையான வழக்கு விசாரணையில் கணவனாக இருப்பவனுக்கும், மற்றவ னுக்கும் வித்தியாசம் பாராட்டுவீரா? அப்படியானால் அக் குற்றவாளிகளைத் தனியே எவ்விதமாக விசாரிப்பதென்பதை சொல்லுகிறீர்கள்?

பதில்: கணவன் செய்யும் குற்றத்தையும், கணவனல்லாத மற்றவன் செய்யும் குற்றத்தையும் வித்தியாசமாக நோக்குவதில் அர்த்தமில்லை. 16 வயதிற்குள் ஒரு பெண்ணைச் சேருபவன், அவன் கணவனாயிருப்பதால் அவ்வளவு கெடுதலில்லை யென்பது சரியல்ல. மற்றவர்களைவிட கலியாணம் செய்து கொண்ட கணவர்களுக்கே இக்குற்றத்தைச் செய்ய அதிக வசதியுண்டு. ஆகையால் கல்யாணமே 16 வயதிற்குமேல்தான் நடக்கவேண்டுமென்று சட்டம் செய்து 16 வயதிற்குள் கணவன் ஏற்படாமலே செய்யவேண்டும்.

கேள்வி 18: கணவன் மனைவி விஷயத்தில் குறைந்த வயதை நிர்ணயித்துச் சாந்திமுகூர்த்தத்திற்குச் சட்டம் செய்யலாமா? சம்மத வயதை யுயர்த்தி அதை மீறுபவர்களைத் தண்டிக்கும்படி சட்டம் செய்யலாமா? உங்கள் நாட்டு ஜனங்கள் மேல் சொன்ன இரண்டில் எந்த விதியை ஏற்றுக்கொள்ளுவார்கள்?

பதில்: மூன்றாவது நான்காவது கேள்விக்கு பதிலில் பார்க்கவும்.

கேள்வி 19: உங்கள் விருப்பத்தை நிறைவேற்ற தண்டனை விதிக்கும் சட்டங்களில் நம்பிக்கை வைக்கிறீர்களா? அல்லது பொதுமக்களுக்கிடையில் செய்யும் பிரசாரத்தினாலும், கல்வி யறிவு விர்த்தியாவதினாலும் ஜன சமூகம் சீர்திருத்தம் அடைவதில் நம்பிக்கைக் கொள்கின்றீர்களா?

பதில்: சட்டங்களை விதிப்பது ஒன்று மட்டும் போதாது. அதனுடன் பொதுமக்களுக் கிடையில் செய்கின்ற பிரசாரத்தினாலும், கல்வி விருத்தியாலும். சீர்திருத்தம் பண்ணவேண்டும். ஆங்கில இந்தியர்களும், இந்து கிருஸ்தவர்களும் தவிர இந்து பெண்களில் நூற்றுக்குத் தொண்ணூற்றாரு பெண்களுக்குமேல், தான் மணந்துகொள்ளப்போகும் கணவனைக் கலியாணத்திற்குமுன் கண்ணால் பாத்திருக்கவேமாட்டார்கள். ஆண், பெண்களின் சம்மதமின்றியே அவர்கள் பெற்றோர்களும், மற்றோர்களுமே பெண் ஆண்களைத் தீர்மானித்துச் சேர்த்துக் கலியாணம் செய்துவிடுகிறார்கள். மணம் செய்துகொள்ளும் ஆண் பெண்கள் ஒவ்வொருவருடைய சம்மதத்தையும் பெற்றோர்கள் தெரிந்துதான் கலியாணம் செய்யவேண்டும். இந்தியாவில் பொய்யான சாதியையும், பணத்தையும் பார்த்தே பெற்றோர்கள் மக்களுக்கு மண முடிக்கின்றார்கள். இதனால் விளையும் தீமைகளுக்கு அளவில்லை அத்தீமைகள் நூற்றுக்குத் தொண்ணூற்றொன்பது சமாச்சார பத்திரிகைகளுக்கும்வராது, நீதிமன்றங்களுக்கும் வராது. வரதட்சிணை வாங்குவதை தடுத்தல் வேண்டும், கலியாணம் செய்துகொள்ளப்போகும் ஆண், பெண்களின் சம்மதமின்றி பெற்றோர்கள் வற்புறுத்தி செய்யக்கூடாது.

a. ஆண் பெண் பாடசாலைகளில் 12 வயதுக்கு மேற்பட்ட பெண்களுக்கும், 18 வயது மேற்பட்ட ஆண்களுக்கும் சுகாதார போதனையோடு கலியாணம் என்பது இன்னதென்பதையும், ஆண் பெண் சேர்க்கைக்குரிய காலத்தையும், பால்ய விவாகத் தினால் வருந் தீமைகளையும் எடுத்துப் போதிக்கவேண்டும்.

b. கலியாணம் செய்துகொள்ளுகிற பெண்ணிற்கு வயது 16 ஆணுக்கு 24க்குக்கு குறையாமல் இருக்கவேண்டும்.

c. கலியாணம் செய்துகொள்ளுமுன், கலியாணம் செய்து கொள்ளும் ஆண், ஆண்வைத்தியராலும் கலியாணப்பெண், பெண் வைத்தியராலும், நோயில்லாதவர்களா? தக்க வயதுடையவர்களா எனச் சோதித்து வைத்தியர் அனுமதிச் சீட்டு பெற வேண்டும்.

கலியாணம் செய்துகொள்ளப்போகும் ஆண் பெண், இருவரும் கலியாணத்திற்கு முன்னரே ஒருவரை ஒருவர் நேரில் கண்ணால்பார்த்து அவரவர் யோக்கியதை, கல்வி முதலியவைகளை அறிந்திருக்கவேண்டும். அவர்களைச் சார்ந்தவர்கள் ஒருவரை ஒருவர் பார்க்கவும் அவரவர் யோக்கியதைகளை அறியவும் செய்யவேண்டும்.

கலியாணத்தையும் சாந்திமுகூர்த்தத்தையும் ஒரே சடங்காக்கி விட வேண்டும்.

உலகில் மனிதர்களுக்கு வேண்டிய தானியங்களை உண்டு பண்ணுவதற்கும், செடி, கொடி, பூ, காய், கனி முதலியவைகளை உண்டாக்குவதற்கும், நல்ல முதிர்ந்த விதைகளைத் தெரிந்தெடுத்து அதற்குத்தக்க நிலத்தில் பயிரிடுகின்றார்கள். புறா, கோழி, நாய், ஆடு, மாடு, குதிரை முதலிய பிராணிகளை உண்டாக்குவதற்கு அப்பிராணிகளின் உடல் நிலையையும் தக்க வயதையும் கவனிக்கின்றார்கள். மக்கள் உண்டாகி நல்ல வகையாய் வளர்வதற்கும், உடல் வன்மையோடு வாழ்வதற்கும் அடிப்படையான கலியாண விஷயத்தில் இந்தியர் நடந்துகொள்ளும் அறிவீனத்தை அரசாங்க சட்டம் தடுத்தாலன்றி கல்வி, அறிவு, பிரசாரம் முதலியவைகள் விரைவில் பயனளிக்காது. ஆதலால் காருண்ணியமுள்ள சம்மதவயது கமிட்டியாரும், அரசாங்கத்தாரும் இதற்குத் தக்க சட்டத்தை ஏற்படுத்தி இந்துஜன சமூகத்திற்கு ஏற்பட்டுள்ள பால்ய விவாகமென்னும் தீமையை யொழித்து நன்மை செய்யவேண்டுமெனப் பெரிதும் கோருகின்றோம்.

***மருத்துவன்*, 1928, நவம்பர், பக்.49–50**

8

தீ வணக்கமே சிவ வணக்கம் நீர் வணக்கமே மால் வணக்கம்

பேரிருள் அடர்ந்த தாயின் கருப்பையில் கட்டுண்டு கண்மூடி குருட்டுத் தன்மையிலிருந்த குழவி, கருப்பையை விட்டு வெளிவந்தவுடனே தாயினும் இனிய மருத்துவச்சியால் கண் மாசு நீங்கப்பெற்றுக் கண்திறந்து முதலில் கண்டது ஒளியேயாகும். நாள்தோறும் ஞாயிறு மறைந்தபின்னர் இரவில் விளக்கின் உதவியால் மக்கள் ஒருவருக்கொருவர் முகத்தையும், பிற பொருள்களையும் அறிகின்றனர். நள்ளிருளில் தூக்கத்தில் அழுந்திக்கிடந்து விழித்தவுடன், நமது கண்கள் தீப்பிழம்பாகிய ஒளி, உலகின் செயற்கையால் பொருள்களை நிச்சயித்து மகிழ்கின்றன. காடுதிருந்தி நாடாகுமுன் பண்டைக்கால மக்கள் பகலெல்லாம் உணவு தேடி உண்டு, தூயநீரில் குளித்து மகிழ்ந்து, சூரியன் மறையவும், காட்டிலும், மலைப் பொந்துகளிலும், புதல்களிலுமுள்ள கொடிய விலங்குகட்கும், பாம்பு, தேள் முதலிய நச்சுப் பிராணிகட்கும், பனி, மழை, முதலியவைகளின் வருத்தங்கட்கும் அஞ்சித் தங்கள் குடிசைகளில் புகுந்து, கற்களில் தீயை உண்டாக்கி, அச்சமும் துன்பமும் தங்களை அணுகாதொழியத் தீயை நம்பி வாழ்ந்தார்கள். இன்று கல்வீடுகள் நெருங்கி அடர்ந்த நகரங்களில் மின்சார விளக்குகளில் வாழும், மக்களுக்குத் தீயின் அருமை தெரியாதென்றே சொல்லலாம். அக்காலத்து மக்கள் தமக்கு உயிர்த் துணையாய் முதன் முதல் கண்ட பொருள் தீயும்,பெருந் தீக்கோளமாகிய ஞாயிற்று மண்டலமுமேயாகும். தாங்கள் கண்ணால்கண்ட பொருள்களில் எல்லாம்

மிகப் பெரியதும், ஒளிவிட்டெரியக்கூடியதும், உயிர் வாழ்க்கைக்கு இன்றியமையாததுமாகிய பொருள்களைக் கடவுளின் செயலெனக் கருதி வணங்குவது, நமது மூதாதைகளின் இயற்கை. அதனாலேயே நாம் கண்டவற்றுள் முதற் பெரும்பொருளாகிய ஞாயிற்றின் பெயரைக் கிழமைகளில் முதற்கிழமைக்கு இட்டழைத்தார்கள். இரண்டாவதாக இரவில் குளிர்ந்த கதிர்களால் தங்களை மகிழ்விக்கும் ஒளிப் பொருளாகிய திங்களையே மறுநாளைக்குப் பெயராக இட்டார்கள். அவர்கள் இரவெல்லாம் காடுகளில் தீத்துணையிலிருந்து கீழ்த்திசையை நோக்கி அருணன் உதயத்தை எதிர்பார்த்துத் தவங்கிடப்பார்கள். கிழக்குவெளுத்ததும் ஆடிப்பாடி மகிழ்வார்கள். அவர்கள் முதலாவதாக தீப்பிழம்பாகிய ஞாயிற்றையும், இரண்டாவதாக நீரையுமே துணையாய்க் கண்டார்கள். இத்தீயையும் நீரையும் மக்கள் மட்டுந்தான் கண்டு மகிழ்ந்தார்கள் என்பதில்லை. பகுத்தறிவில்லாத பறவைகளும், கொடிய விலங்கினங்களும்கூட நாள்தோறும் அதனைக்கண்டு மகிழ்கின்றன. அவை அதன் பயனை அனுபவித்தே உயிர் வாழ்கின்றன. இக்கால மக்களுக்கு அறிவு வளர்ந்து, பல்வகை அவாக்கள் மிகுதிப்பட்டமையால் இவர்கள் இயற்கையின் அழகையும் அற்புதங்களையும் கண்டு மகிழ்வதற் கியலாதவர்களா யிருக்கின்றார்கள். ஐம்பெரும் பொருள்களில் தீயானது வெளியே அண்டத்தில் காண்பதைப்போல், மக்கள் உடம்பாகிய பிண்டத்திலும் ஓரளவிலிருந்து மாறுபடாமலிருக்கும்வரையில் உடல் நலங்கெடாது, நோயின்றி நெடுநாள் வாழலாமென்னும் உண்மையையும், அக்காலத்து மக்கள் கண்டறிந்தார்கள். தாங்கள் வசிக்க வீடுகள் கட்டுவதிலும், நாள்தோறும் வாழ்க்கைக்கு வேண்டிய இயற்கைப் பொருள்களைத் தேடித் தொகுப்பதிலும், குளிர்காலங்களில் தங்களுக்குப் போதுமான ஆடைகள் உண்டாக்கிக்கொள்ள இயலாத அக்காலங்களில் தீயை வளர்ப்பதற்கு வேண்டிய உலர்ந்த கட்டைகளையும், மாட்டுச்சாணியையும், எண்ணெய் விதைகளையும், தீயில் நன்றாக எரியக்கூடிய பாலுள்ள சுள்ளிகளையும், நெய்ச்சத்துள்ள மரக்கிளைகளையும் காட்டில்தேடி எடுத்துத் துண்டுகளாக்கி, மழையில் நனையாதபடி பல இடங்களில் அவர்கள் சேமித்து வைப்பார்கள். தீயை உண்டுபண்ணத் தீப்பெட்டி யில்லாத அக்காலத்தில் பல இடங்களில் எப்போதும் தீயை வளர்த்துக் கொண்டே சிலர் இருப்பார்கள். பனி, காற்று, குளிர் முதலியவைகளுக்கும், பாம்பு, தேள், கம்பளிப்பூச்சி, கொசு, பேன், மூட்டுப்பூச்சி, தெள்ளுப்பூச்சி, புழு, ஈ, தேன் ஈ, குளவி, வண்டு, மண்ணுண்ணிகள் முதலியவைகட்கும், சாம்பல் விரோதப்பொருளெனக் கண்டபடியால் அவர்கள் காலை மாலை நீராடியவுடனே தாங்கள் வளர்க்கும் தீயில் விழும் சாம்பலை உடம்பு முழுவதும் பூசிக்கொள்வார்கள். பலருக்கும்

பொதுவான பல இடங்களில் எரியைப் பெருக்கிக்கொண்டிருக்கும் வயது சென்றவர்கட்கு மற்றவர்கள் உணவு முதலியன கொண்டு வந்து கொடுத்து உதவிசெய்வார்கள். பொதுவாக வானில்தோன்றும் ஞாயிறு, திங்கள், உடுக்கள் (நட்சத்திரங்கள்), மின்னல், இடி முதலியவைகளையும், எரிமலைகளையும் கண்டு, உலகின்கண் நிகழும் எல்லாச் செயல்களும் ஒளியில் அடங்குமென்றும், அவ்வொளிகளெல்லாம் தீக்கடவுளின் காரியங்களென்றும் அவர்கள் தீர்மானித்தார்கள். இறப்பு என்பது உடம்பிலுள்ள உயிர்த்தீ தன் அளவில் குறைந்து ஒடுங்கி அடங்கிப்போவதுதான் என்றும், தீயை வணங்குவதே கடவுளை வணங்குவதெனவும் தேர்ந்தார்கள். குளிர்காலங்களிலெல்லாம் கூட்டமாய்த் தீக்காய்வார்கள். பிற்காலத்தில் தாம் வசிக்க மண்ணாலும், கல்லாலும், சுண்ணத்தாலும் வீடுகள் கட்டவும், ஆற்றங்கரை, குளக்கரைகளுக்குப் படித்துறைகளை கட்டவும், கற்றுக்கொண்டபிறகு தீ வளர்க்கும் இடங்களில் மழை, காற்று முதலியவற்றால் அத்தீ அவியாதிருக்கவும், தீயை வளர்க்கும் பொருள்களும், தாங்களும் நனையாமல் கூட்டங்களோடு அத்தீக்கடவுளை வணங்கவும், எல்லோர்க்கும் பொதுவாகக் கட்டிக்கொண்ட இடங்களே கோயில்கள் எனப்படும்.

இதனை ஆரியர்கள் யாகசாலை எனக் கூறுவர். தீயானது தங்களுக்குத் துன்பத்தையும் அச்சத்தையும் நீக்கி இன்பத்தைக் கொடுத்தமையாலும், சிவந்த நிறத்துட னிருப்பதாலும், தீக்கடவுளுக்கு உருத்திரனென்றும், சிவனென்றும் பெயரிட்டார்கள். சிவமென்னும் செம்பொருளைத் தீயின் வழியாகவே வணங்கி வந்தார்கள். தீயே இறைவன் வெளிப்படும் வழி. தீயே சிவனுக்குப் பருவடிவம் என்பது அவர்கள் கொள்கை. அப்பழைய உண்மையைத்தான் இன்றும் தமிழர்கள் தங்கள் நடுவீடுகளில் தகழியில் தூய்மையான நெய்யும் திரியும் சேர்த்து விளக்கேற்றி, நாள்தோறும் தீ வழிபாடுசெய்து பின்பற்றி வருகின்றார்கள். மக்கள் உயிர்நீங்குங்காலத்தில் விளக்கேற்றி சூடன்கொளுத்திச் சிவனை வணங்குவதும், மக்கள் தாய்வயிற்றினின்றும் பிறந்தவுடன் விளக்கேற்றிப் பார்த்து மகிழ்வதும் இக்கொள்கையைப் புலப்படுத்தும். எந்தப் பொருள்களைத் தீ விரைவில் பற்றி எரிகிறதோ, அந்தப் பொருள்களையெல்லாம் அவர்கள் விரும்பி வாங்குவார்கள். பிற்காலத்தில் வந்த கற்பூரம் என்னும் சூடன் மிகவிரைவில் தீப்பற்றி எரிவதைக்கண்டு, அது தீக்கடவுளுக்கு மிக இன்பமான பொருளெனக்கருதித் தீவளர்த்து வணங்குவதற்குக் கற்பூரத்தையும் எடுத்துகொண்டார்கள். மேலும், அவர்கள் வீடுகளில் நடைபெறும் நலந்தீங்குகளில் பாலுள்ள ஆல், அரசு முதலிய சுள்ளிகளைக்கொண்டு நடுவீட்டில் தீவளர்த்தலும், ஆண்டுகள்தோறும், கார்த்திகைநாளில் கோயில்களின் முன்

வானுற ஓங்கி வளர்ந்தெரியும் பெருந் தீ உருவைக் காணச் சொக்கபனை கொளுத்துவதும், மலைகளின் முகட்டில் விளக்கொளி காண்பதும், விளக்கில்லாக் கோயில்களில் கடவுள் இல்லை எனக் கூறுவதும், வீடுகளிலாயினும், அம்பலங்களிலாயினும் திருவிளக்கேற்றியே தெய்வந்தொழுவதும் செய்துவந்தார்கள். இப்பழக்கம் இந்துக்களிடம் மட்டுமே காணப்படுவதன்று. மற்றும், புத்தர், கிறிஸ்தவர், ஜயினர் முதலியவர்களும் தங்கள் கோயில்களில் இன்றும் பகலிலும் மெழுகு திரியைக் கொளுத்தியே வணங்குகின்றார்கள். இந்துக்கள் இலட்சவிளக்கேற்றி விழாக்கொண்டாடுவதும், ஞாயிற்றைப் பூசிப்பதும் இவ்வுண்மையேயாகும்.

இதனையே அப்பர் சுவாமிகள்,

எரி பெருக்குவர் அவ்வெரி ஈசனது
உரு வருக்கம தாவ துணர்கிலார்
அரி அயர்கரி யானை அயர்த்துப்போய்
நரி விருத்தம தாகுவர் நாடரே

எனவும்,

அருக்கன் பாதம் வணங்குவர் அந்தியில்
அருக்க னாவான் அரனுரு வல்லனோ
இருக்க நான்மறை ஈசனையே தொழும்
கருத்தினை நினை யார்கன் மனவரே

எனக் கூறுவதாலும், 'எரியலால் உருவமில்லை, 'சோதியே சுடரே சூழ்ஒளி விளக்கே' என்பனபோன்ற, வேறு பல பாடல்கள் தேவாரத்திலும், திருவாசகத்திலும் பெரிதும் பயின்று காணப்படுதலானும், தீவணக்கமே சிவ வணக்கமாகும்.

மக்கள் நீராடினவுடன் உடம்பிலுள்ள மயிர்க்கால், வியர்வைக் கால்களிலுள்ள நீரை இழுக்கவும், குளிர் நீங்கவும், தீயை யணுகுவதோடு தீயின் அம்சமான சாம்பலைத் தீ தந்த பொருளென மிக அன்புடன் எல்லோரும் நெற்றி, மார்பு, கை, கால், உடம்பு இவைகளிலெல்லாம் பூசிக்கொள்வார்கள். தென் இந்தியாவில் இது பிற்காலத்தில் சைவ சமயத்தாரின் குறியாய் மட்டும் மாறிவிட்டது. இன்றும் கிறிஸ்துவர்கள் வருஷத்தில் ஒருநாள் சாம்பல் திருநாள் என்று சொல்லிச் சாம்பலைப் பூசிக்கொள்வதைக் காணலாம்.

தீக்கடவுளாகிய சிவனை வணங்கும் இடங்களாகிய சிவாலயங்களில் ஆங்குள்ள கடவுள் தீக்கடவுளென்பதை விளக்குவதற்காக இன்றும் மருந்துக் குணமுள்ளதும், நஞ்சுக்குப் பகையானதுமான பசும் புல், பல மூலிகைகளின் சத்துள்ள கோம்பச்சாம்பலாகிய திருநீற்றை ஆங்குள்ள குருக்கள் எடுத்துக் கையில் கொடுத்து, நீ எப்போதும் உயிர்த்தீயை

உன் உடம்பில் மிகுதல், குறைதல் இன்றி ஓம்பி வளர்த்தால், நோயின்றி நீண்டநாள் வாழ்வாயென்று சொல்லுகிறார்கள். ஆதலால் இதுவரையில் நாம் சொல்லிவந்த காரணத்தாலும் இருளை அஞ்ஞானத்துக்கும், ஒளியை ஞானத்துக்கும் ஒப்பிட்டு ஞான சொரூபியும், ஜோதி வடிவினனும், கடவுள் என்று எம்மதத்தினரும் ஒரேமுகமாகக் கூறுவதாலும் தீ வழிபாடே சிவ வழிபாடென்பதை எவரும் ஒத்துக் கொள்வார்கள். தீக்கடவுள் தங்களைக் காப்பாற்றுகிறதென்றும, அதைத் திருப்திபடுத்துவது தங்கள் கடமையென்னும் கருத்துடையவர்களாய் அத்தீயில் எண்ணெய் நெய்முதலிய பொருள்களைக் கொடுத்துத் தீ ஓம்புதலால் அத்தீக்கடவுளுக்கு மகிழ்ச்சியுண்டாகி, நன்றாய் வளர்ந்து எரிவதாக அக்காலத்து மக்கள் நினைத்தார்கள். தீயின் அருகில் செல்ல வியலாத வெப்பம் மிகுந்த காலங்களிலும் பகற்பொழுதில் இவர்கட்குப் பல வேலைகள் ஏற்பட்டதாலும் தீக்கடவுளுக்கு எப்போதும் இரைதேடிக் கொடுத்தாலன்றி எரிவது தணிந்து அவிந்துபோகிறபடியாலும், அம்மக்கள் கற்களினின்று அடிக்கடி தீயை நேரே வணங்குவதைவிடத் தீ அடங்கியுள்ள கல்லைத் தீவடிவிற் செய்து காலை மாலை வணங்குவது மேலென்று பழைய கொள்கையில் சிறிது மாறினார்கள். பிறகு தீ வெளிப்படக்கூடிய கடினமான கல்லில் தீச்சுடர் வடிவில் வாழைப்பூப்போல் உருவாக்கித் தீயை வணங்கும் இடங்களில் நாட்டி அக்கல் வடிவத்தையே தீ வடிவத்திற்குப் பதிலாக வணங்கத் தலைப்பட்டார்கள் எனினும் பலர் பழைய வழக்கத்தால் பகலும் இரவும் அக்கல் உருவத்திற்கு அருகில் சிறுவிளக்கேனும் ஏற்றி வணங்குவார்கள். அதனோடு தாங்கள் இன்பமாய் நுகரும் நீர், பூ, பால், தேன், நெய், பழம் முதலிய அரும் பொருள்களெல்லாம் அக்கடவுளால் ஆக்கப்பட்டன எனக்கருதி அக்கடவுள் வடிவத்திற்கு அப்பொருள்களை இட்டு மகிழ்ந்து பின்னர் அப்பொருள்களைத் தாங்கள் நுகருவார்கள். இவர்கள் மேற்சொன்ன நீர்ப்பொருளை அவ்வடிவத்தின் மீது அன்போடு பெய்யுங்கால் அப்பொருள்கள் நான்கு பக்கமும் வழிந்தோடி வழிபாடு செய்யுமிடம், ஈரமும் சகதியுமாவதுகண்டு அக்குறியைச் சுற்றி அடிப்பக்கத்தில் ஒரு பீடிகையும், அதைச்சூழ ஒரு பள்ளமும் செய்து நீர், பால், தேன் முதலியன சேர்ந்து ஒரேமுகமாகச் செல்வதற்காக அதில் ஒரு பக்கத்தில் வாய்க்காலும் வைத்து அடியில் சேர்த்துக்கொண்டார்கள். அக்கல்வடிவத்தில் மேலுள்ள வாழைப்பூபோன்ற தீக்குறி சிவலிங்கம் எனவும் அடிப்பாகத்திலுள்ள பீடிகை ஆவிடையாவர் எனவும் இக்காலத்தில் வழங்கப்படுகின்றன. உலகில் ஐந்து கண்டங்களிலும் மதசம்மந்தமாகப் பலதிறப்பட்ட மக்கள் இருப்பதால் கடவுள் வணக்கம் அவரவர் கருத்திற் கிசைந்தே ஆகுமன்றி ஒருவர் கருத்து மற்றவருக்குப் பொருந்தாததாகும்.

இக்காலத்தில் கடவுளுக்கு இவ்வுருவ வணக்கம் வேண்டியதில்லை என்றும், இது வீண் காலப்போக்கும் பொருளுக்குக் கேடும் ஆகுமன்றி வேறு பயனில்லையென்றும், தீ ஓம்பும் ஆரிய சமாஜத்தாரும், பிரம்ம சமாஜத்தாரும் இன்னும் சிலரும் இதனைக் கண்டிக்கின்றார்கள். இக்காலத்தில் இது ஒருவகையாக மக்களுக்கு பொருந்துமாயினும் அக்காலத்தில் மக்கள் தீயை உண்டாக்க வேறு வகை ஒன்றும் தெரியாமல் கடினமான கற்களில் தீயை உண்டாக்கினார்களாதலால் கல்லில்தான் தீக்கடவுள் அடங்கியுள்ள தெனக்கருதி கல்லை ஒளிவடிவத்திற்குப் பதிலாக வணங்கினார்கள் என்பதை மேலே கூறினோம்.

இதன் உண்மையை அறியாமலோ அல்லது சமயப் பகையினாலோ ஒளிவடிவாகிய சிவலிங்க உருவத்தை ஆண்குறி எனவும், அக்குறியைத் தாங்கி நீர் சூழ்ந்தோடும் பீடிகைக்கல்லைப் பெண்குறி எனவும் சொல்லுவோர் கூற்று பொருந்தாததாகும்.

நீர் வணக்கமே மால் வணக்கம்

தீக்கடவுளுக்கு இரண்டாவதாக நீர்க்கடவுளைப் பற்றிச் சிறிது ஆராய்வோம். மால் = நாராயணன், மயக்கத்தை தருபவன், விஷ்ணு, நாராயணன் எனப்பொருள்படும். நீரின் தன்மையன், கடலில் பள்ளி கொண்டிருப்பவன், கடல்நில வண்ணன், கார்மேகவண்ணன், கரியமேனியன் எனத் திருமாலைப் பற்றி வைணவ புராணங்களில் கூறுவதும் இக்கருத்தேயாகும். இதனால் பண்டைக்காலமக்கள் தமது உயிர் வாழ்க்கைக்கு இன்றியமையாத வெப்பத்திற் கடுத்தது தட்பமென்பதையும் கண்டு அதனை இரண்டாவதாக வணங்கினார்கள்.

தீயும், நீரும், சிவமும், சக்தியும் எனச் சேர்த்தே வணங்கி வந்தார்கள். நீரின் தன்மையாகிய தட்பத்தை வணங்கும் விஷ்ணுகோயில்களிலும் திருவிளக்கேற்றியும், சூடன் கொளுத்தியும் வணங்குவார்கள். இன்றும் விஷ்ணு கோயிலுக்குச் சென்று கடவுளை வணங்குகிறவர்கட்கு ஆங்குள்ள கோயில் பூசாரி அல்லது குருக்கள் ஆங்குள்ள தட்பத்தன்மையுடைய நீர்க்கடவுளே மால் என்பதை உணர்த்தும் பொருட்டு நீரையே தீர்த்தப் பிரசாதமெனக் கையில் அள்ளிவிடுகின்றார்கள். ஆனால் பிற்காலத்தில் கடவுளை வணங்கும் கோயில் சிலர் வயிறு வளர்க்கும் இடமானதால் சிவன் கோயில், விஷ்ணுகோயில் என்று பிரிக்கப்பட்டு விஷ்ணுகோயில்களில் ஜனக்கூட்டத்தை மிகுதியாகச் சேர்ப்பதற்காக பொங்கல், சர்க்கரைப் பொங்கல், சிற்றுண்டிகள் வழங்கவும், வேடிக்கை விநோதங்கட்கும் இடமாக மாறிவிட்டது. முற்காலத்தில் தீக்கடவுளின் பிரசாதம் திருநீறும் (பஸ்மம்) நீர்க் கடவுளின் பிரசாதம் என்பது தண்ணீருமேயாகும். இதனை இன்றும் சிவ விஷ்ணு ஆலயங்களில் காணலாம். வீடுகளிலும் திருவிளக்கேற்றி தீயை

வணங்குங்காலம், மணவினைகாலம், புதுமனை புகுங்காலம், பொதுவாக எந்த நலந் தீங்குகளிலும் விளக்கும் நீருமே சேர்த்து வைத்தே வணங்குவதற்காக பக்கத்தில் தண்ணீரையும் ஒரு குவளையில் அல்லது ஒரு குடுவையில் வைத்து வணங்குவார்கள். பிற்காலத்தில் சிவ, விஷ்ணு ஆலயங்களில் போட்டியின்மேல் விழா உருவங்களும், பல கடவுளர்களும், பல வேடிக்கை விநோதங்களும் சேர்ந்து பண்டைக்காலக்கருத்து மாறுபட்ட மக்களுக்கு அக்கருத்தின் உண்மை மறந்துபோய்விட்டது. இதனால் அத்தீவழிபாடே சிவலிங்க வழிபாடானதென்றும், நீர் வழிபாடே மால்வழிபாடானதென்றும் ஒருவாறு கூறினோம். இதனை வாசகர்களெல்லாம் ஒத்துக்கொண்டு பழைய முறையில்தான் கடவுளை வணங்கவேண்டுமென்பது எமது கருத்தல்ல. பண்டைக்காலத்தில் இவ்வுருவ வணக்கங்களும் மதக்குறிகளும் வந்த காரணங்களைமட்டும் நான் எனது சிற்றறிவுக் கெட்டிய வண்ணம் கூறினேன். மனிதர்கள் அறிவு வளர வளரக் கடவுள் வழிபாடும், கடவுளைப் பற்றிய கொள்கைகளும் மாறுவதும், தத்துவங்கள் உயர்வதும் இயற்கையேயாகும். பிற்காலத்தில் கல்வி அறிவு வளர வளர முப்பொருளாகிய பதி பசு பாச இலக்கணங்களைப்பற்றிச் சித்தாந்த நூல்கள் ஒழுங்காக எழுதப்பட்டன. பழைய புராணக்கதைகளும் ஒழியவில்லை. புதிய சித்தாந்தக் கருத்துகளும், புராணக்கதைகளும், கோயில்களில் கலந்து மயங்கித் தற்காலம் காணப்படுகின்றன.

தற்காலம் இந்துமதம் என்று சொல்லுகிற சைவ வைணவ சமயங்களும் வேதாந்தமென்று சொல்லுகிற ஏகான்மவாதமதமும் கலந்து காலத்துக்குத்தக்கபடி சீர்திருத்தமடைய வேண்டும். இம்மதங்களைப் பிரித்துக்காட்டும், நெற்றியிலிடும் வெளிச் சின்னங்களை முக்கியமெனக் கருதாமல் கடவுள் ஒன்றென்னும் கொள்கைக்கு வரவேண்டும். ஆயிரக்கனக்கான சிறுதேவதைகளுக்கு உயிர்ப்பலிகளிட்டு, பேயாட்டமாடும் பாமர மக்களுக்கு இயன்றவரையில் தெய்வம் ஒன்றென்னும் உணர்ச்சியை முதலில் உண்டுபண்ண வேண்டும்.

கடவுளைப் பற்றிய கொள்கையெல்லாம் மக்களுடைய மனத்தில் இருக்கவேண்டுமேயல்லாது அவரவர் மதச்சின்னங்களாக உடைகளிலோ, தலைமயிரிலோ, நெற்றிகளிலிடும் குறிகளிலோ வெளிப்படுத்திக் காட்டிக் கொள்ள வேண்டுவதில்லை. இக் கொள்கையை பரவச் செய்ய வேண்டும். இல்லையேல் நாட்டில் மக்கள் சமாதானமாக ஒற்றுமையோடு வாழ்வதற்கு வழி ஏற்படாது. மதத்தின் பெயரால் நெடுங்காலமாக நடைபெற்றுவரும் கொலை, களவு, பகை முதலிய மகா பாதகங்கள் வளர்ந்துகொண்டுதானிருக்கும்.

***மருத்துவன்*, 1929, ஏப்ரல், பக். 180–187**

9

ஆனந்தம்பண்டிதரின் பொன்மொழிகள்*

'சகோதரர்களே! நம்மை நாமே இழிவாக்கிக் கொள்ள வேண்டாம். சிறுவர் சிறுமிகளை நன்றாக தமிழையும், ஆங்கிலத்தையும் கற்கச் செய்யுங்கள். தமிழ் மருத்துவக் கல்வியை பாடாலை, கல்லூரிகளில் முறையாகப் பயிலச் செய்து மருத்துவத் தொழிலை விருத்தி செய்யுங்கள்.'

'எவனொருவன் கீழ்நிலையிலுள்ள தன் இனத்திற்கும், தன் நாட்டிற்கும், தன் மொழிக்கும், தன் சமயத்திற்கும் வேலை செய்கின்றானோ அவனே உண்மையான மனிதனாவான்.

தன் சுற்றம், தன்வீடு, தன்பிள்ளைகள் என்றெண்ணி இனமாவது, நாடாவது என்று தன்னலம் பேசி விலகி நிற்பவன் மனிதனேயல்ல, அவன் நெல்லினுள் பதர் போன்றவன்.'

'கீழ் நிலையிலிருக்கும் நம் சகோதரர்களை சற்று மேலே இருப்பவர்கள் வெறுக்கின்றார்கள். இவ்வாறு செய்வதால் அவர்கள் திருந்துவார்கள் என்று எதிர்பார்த்தல் தவறானது. தாழ்ந்த நிலையில் உள்ளவர்களைக் கண்டு மனமிறங்கி அன்போடு ஆதரித்து கல்வியறிவைக் கொடுக்க வேண்டும். இன்னும் தேவையான உதவிகளையும்

* இந்தப் பொன்மொழிகள் *டீம்* பத்திரிகை வெளியிட்ட பண்டிட் எஸ்.எஸ். ஆனந்தம் அவர்கள் நினைவு மலரில் பதிவு செய்யப்பட்டது.

செய்ய வேண்டும். இதுவரையிலும் நாம் அவ்வாறு செய்யத் தவறிவிட்டோம். இனியாவது செய்வோமாக'.

'எறும்புகள் முதலான பிராணிகளும், காட்டில் வாழும் பகுத்தறிவற்ற பறவைகளும், விலங்கினங்களும் தங்கள் தங்கள் சுற்றம் தழுவி மகிழ்ச்சியோடு வாழக் காண்கிறோம் ஆனால் மனித சமுதாயத்தைச் சேர்ந்த நாமோ நமக்குள் ஒற்றுமையின்றி வாழ்கின்றோம்.'

'அன்பர்களே! உலகில் எந்த நாட்டார்களும், எந்தக் குலத்தார்களும், தங்களுடைய ஒற்றுமையாலும், ஊக்கத்தாலும், கல்வியறிவாலும் முன்னுக்கு வரவேண்டுமே தவிர, நமக்கு அந்நியமாயுள்ளவர்களாலே முன்னுக்கு வரமுடியாது. நம் சமூக மக்கள் நமது சங்கத்தின் மூலமாகவும், அரசாங்கத்தின் உதவியாலும்தான் முன்னேற வேண்டும்.'

III
நோய்க் கிடங்கொடேல்

1

மதுசாரம் மனித தேகத்திற்கு விஷமாகும்*

தன்னடக்க மென்பதென்ன? What is Self-control?

தன்னடக்க மென்றால் தன்னையடக்கி யாளுதல், அதாவது, உடம்பின் ஒவ்வொரு பகுதியையும் தன்வசத்தில் வைத்திருப்பதாம். அது, மனிதனை மற்றெல்லாப் பிராணிகளுக்கும் மேலானபதவியில் வைக்கின்றது. அஃது, அவனுக்கு "இன்னது வேண்டும்" என்று சொல்ல விருப்ப முண்டாகும்போது "அது வேண்டாம்" என்று சொல்ல அல்லது அவன் துர்ச் செய்கையைச் செய்ய விரும்பினாலும் அதைத் தவிர்த்து நற்செய்கையைச் செய்யச்சொல்லச் சக்திகொடுக்கிறது. அஃது, அவனுடைய எண்ணங் கள், சொற்கள், குணம், பழக்கவழக்கங்கள், ஆட்டம், வேலை இவற்றை யடக்கியாளுகின்றது. அது, நற்குணத்திற்கு மூலமாயிருக்கிறது. அஃது, ஒருவனைப் பெருமானாகவும், ஒருத்தியைப் பெருமாட்டியாகவும் செய்கிறது. தன்னடக்கம் நெடுநாட் பழக்கத்தால் தான் விருத்தியடைகின்றது. குழந்தைகள் ஓடலாம், பேசலாம், ஒன்றைக் கற்றுக் கொள்ளலாம்; விளையாடலாம். ஆனால், குழந்தை தரையில் விழுந்தால் அது சாதாரணமாக ஓவென்று அலறி அழுகிறது. ஒரு மனிதன் தரையில் விழுந்து காயமடைந்தாலும் அவன் குழந்தையைப் போல் அழுகிறதில்லை. அஃதேன்? அவனிடத்தில் தன்னடக்க மென்பதிருத்தலால் அவன் தானே தன்னையடக்கிக் கொள்ளுகிறேன்.

---

* ஸ்ரீமான் ஏ. சொக்கலிங்கம்பிள்ளை எழுதியது.

நாகரிகமற்ற நாட்டுச் சனங்களுக்குத் தன்னடக்க மென்ப தில்லை. அவர்கள் மிக்க மன வலிமையுடையவர்கள், தேக வலுவுள்ளவர்கள்; அவர்கள், எண்ணிப்பார்க்குந்திரம் அல்லது விவேகமில்லாமையினாலேயே எதையுந் துணிகரமாகச் செய்கிறார்கள். ஆத்திரக்காரனாக அல்லது திருடனாக அல்லது கொலைபாதகனாக விருக்கும் ஒரு மனிதனுக்குத் தன்னடக்கங் குறைவாகவே யிருக்கின்றது. ஆகையால், தன்னடக்கமானது, குற்றமான செய்கைக்குச்செல்லும் நம்முடைய விருப்பத்தைக் குதிரையின் வேகத்தை யடக்குங் கடிவாளத்தைப் போலவும் கடிவாளவார்போலவு மிருந்து தடுக்கவும், நம்முடைய ஆத்திரத் தின் வேகத்தை யடக்கி நம்மைக் கண்டிப்பில் வைக்கவும் சக்தியாகிறது. அவ்வாறின்றித் தன்னடக்கமில்லாதிருப்பதற்கு நம்மிடத்திலுள்ள ஏதோ சிலகுறைவே காரணமாகின்றது.

தன்னடக்க மென்பது, மூளையின் உத்தமமும் உயர்ந்ததும், அருமையானது மான பகுதியாம்: அதன் உண்மைகளையெல்லாம் இப்போது தெரிந்து கொள்வோம்.

மதுசாரம், மூளையின் உத்தம பகுதிகளையும், மிகுமென்மை யான பகுதிகளையும், மற்ற முக்கிய பகுதிகளையும் முதலில் சேதப்படுத்துகிறது.

அப்பகுதிகள் யாவை? தன்னடக்கம் (Self-control), நிர்ணயம் (Judgement), விவேகம் (Reason), தன்மதிப்பு (Self-respect) இவைகளே யாம்.

நல்லொழுக்க முள்ளவன் தன்னடக்க மிழந்தமை

இவ்விஷயம் இலண்டன் (London), நகரத்துத் தினசரி பத்திரிகை (London Daily Paper) யொன்றில் காணப்பட்டது.

ஒரு வாலிபன் டாக்டர் பட்டம் பெறுவதற்கு வேண்டிய எல்லாப் பரிட்சைகளிலுந் தேறினான். வைத்தியசாலை (Hospital) யிலிருந்த எல்லா மாணாக்கருள்ளும் அவன் மிகத்திறமைசாலி யாயும், சாமர்த்திய முள்ளவனாயும் விளங்கினான். அவன் வைத்தியசாலையை விட்டு விலகும் அன்றிரவு அவனைக் கௌரவிப்பதற்காக ஒரு விருந்தளிக்கப்பட்டது. அவ்விருந்தில் ஒயினும் பலவகைச் சாராயங்களும் மிகுதியாக வைக்கப் பட்டிருந்தன. விருந்துமுடிந்ததும் அவன் தன் வீடுபோய்ச்சேர ஸ்டேஷனுக்குச்சென்று டிக்கெட் வாங்கினான். அங்கே டிக்கெட் கலெக்டர் அவனை டிக்கெட்டைக் காட்டும்படி கேட்டார். அவனுடைய மூளை எதனாலேனுங் கெடாதிருந்திருக்கு மாயின், அவன் யாதொரு சங்கடமுமின்றி டிக்கெட்டைக் காட்டி யிருப்பான். ஆனால், அச்சமயம் டிக்கெட்டைக் காட்டமறுத்தான்.

டிக்கெட் கலெக்டர் அவனை டிக்கெட்டைக் காட்டும்படி யெவ்வளவுபாடுபட்டும் பயன் உண்டாகவில்லை. கோபத்தி னாலும் சண்டைக்கேதுவான குணத்தினாலும் (தன்னடக்கம் போய்விட்டதின் குறி) டிக்கெட்கலெக்டர் தடையை மீறிக்கடந்து போவதற்கு அவன் முயற்சி செய்தான். முடிவில், கெட்டிக்காரனும், பரிட்சையில் பட்டம் பெற்றவனும், எல்லாராலும் நன்கு மதிக்கப்பெற்றவனுமான அவ்வாலிபன் தன் விரல்களை மடக்கிக் கைமுட்டி (*fist*) யால் டிக்கெட்கலெக்டரையொரு குத்துக்குத்திக் கீழேதள்ளிவிட்டான். கீழேவிழுந்தவரை மிருகத்தன்மையாக உதைத்தான். பிறகு, அவன் மாஜிஸ்டிரேட்டின் முன் கொண்டுவரப் பட்டபோது மாஜிஸ்டிரேட் அவர்கள் "எனக்குத் தெரிந்திருக்கும் வரையில் இது குரூரமான மிருகச்செயலாகும்" என்று சொல்லி அக்குற்றத்திற்காக மூன்றுமாதஞ் சிறைவாசமும் கடின வேலையுஞ் செய்யத் தீர்ப்பளித்தார். மறுநாள் செல்வாக்குள்ள பெரியோர்கள் பலர் கோர்ட்டின் முன் ஆஜராகி, அவருடைய தீர்மானத்தை மாற்றி அபராதம் விதிக்கும்படி மாஜிஸ்டிரேட் அவர்களிடம் மனுச்செய்து கொண்டனர். இவனுடன் வாசித்தமாணவருள் இவன் சிறந்தவனென்றும், விவேகசாலி யென்றும், இவ்வளவு சிறுவயதில் இவனைப்போல் டாக்டர் பட்டம் பெற்றவர் யாருமில்லை யென்றும், மனிதர்களுக்குள்ளே இவன் பேருபகாரி யென்றும், உத்தம புருஷனென்றும் விவரித்துப் பேசினர்.

மேற்சொன்ன விஷயங்களில் என்னதவறு? கெடுதலுக்குக் காரணமாயிருந்தது அவ்வாலிபனுடைய குணமா? அல்லது அவன் விருந்தில் குடித்திருந்த மதுசாரமா? அவன் சாந்த முள்ளவனாயும், ஸ்திரபுத்தியுள்ளவனாயு மிருந்தான்; ஆனால், மதுசாரம் மூளைக்குள் பிரவேசித்ததால் அது முதலில் மூளையின் உத்தமபகுதிகளைத்தாக்கிச் சேதப்படுத்தியது. அஃது, அறிவிற்சிறந்த அவ்வாலிபனை விலங்குக்கு அல்லது அநாகரிகமான காட்டு மனிதனுக்குச் சமமாகத் தாழ்த்திவிட்டது.

1. மதுசாரம், மூளையின் உத்தம பகுதிகளாகிய தன்னடக்கம், நிர்ணயம், விவேகம் இவற்றைக் கொள்ளை கொண்டது. (பின்னால் வருவன – முன்னே போயின)

2. அதனால், அவன் அறிவு போயிற்று. அவன் என்ன செய்து வருகிறானென்பதும் அவனுக்குத் தெரியவில்லை. அவன் எதையும் எண்ணிப்பாராதவனாகவும், ஆத்திரக்காரனாகவு மானதனால், தசையின் வலுவை அடக்குவதற்கு அவன்வசம் ஒன்றுமில்லை யாதலால், அவன் அநாகரிகமான காட்டுமனிதனைப்போலவும், விலங்கைப் போலவு மானான்.

மூளையானது, எதற்காக ஏற்பட்டிருக்கிறதோ அதற்கு மாறாக மதுசாரம் அதனைக் கெடுக்கிறது. அதனால், பின்னால் வருவது முன்னேபோகிறது.

சிறிதளவு மதுசாரத்தில் சிறிதளவு தன்னடக்கம் போகிறது: அம்மதுசாரத்தின் அதிகார மிருக்குமளவும் அதன் ஆவேசத்தை அடக்கமுடியாமல் தன்னடக்கம் போய்விடுகிறது.

நியாயாதிபதி முன் ஒருகொலை பாதகனுடைய கடைசி வாக்குமூலம்: நான் குடிப்பதற்காக மதுக்கடையுள் நுழைந்தது எனக்கு நினைவிருக்கிறது. அங்கே நான் குடித்ததும் நினை விருக்கிறது; ஆனால், சிறைச்சாலையின் அறையில் தூங்கிவிழித்த நேரம் வரையும் என் மனைவியை நான் கொலைசெய்தது எனக்குத் தெரியவே தெரியாது. என்னுடன் தூங்கிவிழித்த கைதிதான் நான் என்ன செய்தேனென்பதைச் சொன்னான்.

சார்லஸ் லாம்ப் (Charles Lamb) என்பவர், தன்னடக்கம் சேதப்பட்ட தென்பதன் பொருள் அவருக்கு அநுபவத்திற்கு வந்தபோது, 'நான் செங்குத்தான மலையின் ஓரத்தில் நிற்கின்றேன் என்பதையும், சீக்கிரத்தில் மலையடிவாரத்திற்குத் தள்ளுண்டு இறப்பது நிச்சயமென்பதையும் உணருகிறேன். என்னால் இயலுமாயின் நான் பின்வாங்கித் தப்பித்துக்கொள்வேன்; ஆனால், அவ்வாறு செய்ய என்னாற்கூடவில்லை' என்றார். ஏன் அவரால் பின்வாங்கிச் செல்லக்கூடவில்லை? அவருக்கிருந்த தன்னடக்கம் என்பதனை அதாவது எண்ணத்தின் சக்தியை மதுசாரங் கொள்ளைகொண்டுவிட்டது.

1. மதுசாரத்தால் தன்னடக்கம் (Self Control) கெட்டுப்போய் தீமையான காரியங்களைச் செய்ய மிகவும் எளிதாகிறது; நன்மையான காரியங்களைச் செய்ய வருத்தமாகிறது. இதனை நியாயாதிபதி யொருவர்,

'ஒரு மனிதன் மதுக்கடைக்குட் புகுந்ததும் அவன் நன்கு மதிக்கப்படுகின்றான்; நன்கு மதிப்புள்ளவனாயும் இருக்கின்றான். ஆனால் அவன் குற்றவாளியாக வெளி வருகின்றான்' என்று கூறுகின்றார். அஃதேன்?

மனிதர்கள் ஆவேச (மதுசாரம்) நீரின் அதிகாரத்திலிருக்கும் போது, அவர்கள் பேசுஞ்சொற்களையும், செய்யுக் காரியங் களையும், அவர்கள் வெறி தெளிந்தபின்னர் அவ்வாறு செய்ய கூச்சப்படுகிறார்கள்.

2. தன்னடக்கங்கெட்டுப்போவதால் ஒரு மனிதனுடைய நற்செய்கைக்குத் தடையேற்படுகின்றது. ஏனெனில்,

மதுசாரம் கையின் உறுதியையும், கண்ணின் கூர்மையையும் பகுத்தறியுந் தன்மையையும், நினைப்பு, செய்கை இவற்றின் வேகத்தையும் கெடுக்கிறது.

பழுதான கைக்கடிகாரம் சரியான காலத்தைக் காட்டுவதினும் மதுசாரத்தால் சேதப்பட்ட மூளைக்கு நற் கருமங்களைச்செய்ய இயலாது. அதற்குத் திருட்டாந்தம்:

குறிபார்த்துச் சுடும் பரீட்சை

குறிபார்த்துச் சுடுவதில் கைதேர்ந்த அறுவர் முப்பது நாட்களுக்கு மேற்பட்ட குறிசுடும் பரீட்சைக்கு முன்வந்தனர். முதல் முறையிலும் அவர்கள் ஆவேச நீர் அருந்தவில்லை. இரண்டாம் முறையில் குறி சுடுவதற்கு அரை மணிநேரத்திற்கு முன் ஒரு ஒயின் கிளாசில் மூன்றில் இரண்டுபங்கு *(two third of a wine glass)* பிராந்தியும், இரவில் படுக்கைக்குப்போகுமுன் அதே அளவு பிராந்தியும் குடித்துவந்தார்கள்.

அவற்றின் சராசரி பயன்

மதுசாரமில்லாத முதல் 10 நாள் 30 முறை சுட்டதில் 23 குண்டுகள் குறியில் பட்டன.

மதுசாரமுண்ட இரண்டாவது 10 நாள் 30 முறை சுட்டதில் 3 குண்டுகள் குறியில் பட்டன.

மதுசாரமில்லாத மூன்றாவது 10 நாள் 30 முறை சுட்டதில் 26 குண்டுகள் குறியில் பட்டன.

இதனால் அதிக திறமையோடு வேலை செய்வதற்குக் குடிப்பழக்கமே இல்லாதிருப்பது அவசியமாகும் என்று தெரிகிறது.

3. தன்னடக்க மில்லாமை, தற்செயலாயுண்டாகுஞ் சங்கடங் கட்கும் மற்றக் கெடுதிகட்குங் காரணாமாகின்றது.

   (i) அபாயத்தை யறியுஞ் சக்தியையும்,

   (ii) அபாயத்தை விலக்குஞ் சக்தியையும், அழிக்கின்றது.

அன்றியும், சுறுசுறுப்பைக் குறைக்கிறது. விவேகத்தைக் கெடுக்கிறது. தாமதத்தையும் பேச்சுத் தடுமாற்றத்தையு முண்டாக்குகிறது.

ஒரு விநாடிநேரம் தாமதிப்பதால் சில சமயம் மரணம் நேரிடுகின்றது. அன்றியும், அபாயமான அல்லது நெருக்கடியான சமயத்தில் தவறாக எண்ணித் துணிவதால் கடலிலும் தரையிலும் பயங்கரமான விபத்துக்களுண்டாகின்றன. ஏனெனில், சிறிதளவு

மதுசாரம் உட்கொண்டாலும் அதுவே நம் அறிவின் விளக்கத்தை மறைத்துத் தீவிரமாக உண்டாகவேண்டிய சமயோசித புத்தியையும் செயலையும் தாமதப்படுத்துகிறது. தீவிரமாக வேலைசெய்யும் யந்திரங்களில் (டிராம்கார், மோட்டார்கார், பஸ் முதலியன) விரைவாகப் பிரயாணஞ்செய்யும் இந்நாட்களில் அவற்றைச் செலுத்துவோர்க்குச் சுத்தமான மூளையும் ஊக்கமுள்ள புலன்களறிவும் இருக்கவேண்டியது இன்றியமையாதனவாம். மதுசாரம் அடிக்கடி மரணத்திற்கு ஏதுவான காரணமாகின்றது.

1916ஆம் ஆண்டு நவம்பர் மாதம் 28ஆம் தேதி யன்று நாலுமணி நேரத்திற்குள் கிளாஸ்கோ (Glasgow) நகரத்தில் டிராம் வண்டிகள் செல்லும் பாதையில் (Tramways) 17 ஆபத்துகள் உண்டாயினவாம். விசாரணை செய்ததில் டிராம் வண்டியைச் செலுத்திய ஒவ்வொருவரும் ஆவேசநீரின் (Alcohol) அதிகாரத்திலிருந்தன ரென்று தெரிய வந்ததாம்.

ஒவ்வொருவர் செய்யும் நல்லவேலை, சுத்தமான மூளை யைக் கேட்கிறது. சுத்தமான மூளையோ ஆவேசநீர் வேண்டா மென்கிறது. ஆதலால், சிறுவர், சிறுமிகள், வாலிபர், பெரியோர் முதலியோர் தங்கள் சுவாதீனத்திலுள்ள நல்ல மூளையை எவ்விதப் பொருள்களாலுஞ் சேதப்படுத்தாமலும், வேலையின் திட்டமும் அளவுங் குறைவுபடாதபடியுங் காப்பாற்றிக் கொள்ளல் வேண்டும்.

மதுசாரஞ்சேராத மூளையே உத்தமமான மூளையாம்

பைத்தியத்திற்குப் பல காரணங்களிருப்பினும் அவற்றுள் மது சாரமும் ஒரு முக்கிய காரணமாகும்.

ஆயிரக்கணக்கான மக்கள் அறிவிழந்து பித்தாச்சிரமங்களில் (Lunatic Asylum) அடைபட்டிருக்கின்றனர். அஃதேன்? 'ஐயோ அவன் தன் மூளையைக் கொள்ளையிடும்படி, தன் வாய்க்குள்ளே பகைவனுக்கு இடங் கொடுத்தனன்'. (Oh! That man should put an enemy in his mouth to steal away his brain-Shakespeare) அதனாலே, மதுசாரம் பைத்தியத்திற்கு முக்கிய காரணமாகின்றது. முதல் கிளாஸ் (first Class) அல்லது முதல் கலசம் மலையுச்சிலிருந்து மலையடிவாரஞ் சேருவதற்கு முதற்படியாகும் (first step).

மதுசாரம் மூளைக்கு விஷமாகும்

மதுசாரம் கண்ணறைகளின் சீர்கேட்டிற்குக் காரணமாகின்றது.

சீர்கேடென்றா லென்ன? நிலைமைகெட்டுப்போதல், தன்மைகெட்டுப்போதல், வளர்ச்சிகெட்டுப்போதல், சிறந்த

குணத்தினின்றுந் தாழ்வடைதல் அல்லது குறைதல், நன்னிலைமை யினின்றும் அழிதல் எனப் பலபொருள் கொள்ளலாம்.

சிறிதுகாலமாகப் பணத்தின் மதிப்புக் குறைந்துவிட்டது. 15 ரூபாய்க்குச் சமமான தங்கநாணயம் (Sovereign) சண்டைக்கு முன் வாங்கியதுபோலத் தற்காலம் அவ்வளவுக்கு வாங்குவதற்கில்லை. அதன் மதிப்பு இறங்கிவிட்டது. உடைகளை உபயோகித்து வருவதால் அவற்றின் நிலைமை கெடுகிறது. வயது சென்றதால் தேகாரோக்கியமும் வேலைசெய்வதற்குச் சக்தியுங்குறைகிறது. ஒருவன் வாலிபனாயிருந்தபோது செய்த நல்லவேலையைப்போல, அவன் விருத்தாப்பியனான போது நல்ல வேலையைச் செய்ய முடியுமா? முடியாது. அஃதேன்? அவனுக்கிருந்த வலுவுந் தைரியமுங் குன்றிவிட்டது. கெட்டப்பழக்கங்கள் நற்பழக்கங்களையழித்து, உயர்ந்த நிலைமையினின்றுந் தாழ்ந்த நிலைமைக்குக் கொண்டுபோகின்றன.

இடைவிடாமல் வெறியுள்ள மதுசாரத்தை உபயோகித்துத் தேகத்திற்குரிய சக்தியின் அளவை யதிகப்படுத்தல், உள்ள சக்திக்கு அதிமாக வேலைசெய்தல், தேகத்தைப் பலவிதங்களில் வருத்தி மெலியச்செய்தல், மனவெழுச்சியையுண்டாக்கல் இவையாவும் நம் அழிவுக்கே யிடமாகின்றன.

ஆகவே, மதுசாரம் மனிதனுடைய தேகக்கண்ணறைகளையும், தேசமக்களின் சீரையும் கெடுக்கிறது.

உயிருள்ள ஜீவதாது (Living protoplasm) மதுசாரத்தால் எவ்வாறு சேதப்படுகிறதென்பதை நீங்கள் முன்னமே தெரிந் திருக்கிறீர்கள். மதுசாரத்தின் நிழச்சியால் புல், பூண்டு, கொடி, செடி, மரம் முதலிய தாவரங்களேனும் பிராணிகளேனும் பூரண வளர்ச்சியடைவதில்லை; அன்றியும், அவை இயற்கையில் நன்றாய் வளர்ந்து வரும்போது, அவைகட்கு மதுசாரஞ் சேருமாயின் அவற்றின் வளர்ச்சிக்குன்றி, நிலைமைகுலைந்து சீர்கெட்டுப்போகின்றது.

நீங்கள் ரோசாச்செடி (Rose plant)யைப் பார்த்திருக்கின்றீர்கள். அது எவ்வளவு செழிப்பாகவும் அழகாகவுமிருக்கின்றது. அதில் அரும்புகள் நிறைந்திருப்பதால் அதிக மலர்களைக் கொடுக்கு மென்று நீங்கள் நினைக்கிறீர்கள்; ஆனால் அச்செடியின்மேல் 'பச்சைநிறமான பூச்சி' தங்கி அதிவிரைவில் பூசனத்தைப் (Mildem) பரப்பிச் செடிமுழுதும் மூடும்படி செய்துவிட்டது. அதனால், மெல்ல மெல்ல அச்செடியின் வீரியவளர்ச்சியும் அழகுங்குன்றிவிட்டன. சில அரும்புகள் மலர்ந்தன. வசந்தகாலமாயிருந்தும் அதன்செயல் பூரணமாகப் பலிக்கவில்லை. அஃதேன்? அப்பூச்சியால் அச்

செடிக்கு மிக்க சீர்கேடு உண்டாயிற்று. மனித தேகத்திற்குப் பச்சைநிறமான பூச்சியாவது மதுசாரமேயாகும். அது, உயிருள்ள கண்ணறைகளின் வலுவையும், நலத்தையும் உறிஞ்சிவிடுகிறது. அது, வயிற்றிலுள்ளவரையும் கண்ணறைகளுக்குக் கேட்டை விளைக்கின்றது.

இதனை திருட்டாந்தப்படுத்துவதற்கு மதுசாரத்தின் தன்மையைப் பற்றி சில ஆராய்ச்சியைப் பார்ப்போம்.

பண்டித ஹாட்ஜ் (Professor Hodge) என்பவரது நாய்க்குட்டிகள்

பண்டித ஹாட்ஜ் என்பவர், ஏறக்குறைய சமமானவயதும் உருவமும் உயரமுமுள்ள நான்கு நாய்க்குட்டிகளை வளர்ந்து வந்தார். அந்நான்கும் ஒன்றாகவசித்தும் விளையாடியும், ஒன்றாகவுண்டும் உறங்கியும், ஒன்றாகப் பயிற்றபெற்றும், மற்றெல்லாவகைகளிலும் ஒரேவிதமாக உபசரிக்கப்பெற்றும் வந்தன, ஆனால், அந்நான்கில் இரண்டுக்குமாத்திரம் ஒவ்வொரு நாளும் அவற்றின் ஆகாரத்தோடு சிறிது மதுசாரஞ் சேர்த்துக் கொடுக்கப்பட்டது. *C*யும் *D*யும் மதுசாரமில்லாதிருந்தன. *A*யும் *B*யும் மாத்திரம் சிறிது மதுசாரமுண்டுவந்தன. அந்நான்கு நாய்களும் பந்து உருட்டினால் அதனைக் கொண்டுவருவதற்கு ஆறுமாதகாலம் பழகிவந்தன. அவைகளால் அவ்விளையாட்டை நன்றாகச் செய்ய இயன்றபிறகு, அவை ஒருவிசாலமான 300 அடி நீளமுள்ள அறைக்குள் கொண்டுபோகப்பட்டன. அங்கே ஒவ்வொருநாயும் எண்ணிடப்பெற்று, நாளொன்றுக்கு 100 தடவையாக 14 நாளைக்கு பந்து உருட்டி விளையாடின. அவ்வாறு உருட்டின பந்துகளையுந் திரும்பக்கொண்டுவந்த அந்நாய்களின் கணக்கையுயம் சாக்கிரதையாக குறித்துக் கொண்டனர். ஒவ்வொருநாயின் கழுத்துப்பட்டியில் *(collar)* ஒவ்வொரு பாதைமானியந்திரம் *(Pedometer)* பொருத்தப்பட்டது. பாதைமானியந்திரமென்பது, துவிச்சக்கரவண்டி *(Bicycle)* அல்லது மோட்டார் இரதத்தில் *(Motorcar)* பிரயாணஞ்செய்யும் வேகத்தையுந் தூரத்தையுங்காட்ட, வேகமானியந்திரத்தில் *(Speedomotor)* பதிவு செய்துவைத்திருப்பதுபோலவே, அவ்வொவ்வொரு நாயும் சென்றதின் அளவையும் வேகத்தையுங் காட்ட வைத்த சிறிய யந்திரமாம். பந்துகள் 1400 தடவை யுருட்டியதில், அவை ஒவ்வொன்றும் கொண்டுவந்த பந்துகளின் தொகையாவன

மதுபானமில்லாத *C*யும் *D*யும் 922 தரம்

மதுபானமுண்ட *A*யும் *B*யும் 478 தரம்

இவ்வித்தியாசம் எதனாலுண்டாயிற்று? Aயும் Bயும் தங்கள் ஆகாரத்தோடு மதுசாரமுண்டு வந்ததினாலாயிற்று. உண்டதினாலென்னவாயிற்று? அவையுண்ட மதுசாரம் மூளையின் கண்ணறைகளுக்குச் சென்று, ஜீவதாதுவை விஷமாக்கிப் பந்துகளைக் கொண்டுவருவதற்கு மனதைச் சோர்வடையச்செய்து, புத்தியை மந்தப்படுத்தி ஊக்கத்தைக்குறைத்துச் சுறுசுறுப்பில்லாமற் செய்துவிட்டது.

Cயும் Dயும் ஏன் அதிகப் பந்துகளைக் கொண்டுவந்தன? அவை தங்களாகாரத்தோடு மதுசாரம் உண்ணவில்லை. வெறுந்தண்ணீரே அருந்தின. ஆதலின், அவை, பந்து உருட்டியதைக் கூர்மையாகப் பார்த்தன. அவற்றின் மூளை, சுத்தமாயும் சுகமாயும் நல்ல வேலை செய்யச் சக்தியுடையதாயுமிருந்தது.

நரம்பு மண்டலத்தில் (Nervous System) நரம்பின் கண்ணறைகளும், நரம்பின்நாரும் (Nervefibre) அமைந்திருக்கின்றன. மூளையிலும் முள்ளந்தண்டுக் கொண்டியிலும் கண்ணறைகள் அதிகமாயும் உள்ளுறுப்புகளில் சிலவாயுமிருக்கின்றன.

நரம்பின் நார்கள், நரம்பின் கண்ணறைகளை உடம்பில் எல்லாப் பாகங்களோடும் இணைக்கின்றன. அவை, மூளையிலிருந்தும் முள்ளந்தண்டுக் கொடியிலிருந்தும், உடம்பில் மிகத்தூரமாயுள்ள பகுதிகளுக்கும் நீண்டு செல்கின்றன. ஆகவே, நரம்பின் கண்ணறைகளுக்கும் உடம்பின் மற்றப் பகுதிகளுக்கும் சமாசாரங்கொண்டுபோதலே நரம்பின் நார்களின் தொழிலாகும்.

உடம்பிலுள்ள ஒவ்வொரு தசைக்கும் நரம்பு செல்லுகின்றது. இந்நரம்பு தசையினுள்ளே பலகிளைகளாகக் கிளைத்து, அவற்றிலிருந்து அநேக சிறுநரம்புகள் கிளைக்கின்றன. இக்கிளை நரம்புகளிலொன்று ஒவ்வொரு தசைக் கண்ணறைக்கும் செல்லுகின்றது. ஒருவன் தன் தசையை யுபயோகிக்க விரும்பும் போது, அவனுடைய மூளையிலுள்ள நரம்பின் கண்ணறைகள் நரம்பின் நார்களின் மூலமாய்ச் சமாசாரமனுப்பித் தசையை யசைக்கச் சொல்லுகின்றன. அப்படியே நரம்பின் நார்கள் தசையிலுள்ள ஒவ்வொரு கண்ணறைக்கும் சமாசார மெட்ட வைத்து, உடம்பிலுள்ள தசையை யசைக்கச் செய்கிறது. Aயும் Bயும் மதுசாரம் உண்டுவந்ததால், அவற்றின் ஜீவதாது உணர்ச்சி குன்றியதால் நரம்பின் வழியாகத் தசைக்குஞ் சரியான சமாசார மெட்டாமற்போனது. அதனால் அவை C, Dயைப்போல நல்லவேலை செய்யக்கூடவில்லை.

'மதுபானமுள்ள நாய்களினும் மதுபானப் பழக்கமேயில்லாத நாய்களுக்கு மிக்க கூர்மையான அறிவும், மிக்க சுறுசுறுப்பும்,

உடனே கீழ்ப்படியுங்குணமும், சந்தோஷமுண்டாக்குவதற்கு மிக்க ஆசையுமுடையனவா யிருந்தன' வென்று ஹாட்ஜ் பண்டிதர் கூறுகின்றார்.

சிலநாட்களுக்குப் பிறகு, அவ்வூரில் நாய்களுக்குள்ளே நோயுண்டாயிற்று. அவைகட்கு எல்லாப்பரிகாரங்களுஞ் செய்யப்பட்டன. பண்டித ஹாட்ஜ் என்பவருடைய நாய்களுக்குள்ளே மதுபானமுண்டுவந்த A, B நாய்களுக்கு நோய்கண்டு, அவை பெரிதும் இறக்கும் நிலைமைக்கு வந்துவிட்டன. மதுனாமில்லாதிருந்த C, D நாய்களுக்கு நோய் சொற்பமாகக்கண்டு, சீக்கிரமாகச் சௌக்கியமடைந்தன. (மதுபானம் நோயை யெதிர்ப்பதற்கில்லாதபடி தேகத்தை யெப்படி மெலியச் செய்கிறதென்பதை கவனியுங்கள்) அன்றியும்,

C, D நாய்களுக்கு 45 குட்டிகளிருந்தன. அவையாவும் உடல் நலமும் வலுவுள்ளனவாயுமிருந்தன. A, B நாய்களுக்கு 24 குட்டிகளிருந்தன. அவற்றுள் நான்கு குட்டிகள்தான் ஆரோக்கியமுள்ளனவாயிருந்தன, அநேகங் குட்டிகள் இறந்து பிறந்தன, சில உயிரோடிருந்தும் அவைகளே உணவருந்துவதற்குஞ் சக்தியில்லாதிருந்தன.

இதனாலே அவற்றிற்கு

1. வேலை செய்வதற்குச் சக்தியிலும்
2. தேக சுகத்திலும் தேகத்தைத் தகுதியாக வைப்பதிலும்
3. தங்களினத்தை உற்பத்திபண்ணுவதிலும் சீர்கேடுற்றன என்பவை தெளிவாய்த் தெரிகின்றன. இதுநிற்க,

ஊசிகளில் நூல் கோத்தல்

ஊசிகளில் நூல்கோக்கும் சோதனையின் பொருட்டு ஒருவன் அவ்வேலையிற்பழகிக் கைதேர்ந்தவனானான், அதன் விவரம் வருமாறு:

200 ஊசிகள் பஞ்சுமெத்தையில் குத்திவைத்து நூலும் வைக்கப்பட்டது. அவ்விருநூறு ஊசிகளுக்கும் 20 நிமிஷத்திற்குள் நூல் கோக்கவேண்டுமென்பது அவனது கருத்து. அதற்காக அம்மனிதன் ஒவ்வொருநாளும் பழகிக் கைதேர்ந்தவனானான். பிறகு சோதனை யாரம்பமாயிற்று. 14 நாள் அவன் மதுசாரம் அருந்தவேயில்லை. பிறகு, 10 நாளைக்கு அவன் படுக்கைக்குப் போகுமுன் 1 பயின்ட் பீர் குடித்து வந்தான். நூல் கோக்கும் வேலை காலை 10 மணிக்கு ஆரம்பம். (மதுசாரம் 15லிருந்து 24 மணி நேரம் இரத்தத்திலிருக்குமென்பது உங்களுக்குத் தெரியும்).

இப்போது அவன் செய்த வேலையைப் பார்ப்போம். அவன் மதுபானமில்லாமல் 167இல் ஆரம்பித்தாலும் 20 நிமிஷத்தில் தான்செய்த அப்பியாசத்தின் முதிர்ச்சியால் 191 ஊசிகள் வரையும் நூல்கோக்கும்படி கைதேர்ந்தவனானான். ஆனால் மதுபானஞ் செய்ததும் அவனுடைய முந்தின அப்பியாசமெல்லாங் கெட்டுப் பயனில்லாமற் போயிற்று. உயர்ந்த நிலையிலிருந்தவன் தாழ்ந்த நிலையை அடைந்தான். நன்னிலைமையினின்றும் விலகிக் கேடான நிலைமைக்கு அடிமையானான்.

முதலிலிருந்தவன் நான்காவதானான்

பண்டித ஜே.ஜே. ஏபில் *(Professor J.J. Able)* என்பவர் தாமெழுதிய புத்தகமொன்றில் மதுக்குடியாலுண்டான கேடொன்றை உதாரணமாகக் காட்டுகின்றார்:

'நான் புறாக்களைக் குறிபார்த்துச் சுடும் பந்தயத்திலிருந்தேன். அப்பந்தயத்தைக் கெலித்து, நல்ல வெகுமதியைப் பெறுவதற்குக் குறிபார்த்துச் சுடக்கூடிய கைதேர்ந்தவர்கள் அநேகர்வந்து கூடினர். அவர்களுள் குறிபார்த்துச் சுடுவதில் பிரசித்திபெற்ற ஒருமனிதன், பந்தயங் கெலிப்பதற்காக முன்வந்து நின்றான். யந்திரபலத்தாற் செய்யப்பட்ட 20 புறாக்களை *(Mechanical pigeons)* ஆகாயத்திற் பறக்கவிட்டனர். அம்மனிதன் 20 தரங்குறிபார்த்துச்சுட்டு அவ்விருபது புறாக்களையுங் கீழே வீழ்த்தினான். முதல்முறை அவனே முதலாவதானான். பிறகு அவனும் நானும் சிறிது பட்சணமெடுத்துக்கொள்ளக் கூடாரத்துட் போனோம். அங்கே, அவன் ஒருகிளாஸ் உஸ்கி *(Whisky)* குடித்ததைப் பார்த்தேன். பிறகு வெளிவந்ததும் அவன் இரண்டாம்முறை பந்தயத்திற்கு அழைக்கப்பட்டான். மீண்டும் 20 புறாக்களை ஆகாயத்திற் பறக்கவிட்டனர். அவன் 20 தரங் குறிப்பார்த்துச் சுட்டும் அவ்விருபதையும் கீழே வீழ்த்தக்கூடாதவனானான். முதன்முறையில் ஒவ்வொருவரும் அவனுடைய கை வேகத்தையுங் குறிபார்த்துச்சுட்ட திட்டத்தையுங்கண்டு ஆச்சரியப்பட்டவர்களே, இரண்டாம்முறையிலும் அவனே பலதரமுங் குறிதப்பிப்போனதைக் கண்டு வியப்படைந்தனர். இரண்டாம்முறை முடிந்ததும் அவன் நான்காவதானான். மதுக்குடி இல்லாதபோது அவன் முதற்றரமானவனாயிருந்தான். மதுக்குடி இருந்தபோது அவன் நான்காந்தரமானவனானான். அஃதேன்? மதுசாரம் ஆரோக்கிய நிலைமையிலிருந்த உயிருள்ள கண்ணறைகளைத் தாக்கி, அவற்றைக் கேடான நிலைமைக்குக் கொண்டுவந்தது.

டைப் அடிப்பவர் ஒருவரைப் *(Typewriter)* பல சோதனைகள் செய்தபோது, அவர் மதுபானம் செய்யாதகாலத்தில் ஒவ்வொரு

அரைநிமிஷத்தில் 114 எழுத்துக்களை டைப் அடித்தார். அவர் சிறிது மதுவருந்தியிருந்தபோது, அதேநேரத்தில் டைப் அடித்ததில் 6 எழுத்துக்கள் குறைய 108 எழுத்துக்கள்தான் அடித்தார். அவ்வாறு அரைநிமிஷத்திற்கு 6 எழுத்துக்கள் குறைந்ததால் ஒருமணி நேரத்திற்கு 720 எழுத்துக்கள் குறைந்தன.

மதுபானமில்லாதபோது 1000 எழுத்துக்கள் டைப் அடித்ததில் 14 தப்புகளும், மதுபானமிருந்தபோது 31 தப்புகளும் நேர்ந்தன. அச்சடுக்கும் வேலைக்காரர்கள் மதுசாரமுண்டிருந்தால் அவர்கள் வேலை 100க்கும் 10 பங்கு சீர்குலைந்திருக்கிறதாம். எண்களைக் கூட்டுதலிலும், வாசகங்களை அல்லது பாட்டுக்களை ஞாபகத்திற்குக் கொண்டு வருவதிலும் மதுபானிகளே அதிக தவறு செய்கிறார்களாம். பிழைக்கும்வழி யெதுவாயிருப்பினும் அதைப்பற்றிக் கேள்வியில்லை; ஆனால், மதுசாரமட்டுங் கூடாது. அது ஒருவன் சீரைக்குலைத்துக் கேட்டை விளைவிக்கும். பிறகு, முன்னிருந்த நன்னிலையையடைவது மிகக் கடினமாகும். As Sir Frederic Treves says:

"A Person Cannot Be at His Best on Alcochol"

"மதுசாரமுண்பவன் நல்லறிவினனாயிருக்க முடியாது."

ஒவ்வொருவர் சமார்த்தியந் தெரிந்துகொள்ளவேண்டி பரிட்சையில், பந்தய ஓட்டம் ஓடுகிற சிலருக்குப் பாரம் இடப்படுகிறது, அல்லது அவர்களுக்கிருக்குஞ் சுலபங் குறைக்கப் படுகிறது. அதெப்படியெனில், ஒரு பந்தயத்தில் ஒருபையன் மற்றபையனைப்பார்க்கிலும் மூத்தவனாயும் பெரியவனாயும் பலசாலியாயு மிருந்தால், அப்பரிட்சையைச் சமமாக்குவதற்கும், சிறிய பையனுக்கு ஓட்டத்தில் நல்ல சமயங் கிடைப்பதற்கும், அப்பெரியபையன் பந்தயம் புறப்படும் இடத்திலிருந்து சிறிதுதூரம் பின்வாங்கி நிற்கவேண்டும். அதுபோலவே, பந்தயவோட்டத்தில் பெரிய படகு சிறிய படகுக்கு நேரங் கொடுக்கவேண்டும். இப்படிச்செய்வதற்கு ஆங்கிலத்தில் 'ஹாண்டிகாப்' (Handicap) என்று சொல்லப்படுகிறது. சுருக்கிச் சொல்லுமிடத்து 'ஹாண்டிகாப்' என்பது ஓடும்பந்தயத்தில் எல்லோருக்கு மிருக்குஞ் சுலபத்தைச் சமமாக்கும்பொருட்டுச் சிலருக்கிடும் பாரம். அதாவது, பந்தயவோட்டத்தில் மேலான நிலைமையிலிருப்பவனைத் தாழ்வான நிலைமையிலிருப்பனுக்குச் சமமாக்குதலாகும், அதுபோன்றே, மதுசாரம், ஒருவனுடைய வாழ்நாளின் பந்தய வோட்டத்தில், அவனுடைய மேன்மைகுணத்தைத் தாழ்வடையச் செய்கிறது. உயர்ந்தோனைத் தாழ்ந்தோனுக்குச் சமமாக்குகிறது. உத்தமனுடைய நல்லறிவைப் பாழாக்கி, அதமனுடைய அறிவு கெட்ட நிலைமைக்குக் கொண்டு போகிறது.

ஒவ்வொரு வருடமும் பிழைக்கும்வழி தேடுவதும், பிழைக்கும் வழி தேடுவதற்கு முந்திக்கொள்வதும் மிகக் கடினமாய்விட்டது. ஓரிடத்தில் ஒருவேலை காலியானால் அவ்வொருவேலைக்கு எத்தனையோ ஆட்கள் மேல்விழுந்து வருகிறார்கள். ஆனால், வேலையாட்களை வைத்து நடத்துவோர் மதுக்குடியன்மேல் அவநம்பிக்கைப்படுகிறார்கள்.

ஏனெனில், மதுக்குடி ஞாபகத்தையும் சுறுசுறுப்பையும் மனவுறுதியையும் விவேகத்தையும் தன்னடக்கத்தையும் *(Self control)* கெடுக்கிறதென்று அவர்கள் தெரிந்திருக்கிறார்கள். அது வேலைக்காரர்களுக்குள்ளதான மேலான அறிவின் விளக்கத்தைக் கெடுக்கிறது. அவன் நல்லறிவோடு செய்யும் வேலையில் அவனுக்கு இடையூற்றையுண்டாக்குகிறது.

அமெரிக்கா வியாபாரிகளுக்குள்ளே தலைமையானவரான ஸ்காட்லண்ட் தேசத்தாராகிய மிஸ்டர் கார்னேகி *(Mr. Carnagie)* என்பவர் ஆயிரக்கணக்கான சனங்களை வேலைக்கு அமர்த்தி யிருந்தார். அவர் முற்றும் மதுவிலக்கின் பயனைத் தெரிந்தவரானதால், வேலைக்காரருக்குள்ளே மதுக்குடி விலக்கியவர்களுக்கு மாத்திரம் 100க்கு 10விகிதம் அதிகச் சம்பளமுயர்த்தி மதுக்குடியர்களுக்கு உயர்த்துவதை மறுத்துவிட்டனர்.

அவர் "ஒரு வாலிபன் எவ்வளவு கெட்டிக்காரனா யிருப்பினும் அவன் குடியனாயிருப்பானாயின் அவனுக்காக காலத்தை வீணாக்குவது பிரயோசனமில்லை" என்று கூறினார். மதுசாரம் நல்லறிவைக் கெடுக்கும்.

பிரசித்திபெற்ற ஐரோப்பிய ஸர்ஜன் டாக்டர் லாரென்ஸ் *(Dr. Larens)* என்பவர் நியூயார்க் *(New York)* நகரத்தில் ஓர் விருந்துக்குச் சென்றிருந்தார். அவர் உட்கார்ந்தவுடன் தமக்கு வைத்திருந்த ஒயின் பாத்திரத்தைக் *(Wine Glass)* கவிழ்த்துவிட்டார். இதனை அவர் அருகிலிருந்த ஒருவர் பார்த்து, "டாக்டர் அவர்களே! தங்களுக்கு ஏன் ஒயின் வேண்டுவதில்லை" என்றார். "ஐயா! உங்களுக்கு வந்தனம். எனக்கு வேண்டுவதில்லை, நானொரு வைத்தியன் (சர்ஜன்). என்னிடம் அநேக ஆண்களும், பெண்களும், சிறுவர் சிறுமிகளும் தங்கள் நோய்தீர்ந்து உயிரைக் காப்பாற்றிக்கொள்ள என்னை நம்பி வருகிறார்கள். அவர்களுக்கு நான் நல்லறிவுள்ளவனாயும், உண்மையானவனாயு மிருத்தல் வேண்டும். அல்லது நம்பி வந்தவர்களுக்கு அறிவில்லாத பொய்யனா யிருத்தல் வேண்டும்" என்றார் டாக்டர்.

ஒவ்வொரு உத்தியோகஸ்தனுக்கும் ஏன் மதுபானங் கூடாது என்பதற்கு டாக்டர் அவர்கள் மேலே கூறியது சிறந்த

காரணமாகும். மதுசாரம் அறிவை மந்தமாக்குகிறது. பகுத்தறிவை மறைக்கின்றது. ஒன்றைக் கிரகிக்கவொட்டாமல் மனத்தைத் தடுமாறச் செய்கிறது பரிசவுணர்ச்சியை மந்தமாக்கி, அவ்வுணர்ச்சி உண்டோ இல்லையோ வென்னும்படிச் செய்கிறது. இவ்வாறுசெய்யவல்ல மதுசாரத்தை "ஒருவன் தன் மூளையில் சேர்ப்பது, ஒரு யந்திரத்தில் சுழன்றுகொண்டிருக்குஞ் சக்கரத்துள் மண்ணை வாரிப்போட்டதுபோலாகிறது" என்று எடிஸன் *(Edison)* கூறுகின்றார்.

மதுசாரத்தா லுண்டாகுஞ் சீர்கேட்டைத் தெரிந்து கொள்வதற்குச் சிலநாட் பிடிக்குமானாலும், அது தேகத்தில் அடங்கியிருக்கிறது. கண்ணறைகள் அதனை யுடனே கழிக்கிற தில்லை. தேகம் அவ்விஷத்தை யொழித்துத் தன்னைச் செம்மையாக வைத்துக்கொள்ள மிக்க பிரயாசைப்படுகிறது; ஆனால் மதுசாரம் பரிகசிக்கின்றது. ஏமாற்றுகிறது. அது வேலைசெய்பவனுக்குப் பிரதிகூலமாகிறபோது அநுகூலமாகிறதாக அவனை நம்பச் செய்கிறது. அது அவன் செய்யும் வேலை அதிகக் கேடாயிருப்பினும் அவனை மிகவும் நல்லவேலை செய்கிறவனாக நினைக்கச் செய்கிறது.

இதோ 10 அங்குல நீளமுள்ள பெண்டுலத்தை *(Pendulam)* யுடைய கடிகாரம் *(Clock)* ஒன்றிருக்கின்றது. அது ஒவ்வொரு அரைவினாடிக்கும் டிக்டிக் என்றடிக்கிறது. அது காலத்தைச் சரியாகக் காட்டுகிறது. அப்பெண்டுலத்தின் ஸ்க்ருவை *(Screw)* மயிர்க்கன அளவுமாத்திரம் திருப்பிவைத்தால் அது இப்போது ஒருதரம் டிக் என்றடிப்பதற்கு ஒரு வினாடியில் 1000த்தில் ஒரு பங்குநேரம் நீடிக்கிறது. இப்படி ஒரு வினாடியில் 1000த்தில் ஒரு பங்கு நேரம் நீடிப்பதைக் குறிப்பிடவாவது அல்லது கவனிக்கவாவது கூடுமானதல்ல. அதனை ஒரு சனிவாரம் காலையில் திருப்பிவைத்தாயென்று வைத்துக்கொள். மறுசனிவாரங்காலையில் நீ 9 மணிரெயிலேறிப்போக சென்ட்ரல் ஸ்டேஷனு *(Central Station)*க்குச் சென்றாய். அங்கே நீ எதிர்பார்த்த 9 மணி ரெயில்வண்டி 20 நிமிஷத்திற்கு முந்தியே போய்விட்டதாகத் தெரிந்துகொண்டாய். ஏன் அத்தனை நிமிஷம் தாமதித்துச் சென்றாயென்பது உனக்குத் தெரியுமா? அக்கடிகாரத்தை மயிர்க்கன அளவு திருப்பிவைத்ததால் அது ஒருவாரத்தில் 20 நிமிஷம் இழந்துவிட்டது.

அதுபோலவே மதுசாரம் ஒருவனை மந்தகதியுள்ளவனாகச் செய்கிறது. அதனை முதலில் ஒருவனும் அறிகிறதில்லை; ஆனால் அதன்பயன் தேகத்தில் சேர்ந்திருக்கின்றன. அவன் உயர்குணத்தினின்றும் இழிகுணமடைந்தானானதால் ஆண்மை

யில்லாதவனாகிறான். அவனிடத்தில் வேலை வாங்குபவர் அவன் சுறுசுறுப்பில்லாதவனாயும், நிதானம் இல்லாதவனாயும், முயற்சியில்லாதவனாயும், நம்பகமில்லாதவனாயுமிருக்கிறதை யறிந்துகொண்டு, அவனுடைய வேலையைப்பற்றி அவன் எசமானர் அவனுக்கு எச்சரிக்கை செய்கிறார். ஆனால் அவர் மதுசாரத்தைக் குறைகூறவில்லை. பிறகு அவன் வேறுவேலை தேடிக்கொள்ள நேரிட்டது. மதுசாரம் அவன் தேகத்திலிருந்தும் அதனை யவன் உணரவில்லை யாதலால், அம்மதுசாரமே மெதுவாக இம்மாறுதலை யுண்டாக்கியது.

தேசாபிமானமுள்ள ஒவ்வொரு ஆணுக்கும், சிறுவனுக்கும், சிறுமிக்கும் முதற்றரமான சாம்பிராச்சியத்தை ஸ்தாபிக்க அவாவுண்டு. ஒவ்வொருவரும் தம்மால் கூடியவரையில் உத்தமராகவிருந்தால்தான் அது முடியும். மதுபானம் ஒரு மனிதனுக்கு எவ்வாறோ அவ்வாறே ஒரு தேசத்திற்கும் இடையூறாகும். தேகக்கட்டும், சுறுசுறுப்பும், வளமையும்பெற்று, தான் எடுத்துக்கொள்ளும் வேலையைச் செவ்வனே செய்து முடிக்கக்கருதும் ஒவ்வொருவனும் கார்னகி (Carnagie) அவர்களின் சொற்களை மனத்தில் பதியவைக்கவேண்டும்.

"உனது முயற்சியில் நீ வெற்றிபெறாமலிருப்பதற்கு முக்கிய காரணம், மற்றெல்லாவற்றைக் காட்டிலும் மதுபானமே யாகும்."

நீ தேசத்தின் ஒருபகுதி யென்பதை மனதில் வை. ஒரு தேசத்தைச்சார்ந்த ஒவ்வொருவனும் தனது கடமைகளைச் செவ்வனே செய்து முடித்தாற்றான் அத்தேசம் மேன்மையடையும்.

மதுசாரம் கண்ணறைகளைக் கெடுப்பதினால் மதுவுண்ணும் மனிதன் தேகவலிமையிலும் மனோதிடத்திலும் நல்லொழுக்கத்திலும் கெட்டுக்கேடுறுகின்றான்……*

மருத்துவன், 1928, டிசம்பர், பக். 65–67,
1929, ஜனவரி, பக். 99–100; பிப்ரவரி பக். 125–126;
மார்ச், பக். 150–151; ஏப்ரல், பக். 172–176;
மே – ஜூன், பக். 206–208.

---

* இதன் தொடர்ச்சி கிடைக்கவில்லை.

2

பாலர் பரிபாலனம்

உணவைப் பற்றிய பொதுவிதிகள்

மக்களுக்கு உயிர் நிலை உணவேயாகும். உணவு சிறிது மில்லாவிடின் மிக விரைவில் உடல் வளர்ச்சிக்குறைந்து மரணம் நேருவது திண்ணம். முதிர்ந்த மரங்களுக்கே நீர்வேண்டுமானால் முளைப் பயிருக்குக் கேட்கவும்வேண்டுமா? நெல்பயிர் சிறிதாயிருக்கும்போது எப்போதுங் குறைவின்றி தாராளமாகவே நீர் விட்டுவரவேண்டும். அதில் குறைவுசெய்தால் வாடிப் பட்டுப்போகிறது. ஒருக்கால் அப்பயிர் தப்பிப் பிழைத்திருப்பினும் பயனற்றுப்போகிறது. அதுபோல் சிசுக்களுக்கும் உணவுக்குறைவு சிறிதுமின்றி அளவாகக் கொடுத்து வரவேண்டும். அதில் குறைவுநேரிட்டாலும், அளவுக்கு மீறினாலும் துன்பமுண்டாகும். ஆகை யினாலே சிசுக்களின் ஆகார விஷயத்தில் அதிகக் கவலையும் ஒழுங்கும் இருத்தல் வேண்டும்.

இனி உணவின் தன்மைகளைக் கவனிப்போம். உடல் செம்மையாக வளருவதற்கு 1. சதையை வளர்க்கும் பாகம், 2. ஜீவாக்கினியை வளர்க்கும் பாகம் என்று இரு முக்கியபாகங்களாக வகுக்கலாம். பிராணிவகைகளின் பால், தயிர், பாற்கட்டி முதலியவைகளிலிருக்கும் சத்துக்கள் ஊண் வளர்ச்சிக்கானது. முட்டை, இறைச்சி, கோதுமை முதலியவைகளின் சத்தும், பயறு, முதலிய பருப்புவகைகளில் உள்ள சத்தும், பாலிலுள்ள சத்தைப்போல மாமிசவிருத்திசெய்து உடலை வளர்ப்பவைகள். இச்சத்துக்கள் சுமார் ஒருபாகமும்

ஜீவாக்கினி உற்பத்தி சத்துக்கள் இருபாகமுஞ்சேர்ந்து நமக்கு உணவாகவேண்டும். ஒன்று சிறிது குறைந்து மற்றது அதிகமானால் பயனில்லை. வியாதி நேரிடும்.

உயிருக்கு ஆதாரமாகிய தீயை (ஜீவாக்கினியை), வளர்க்கும் சத்துக்கள் மூன்றுவகைப்படும். 1. கொழுப்பு, வெண்ணெய், நெய் முதலிய நெய்ச்சத்துக்கள், 2. சருக்கரை, வெல்லம், கற்கண்டு முதலிய தித்திப்பு சத்துக்கள், 3. மாவுவகைகள் ஆகிய இவைகளே.

மேற்கூறிய இருவகைச் சத்துகளன்றி சில உப்பு வகைகளும், தண்ணீரும் வேண்டும். உப்பென்றால் வழக்கமாக நாம் உணவில் உபயோகிக்கிற கறி உப்பு மாத்திரமல்ல, சுண்ணாம்பு, சோடா, பொட்டாஷ், மாக்னிஷிபா முதலிய உலோகங்களின் துவர் உப்புகளும் சிறிது தேவை. இரத்தசுத்திக்கும், உடலினுள்ளிருக்கும் உறுப்புகள் தத்தம் வேலைகளை ஒழுங்காகச் செய்வதற்கும் இவ்வுப்புகள் வேண்டும். பெண்களுக்குப் பால் சரியாகச் சுரக்கிறதற்கும் இந்த உப்புகள் அனுகூலமானவைகள். இவைகளில்லாவிடில் உடல் நலமிராது.

தண்ணீரும் உடல் வளர்ச்சிக்கு இன்றியமையாத பொருளாகும். வேண்டிய நீர் உடம்பில் இல்லாவிடில் உயிர்த்தீ (ஜீவாக்கினி) மிகுந்து நோய்க்கிடமாகும். தவிர, வியர்வையாகவும் ஆவியாகவும், சிறுநீராகவும் வெளியேறும் நீருக்குப் பதில்நீர் உடலுக்குக் கொடுக்க வேண்டும். தாராளமாக இவைகள் கழியாவிடில், தேகத்திலிருந்து அப்புறப்படவேண்டிய கழிவுப்பொருள்கள் வெளியேறாமல் உடலில் தங்கி நோய்க்கிடமாகும். இரத்தத்திலும் நீர்சுண்டி, இரத்தம் தடிப்பாகி ஓட்டம் மட்டுப்படும். ஆதலால் உணவில் ஊன்வளர்ச்சிப்பொருள், சீவாக்கினிப்பொருள், உப்புகள், நீர் ஆகிய இந்நான்கு பொருள்களும் கலந்திருக்கவேண்டும்.

குழந்தை கருப்பையிலிருந்து வெளிவருமுன்னரே அதற்கு வேண்டிய உணவை, கடவுள் உடல் வளர்ச்சிக்கு வேண்டிய நான்கு சத்துக்களோடும் ஒழுங்காக பாலில் அமைத்திருக்கின்றார். அப்பாலையும் அன்னையின் மார்பில் அமைத்திருக்கின்றார். இதன் அருமையை யாரே அறியவல்லார்! தாய்ப்பாலின் ஆயிரம் பங்கில்

ஊன் வளர்ச்சிக்குரிய சத்து	39 பாகம்
உயிர்த்தீக்குரிய சத்து (வெண்ணெய், பால், சருக்கரை)	70 பாகம்
உப்புகள்	1 பாகம்
நீர்	890 பாகம்

அடங்கியிருக்கிறது. இதுதான் சிசுவின் சீரணசக்திக்கும், உடல் வளர்ச்சிக்கும், உடல் நலத்துக்கும் தக்க அளவாகும். இப்பொருள்கள் பாலில் மிகினும், குறையினும் உடல் செம்மையாய் வளராது. நோய்க்கிடமாகும். மற்றப் பிராணிகளின் பால்களில் இப்பொருள்கள் குறைந்தும் கூடியும் இருக்கும். இவ்வேற்றுமைக்காகத்தான் பசு, ஆடு முதலிய பிராணிகளின் பாலில் ஏதேனும் ஒன்றை சிசுக்களுக்குக் கொடுக்கும்படி நேரிட்டால் அதனுடன் நீர்சேர்த்து சற்றேறக்குறைய மனிதப்பாலின் சத்துகளின் அளவுக்குச் சமப்படுத்திக் கொடுக்க வேண்டும்.

குழந்தை பிறந்தகாலத்தில் தாயின்பாலில் வெண்ணெயும் சருக்கரையுமாகிய சீவாக்கினி யுற்பத்திசெய்யும் பொருள்கள் மிகுதியாயிருக்கும். ஏனெனில் சிசுவுக்கு கைகால்களைத் தானே அசைப்பதனா லுண்டாகும் உடற்பழக்கமேதவிர உடம்பில் சூடுண்டாக்கத்தக்க வேறு காரணமில்லை. ஆகையினால் கடவுள் பருவத்துக்குத்தக்க உணவை ஏற்பாடு செய்திருக்கிறார். குழந்தை வயதாக வயதாக அதன் சீரணசக்தியும் அதிகப்படும். அதற்குச் சரியாக இரைப்பையிலும் மாறுதலுண்டாகும். இந்த மாறுதலுக்குத் தக்கதாகத் தாயின்பாலிலுள்ள சத்துக்களின் அளவிலும் சில குறைந்தும், சில கூடியும்வரும். முதல்மாதத்தில் தாயின் பாலிலுள்ள சருக்கரையும், நீரும் வரவரக்குறையும். ஊன்வளர்ச்சிச் சத்து நான்கு மாதம் வரையும், வெண்ணெய் ஆறுமாதம் வரையும் வரவர அதிகப்படும். உப்புகள் முதலில் அதிகமாகிப் பிறகு குறையும். இந்தக்காரணங்களால்தான், தாதிவைத்துப் பால்கொடுக்க நேரிடுங்காலத்தில், அவள் கரு உயிர்த்த காலத்தையும், சிசுவின் வயதையும் கவனித்து இதில் காலவேற்றுமையில்லாமல் பார்த்துக்கொள்ள வேண்டும். இல்லையேல் சிசுவின் சீரணசக்திக்குத் தீங்கு நேரிடும். இவ்விதமாகச் சிசுவுக்குச் சீவாக்கினி குறைவாயிருக்கும் போது அதற்குத்தக்கபடியும், மாமிசவளர்ச்சி அதிகமாகவேண்டிய காலத்தில் அதற்கிசையவும், சிசுவின் உணவுகளிலுள்ள சத்துக்களை அப்போதைக்கப்போது அவசியமானபடி கடவுள் மாற்றி அமைத்து வருகிற அளவுகளை நாம் கவனித்தும் அவர் கருத்துப்படியே குழந்தைகளுக்கு உணவூட்டி வளர்த்துவரவேண்டும்.

குழந்தையின் ஒருநாள் பால் உணவின் அளவு

பிறந்த மூன்றுநாள் வரை இருபத்துநான்குமணி நேரத்துக்கு சுமார் (கால்படிக்குள்) பன்னிரெண்டு அவுன்சு,

அதன்பிறகு பதினைந்து நாள்வரை தினசரி (கால்படிக்குமேல்) பதினான்கு அவுன்சு,

முப்பதுநாள்வரை (காலே அரைக்கால்படி)
பதினெட்டு அவுன்சு,

இரண்டாம் மாதத்தில் தினம் (அரைப்படி)
இருபத்திநான்கு அவுன்சு,

மூன்றாம் மாதம் முதல் முக்கால்படி; அதாவது முப்பத்தாறு அவுன்சு பால்வரை குழந்தைக்குக் கொடுக்க வேண்டும். தாயினிடம் இவ்வளவு பால் இல்லாமற்போனாலும் சிசுவுக்குப் பல் முளைக்கும்மட்டும் தன்னிடத்தில் உள்ள அளவு தாயே பால்கொடுத்து வரவேண்டும். மிகக் குறைவாயிருந்தால் கைப்பாலாவது, தாதிப்பாலாவது அதனோடு கொடுத்து வருவது நலம். எவ்வளவு குறைவாயிருந்தாலும் தகுந்த காரணமின்றி தாய்ப்பாலை நிறுத்தக்கூடாது. மேற்காட்டிய சிசுவின் ஆகார அளவு அதிகமென்று எண்ணக்கூடாது. குழந்தை வளர்ந்து வருங்காலமானதால் தேகத்தின் அங்கங்களெல்லாம் எப்போதும் வேலைசெய்துகொண்டிருக்கும். ஆதலால் புதிதாய்க் கட்டப்படும் வீட்டிற்கு அவ்வீடு கட்டிமுடியுமட்டும் சாமான்கள் மிகுதியாக வேண்டும். ஆனால் வீடுகட்டி முடிந்தபின் அவ்வீட்டிற்குப் பழுது நேரிடாமல் அப்போதைக்கப்போது காத்துவருவதற்கும், மராமத்து செய்வதற்கும் கொஞ்ச சாமான்கள்தான் வேண்டும். அதுபோல் சிசுவின் வயதுக்கும், அதன் உடல் அளவுக்கும் தகுந்தபடி பெரியவர்களைவிட இரண்டுபங்கு உண்வு கொடுக்க வேண்டும். பலவகைச் சோதனைகளைச் செய்துபார்த்ததில் குழந்தைகளின் உடல்வளர்ச்சிக்கு வேண்டிய உணவில் இந்தக்கணக்கு ஏற்பாடு செய்யப்பட்டிருக்கிறது. நோயின்றிச் செம்மையாயிருக்குங் குழந்தைகளுக்கு அந்தந்தக் காலங்களில் இந்த அளவுப்படி உணவுகொடுத்து வந்தால்தான் குழந்தைகள் உடல் வன்மையோடு கொழுமையாக வளரும்.

இதுவரை பாலைப்பற்றிக் கவனித்தோம். இனிமேல் அதற்கடுத்த உணவு வகைகளாகிய மாவுப்பொருள்களைப்பற்றி சற்றுக் கவனிப்போம். இவைகளில் அரிசி, கோதுமை, சோளம், வரகு, கம்பு, தினை முதலியவைகளும், டப்பியாகோ, பார்லி, ஓட்ஸ் முதலிய புதிய உணவுகளும் மிகுதியாக உபயோகிக்கப்படுவன. இவைகளிலுள்ள சத்துக்களின் அளவு பாலுக்குப் பேதப்படும். பாலில் ஊன் வளர்ச்சி சத்து ஒருபங்குக்கு சீவாக்கினிப்பொருள் இரண்டுபங்காயிருக்க, மாவு வகைகளில் அது ஒன்றுக்கு ஏழுமுதல் இருபத்தாறுவரை பேதப்படுகிறது. கோதுமையில் ஒன்றுக்கு ஏழும், அரோ ரூட்டில் ஒன்றுக்கு இருப்பத்தாறுமிருக்கிறது. மேலும், இவைகள் முதன்மையான சத்து ஸ்ற்றார்ச் என்னும் பொருள். இது பாலில் கிடையாது. ஆகையினால் பாலே குடித்து வளர்ந்து வந்த குழந்தையின் குடலுக்கு இது மாறான

உணவாகிறது. மாவு சத்து ஜீரணமாகிறதற்கு இரைப்பையில் ஓர்வகைப் புளிப்புநீர் உற்பத்தியாகவேண்டும். இந்த நீர் குழந்தைக்குப் பல் முளைக்குங்காலத்தில்தான் போதுமான அளவு உண்டாகும். அதற்கு முன்னுண்டாகும் பித்தநீர் பால்மாத்திரம் செமிக்கக்கூடிய சத்துள்ளது. ஆகவே அதுவரை மாவுசத்துள்ள உணவுகள் குழந்தைகட்குக் கொடுக்கக்கூடாது. கொடுத்தாலும் செமியாது. புளித்து மந்தப்பட்டு வியாதிநேரிடும். பல்முளைக்கத் தொடங்கியவுடனேயும் மாவுவகை உணவுகளைத் தனியாகவாவது, வேறு பொருள்களோடாவது கொடுக்கக்கூடாது. பல்முற்றும் முளைக்குமட்டும் மேற்சொல்லிய இரைப்பையின் சத்தும் வலுப்பெற்றிராது. குழந்தைக்குக் கொடுக்கும் உணவின் அளவுக்குத் தக்கதாய் அது வளர்ச்சியடையாமல் உணவிலுள்ள சத்துக்களில் அதற்கு செமிக்கக்கூடிய அளவு எவ்வளவோ அதற்குத் தக்கதாகவே வளரும். மாவுவகைகளில் ஜீவாக்கினி யுற்பத்தி பாகம் அதிகமாயிருப்பதனாலே இதை அளவுக்கு மீறிக்கொடுத்தால் உடம்பில் சூடுமிகுந்து செமியாமல் வயிற்றோட்டங்காணும். இது தெரியாமல் குழந்தைகளுக்கு வயிறுகொண்டமட்டும் கஞ்சிகளை ஊட்டி அதனால் வயிற்றோட்டம் வந்தவுடனே சூட்டுக்கழிச்சலென்று மருந்துகளை மிகுதியாகக் கொடுப்பதில் பயனில்லை. கஞ்சியை நிறுத்துமட்டும் மருந்தினால் யாதொரு உதவியுமிராது. உடனே அதை நிறுத்திப் பாலை அளவாகக் கொடுத்துவந்தால் விரைவில் குழந்தை நலமடையும். இதுதான் அதற்கு மருந்து. இதைக் கவனியாமல் மருத்துவரிடம் ஓடுவது வீண். பல்முளைக்குமுன் சிசுவுக்கு மாக்கஞ்சி முதலானவைகளைக் கொடுப்பது நஞ்சுக்கு சமம் என்று அறியவேண்டும்.

சிசுவுக்கு ஆறேழுமாதம்வரை தாய்ப்பாலன்றி வேறு உணவு கொடுக்கக்கூடாது. பால்தவிர வேறு உணவுகள் சரியல்லவென்று அறிவதைப்போல தாய்ப்பால் கொடுத்து வளர்க்கவேண்டியமுறையும், அதில் தாய் நடந்துகொள்ளவேண்டிய ஒழுங்குகளும் இன்னவென்று அடுத்த அத்தியாயத்தில் கவனிப்போம்.

சிசுவுக்கு பால் கொடுக்கும் முறை

சிசுவுக்கு தன் தாய்ப்பாலன்றி வேறு உணவு கடவுள் படைத்திருப்பாரானால் தாயின் அன்பிற்கு இடமாகிய நெஞ்சின் அருகில் பால் சுரப்பியிருக்கமாட்டாது. பாலுக்காக ஓர் உறுப்பை ஏற்படுத்தி சிசுபிறந்தவுடனே அச்சிசுவின் உணவுக்கு வேண்டிய அளவு பால் அந்த உறுப்பில் சுரக்கிறதனால், அந்தப்பால் சிசுவுக்கென்றே கடவுளால் ஆக்கப்படுகிறது. காரணமின்றி ஆண்டவன் ஒன்றையும் படைக்கவில்லை.

சிலபெண்கள் குழந்தைகட்குத் தாங்கள் பால்கொடாமல் தாதிவைத்தும். தாய்ப்பாலுக்குப் பதிலாக வேறு உணவுகள் கொடுத்தும் வளர்க்கிறார்கள். விலங்குகளின் குட்டிகள் பிறந்த நிமிஷமே பழைய உணர்ச்சியினால் தங்கள் தாயின் பால்தான் தங்களுக்குரிய ஆகாரமென்றறிந்து தாயினிடம் பால்குடிப்பதையும், அந்தத்தாய் மிக அன்புடன் குட்டிக்குப் பால்கொடுத்து அதன் உடலை நாவினால் நக்கி இன்புறுகிறதையும் நாம் எல்லோரும் பார்க்கிறோம். மனிதர்கள் மிருகத்திலும் மிக்க பகுத்தறிவுடையவர்களாயிருந்தும் இந்தக் காரியத்தில் தம் சிசுவை மறக்கிறார்கள்; சிசுவுக்குத் துரோகம்செய்கின்றார்கள். இது பெரும்பிழை. தாய்க்கும் சிசுவுக்கும் நெருங்கிய சம்பந்தமிருக்கிறது. அதனால் குழந்தைக்குத் தன் தாயின் அமிர்தமயமான பாலைப் போல் மற்றெந்தப்பாலும் குணம் செய்யமாட்டாது. அன்னை தன் குழந்தையை அன்புடனெடுத்து மார்போடணைக்குங்காலத்தில் அவளுக்குண்டாகும் ஓர்வகை பூரிப்பும் அப்போது அவள் மார்பிலுண்டாகும் பாற்சுரப்பும் இன்பமும் தாய்க்கும் குழந்தைக்கு மிருக்கும் தொடர்பைக்காட்டுங் குறியாகும். தாய் தன் குழந்தைக்குப் பால்கொடுக்கும்படி கடவுள் அமைத்திருப்பது குழந்தையின் நலத்துக்கு மாத்திரமல்ல. அச்சிசுவைப்பெற்ற தாய்க்கும் அதனால் நலமிருக்கிறது. ஆதலால் தன் குழந்தைக்குத் தானே பால்கொடாத தாய் அந்த நன்மைகளை அடைய வியலாது.

தாய் தன் குழந்தைக்குப் பால்கொடுப்பதனால் உண்டாகும் நன்மைகள்

1. கரு உயிர்த்த (பிள்ளைபெற்ற) மாதத்தில் தாய்க்குண்டாகக் கூடிய பல நோய்கள் நேரிடாது.

2. பிள்ளை பெறுவதற்குமுன் வலிவற்று மெலிவாயிருந்த தாய் கருவுயிர்த்து தன் குழவிக்கு முலைகொடுக்குங்காலத்தில் இன்பமும் வலிவும் அடையக்கூடும். ஆனால் வருஷக் கணக்கில் குழந்தைக்குப் பால் கொடுத்தால் இந்த நன்மை கெட்டுப்போகும்.

3. முலைக்கடுவன் என்று பெண்களுக்கு வரும் ஒரு வகைக் கொடுமையான நோய் வராது. அது பிள்ளைபெறாத மலடிகளுக்கே பெரும்பாலும் உண்டாகும்.

4. பொதுவாக சிசுக்களுக்குப் பால்கொடுக்குங்காலத்தில் நூற்றில் எழுபது பெண்களுக்குக் கருப்பமுண்டாகாது. அடிக்கடி கருப்பெற்றால் விரைவில் உடம்பில் வலிவற்றுப் போகும். ஆதலால் அதுவும் நன்மையேயாகும்.

5. குழந்தை செம்மையாய் வளரும். செமியாக்குணம், வயிற்றுவலி, வயிற்றோட்டம் முதலிய பிணிகளணுகாது. முலைப்பாலுண்டு வளரும் குழந்தைகளுக்கும், வேறு உணவு உண்டு வளரும் குழந்தைகளுக்கும் மிக வேற்றுமையுண்டு. கைப்பால் கொடுப்பதனால் குழந்தைகளுக்கு வியாதிகண்டு அகாலமரணத்துக்கிடமாகும். இதன் வேற்றுமைகளை விசாரித்து அடியிற் சொல்லப்படுங் கணக்கைச் சராசரியாக ஏற்பாடு செய்திருக்கிறார்கள்.

தாய்ப்பாலே உண்டு வளருங் குழந்தைகளில் நூற்றில் 85ம், முலைப்பாலும், வேறு உணவுமுண்டு வளருங் குழந்தைகளில் நூற்றில் 53ம், முற்றிலும் வேறு உணவு கொடுத்து வளருங் குழந்தைகளில் நூற்றில் 26ம் தான் பிழைக்கிறதாகத் தெரிய வந்திருக்கிறது. ஆகையால் சிசுவுக்குத் தாயின் முலைப்பாலே கடவுள் உணவென்றறிய வேண்டும்.

6. இருமல், காசம், கண்டமாலை முதலிய கொடிய வியாதிகள் நோயில்லா நல்ல உடம்புள்ள தாயாரின் பாலைக் குடித்து வளரும் குழந்தைகளுக்கு வாராது.

தாய் சிசுவுக்குப் பால்கொடாவிட்டாலுண்டாகுந் தீமைகள்

1. பிரசவித்த மாதத்தில் சிசுவுக்குத் தாய் தனது முலைப்பால் கொடாவிட்டால் அதனால் முலைகளில் பால் கட்டுப்பட்டு வீங்கிக் காய்ச்சலும், கட்டிகளுமுண்டாகி உடல் வலிவற்றுப் பல பிணிகளுண்டாகும்.

2. பிள்ளைபெற்றபின் குழந்தைகளுக்குத் தாய் தனது முலைப்பாலைக் கொடுப்பதினாலே தாயின் கருப்பை சுருங்கி கட்டுப்பட்ட உதிரம் சரியாய்க்கழிந்து விரைவில் சுகமுண்டாகும். தாய் முலைப்பால் கொடாவிட்டால் உதிரப்போக்கு மிகுதியாகி அதிகபலவீனத்திற்கிடமாகும். தாய் விரைவில் வெளியேறி நடமாடி வீட்டுவேலை முதலியன பார்க்க உடம்பில் வலிவு ஏற்படாது.

3. கருப்பை சுருங்கிப் பழைய நிலையை அடையாவிடில் அது எப்போதும் சற்றுப் பருமனாகவும், பளுவாகவுமிருக்கும். அதிலிருந்து வெள்ளை மேகம் என்று பெண்கள் சொல்லுகிற ஓர்வகை அழுக்கு நீர் ஓயாமல் வடிந்து கொண்டிருக்கும். அதனால் தேகம் மெலிந்து பலவீனப்படும். அடிவயிற்றில் வலியுண்டாகும். முதுகெலும்புக்குள் உளையும். கருப்பை புரண்டு வளைந்து தன்னிடம்விட்டு விலகிப்போகும். முடிவில் உயிரோடிருப்பதே பெருந்துன்பமாகத் தோன்றும்.

4. கடைசியாய் குழந்தைக்குத் தாய்முலைக்கொடுப்பதனால் உண்டாகிற மேற்கண்ட நன்மைகள் ஒன்றுங் கிடைக்காது.

ஆனால் சில சமயங்களில் தாய் தனது முலைப்பாலை சிசுவுக்குக் கொடுக்கக்கூடாது. அவையாவன:

1. தாய்க்கு நேரிடும் கடுங்கோபம், அதிகதுக்கம், சஞ்சலம், திகில், வெருட்சி முதலிய காரணங்களால் இரத்த ஓட்டம் பேதப்படும். அந்தநேரம் அவள் மார்பிலிருக்கிற பாலும் அதுபோலவே பேதப்படும். இப்படிப்பட்ட காலங்களில் தாய் தன் குழந்தைக்குப் பால் கொடுக்கக்கூடாது. நம்நாட்டில் பெண்கள் வீடுகளில் ஒருவருக்கொருவர் கோபித்துத் தொண்டை கம்மிப்போகுமட்டும் இரைந்து ஓயாமல் சண்டைசெய்வதில் வெகுசமர்த்தர். இப்படிப் பட்ட காலங்களில் குழந்தையை எடுத்துப் பாலுங் கொடுத்துக்கொள்வார்கள். அதனால் குழந்தைக்கு வியாதிநேரிடும். இதன் காரணமறியாமல் பலவைத்தியங்கள் செய்வதனால் குழந்தைக்குத் துன்பம் நேரிடும். ஆகையால், தாய் சினமிகுந்தகாலங்களில் எச்சரிக்கையாய் இருக்கவேண்டும். உடம்பில் இரத்தக்கொதிப்பு அடங்கிய பின் குழந்தைக்குப் பால் கொடுக்கவேண்டும். கடுஞ் சினத்தால் இரத்தக் கொதிப்புண்டாகுங் காலங்களில் முலைப்பால் முட்டையின் வெண் கருவைப்போல் உறைந்து பிசின்மாதிரியாகும். அந்தப்பாலை அருந்தின சிசுவுக்கு நோயுண்டாகும். சினமிகுந்த பெண்களும், சண்டை போடுகிறவர்களும் குழந்தைகட்குப் பால்கொடுப்பதில் மிகக்கவனமாய் இருக்கவேண்டும்.

2. மிகவருந்திக் கரு உயிர்த்ததினால் உண்டாகும் காய்ச்சல் குளிர்காய்ச்சல், காய்ச்சல்கட்டி, பால்கட்டி முதலிய வியாதிகளால் வருத்தப்படும் தாய்மார், தங்கள் குழந்தைகளுக்கு அந்தச் சமயங்களில் பால் கொடுக்கக்கூடாது.

3. எக்காரணத்தாலாவது உடம்பு அதிக பலயீனப்பட்டு அதனால் பால்சத்துக் குறைந்திருக்குமானால், அப்போது தாய் குழந்தைக்குத் தன் முலைப்பால் கொடுக்கக்கூடாது.

4. காக்கைவலி, பைத்தியம், கண்டமாலை, காசம், இருமல், ட்சயம் முதலிய கொடூரமான நோய்கள் உண்டானால், அந்தத் தாய் தன் குழந்தைக்கு முலைகொடுக்கக்கூடாது.

5. தாய்க்குப் பால் மிகக் குறைவாயிருப்பினும், அல்லது பால் மிகுதியாயிருந்தும் பாலில் சத்துக்கள் குறைந்து நீர்

ஆனந்தம்பண்டிதர்

மிகுந்திருக்குமானால் அந்தப்பாலையும் குழந்தைக்குக் கொடுக்கக்கூடாது.

6. முலைக்காம்பு சிறுத்து உட்சுருங்கியிருந்தால் தாய்ப் பால் கொடுக்க இயலாது.

7. தாய் கருப்பெற்றால், பாலின்குணம் மாறி சத்துக்கள் ஏறுமாறாகும். அப்போது குழந்தைக்குப் பால்கொடுக்கக் கூடாது. தாய் கருவிலிருக்கும் பிண்டத்திற்கும், கையிலிருக்கும் குழந்தைக்கும் போதுமான வளர்ச்சிக்குத்தக்க உணவு கொடுக்க இயலாது.

8. மாதவிலக்குக் காலங்களில் பாலின் தன்மைமாறிக் கெட்டுப்போயிருக்கும். அப்போதுங் குழந்தைக்குப் பால்கொடுக்கக்கூடாது.

இந்த எட்டுவகை காரணங்களில் ஏதேனும் ஒன்றிருந்தால், தாய் பால்கொடாமல் தாதி வைத்தாவது, பசும்பால் கொடுத்தாவது வளர்க்க வேண்டுமேயன்றி, குழந்தைக்கு நோய் உண்டாகும்படி தானே தன் பாலைக் கொடுக்கக்கூடாது.

இதுவரை பாலின் குணங்களைப் பற்றிப் பேசினோம். இனிமேல் குழந்தையை வளர்த்துவரும் முறையைப் பற்றிக் கவனிப்போம். முதல் பிரசவமாயிருந்தால் குழந்தைபிறந்து இரண்டு மூன்றுமணி நேரஞ்சென்று பால்கொடுப்பது நலம். சில சமயங்களில் உடனே பால் சுரக்கமாட்டாது. சுரந்திருக்குமானால் குழந்தையை முழுக்காட்டி உடுப்பு உடுத்தின உடனே பால் கொடுக்கவேண்டும். தாயின் உடம்புசூடுபடவே குழந்தை அயர்ந்து நித்திரைசெய்யும். அப்படியானால் அது விழிக்கும்வரை பொறுத்திருக்கவேண்டும். எப்படியாவது இருபத்துநான்கு மணிநேரத்திற்குள் குழந்தைக்குப் பால்கொடுத்தால் முன் சொல்லியபடி கழியவேண்டிய உதிரம் செம்மையாய்க்கழிந்து தாயின் கருப்பை சுருங்கி வயிற்றுவலியும் (சுண்டுவலி) இலகுவாகும். குழந்தை பிறந்தவுடனே அதற்கு ஆமணக்குநெய் கொடுப்பதுண்டு. அது வேண்டுவதில்லை. கரு உயிர்த்தவுடனே தாய்மார்பில் சுரக்கும் பால் பேதிமருந்துபோல் குழந்தைக்கு மலத்தைக் கழித்து குடலைச் சுத்தமாக்குங் குணமுள்ளது. ஆதலால் மருத்துவருடைய கட்டளையின்றி ஆமணக்கெண்ணெயாவது மற்றெந்த பேதிமருந்தாவது சிசுவுக்குக் கொடுக்கக்கூடாது. சிலர் தேனும் சருக்கரையும் கொடுப்பார்கள். இதுவும் பிசகு. தாயின் பால்தவிர மற்றொன்றுமாகாது. சில சமயங்களில் இரண்டு மூன்று தினங்கள்வரை தாய்க்குப் பால் சுரப்பிராது. அப்படியிருந்தாலும் குழந்தை தாயின் முலைக்காம்பில் வாய்வைத்து உறிஞ்சுவத னால் சீக்கிரம் பால்சுரப்பதற்கு இடமுண்டு. பால் சிறிதும்

இராமற்போகாது. சிறிதாவது இருக்கும். அது குழந்தைக்கு உதவியாயிருக்கும். அப்படி பால் மிகக் குறைவாக இருந்தாலும், அல்லது கொஞ்சமும் பால்சுரப்பில்லாமல்போனாலும் அல்லது முன்சொல்லிய காரணங்களில் ஏதாவது ஒன்றால் பால்கொடுக்கக் கூடாமற்போனாலும் பின் சொல்லப்படும் முறைப்படி குழந்தைக்கு உணவு கொடுத்து வளர்க்கவேண்டும்.

1. குழந்தைபெற்று ஒருமாதத்திற்கு மேற்படாத பெண் ஒருத்தியைத் தாதியாக ஏற்பாடுசெய்து குழந்தைக்கு முலைகொடுத்துவரச் செய்யலாம். முடியாவிடில் பிரசவித்து இரண்டு மூன்று மாதத்திற்கு மேற்படாதவளாக இருக்க வேண்டும்.

2. அப்படியும் தாதி கிடைக்காவிடில் கழுதைப்பால் கொடுத்து வளர்க்கலாம். இது தாய்ப்பாலுக்குச் செற்றேறக்குறைய சமமானது. ஆனால் குழந்தைக்குப் போதுமான கழுதைப் பால் கிடைப்பதரிது.

3. வெள்ளாட்டுப்பால் இருபங்குக்கு ஒருபங்கு வெந்நீரும் சிறிது சருக்கரையும் கலந்து கொடுக்கலாம். இதுவும் கழுதைப்பாலும் வேண்டிய சமயங்களில் கறந்து தூய சல்லாவில் வடிகட்டி வெந்நீர் கலந்து குப்பியிலிட்டு தடவை ஒன்றுக்கு இரண்டு அவுன்ஸ் வீதம் மூன்று மணிநேரத்துக்கு ஒருதரங் கொடுத்துவரவேண்டும்.

   குழந்தை பிறந்து பதினைந்துநாள்வரை பசும்பால் கொடுக்கவேண்டிய அளவு

4. ஒரே பசுவின்பால் — ஒருபாகம்
   வெந்நீர் — இரண்டுபாகம்
   உப்பு — ஒருசிறுகல் (மிளகளவு)
   வெள்ளை சருக்கரை — கொஞ்சம் இனிப்புண்டாவதற்குப் போதிய அளவு.

சர்க்கரையை ஈ, எறும்பு, தூசிகள் சேராமல் பதனமாக வைத்திருக்கவும்.

இவைகளைக் கலந்து குப்பியிலிட்டுக் கொடுக்கலாம். அதற்குமேல் முப்பதுநாள்வரை வேளைக்கு அரை ஆழாக்கு (மூன்று அவுன்சு) வீதம் ஆறுவேளை கொடுக்கவும். அதன்பிறகு வேளைக்கு நாலு அவுன்சு ஆக அரைப்படி பால் கொடுக்க வேண்டும். பிறகு மூன்றாம் மாதமுதல் வேளைக்கு அரைக்கால்படியாகப் பகலில் ஐந்துவேளையும் இரவில் ஒருவேளையும் கொடுக்கலாம்.

தாய்ப்பாலுக்குப் பதிலாக மேல்நாட்டார் குழந்தைகளுக்கு கைமுறையாகச் செய்து எல்லாகடைகளிலும் விற்கப்படும் உணவுப்பொருள்களை வாங்கிக் கொடுக்கிறார்கள். ஆனால் மேல்நாட்டார், பாலில் சருக்கரையை மிகுதியாகச் சேர்த்து நீர்வற்றக்காய்ச்சி தகரடப்பிகளில் அடைத்து வியாபாரத்துக்கு அனுப்புகின்றார்கள். அதைத் தாய்ப்பாலுக்குப் பதிலாக குழந்தைகளுக்குக் கொடுக்கின்றார்கள். சர்க்கரை மிகுதியாகச் சேர்ந்துள்ள அந்தப்பாலைக்குடிக்கும் குழந்தைகளுக்கு அப்பால் ஆகாரம் உடம்பில் அளவுக்குமீறி கொழுப்பை யுண்டுபண்ணலாம். அதனால் பார்ப்பதற்கும், குழந்தைகளைக் கையால் தொடுவதற்கும் இன்பமாயிருக்கமேயன்றி, உடம்பு கெட்டியாயிராது. குழந்தைகள் வலுப்பெற்றிருக்கமாட்டா. அந்தப்பாலை பெரியவர்கள் அருந்தினாலும் அப்படித்தான் ஆவார்கள். பொடியாக பால்சேர்ந்த உணவுகள் பல இப்போது கடைகளில் விற்கப்படுகின்றன. அவைகளில் சிலதும் இப்படியேயாகும். இவைகள் செய்யப்படும் காலமும் நமக்குத் தெரியாததால் சில சமயங்களில் பழைய பால்களையும் வாங்கிக் கொடுத்துவிடும்படி நேரிடும். ஆதலால் தாய்ப்பால் கொடுக்கக்கூடாத காலங்களில் கூடுமானவரையில் நல்ல பசுவின் புதியபாலைக் கொடுப்பதே நல்லது.

பாலைக் காய்ச்சக்கூடாது. பச்சைப்பாலாகவே இருக்க வேண்டும். கூடச்சேர்க்கும் வெந்நீரால் பாலுக்குச் சற்றே சூடுண்டாகச்செய்து கொள்ளவேண்டும். அதிக சூடு கெடுதலை விளைவிக்கும் என்று சொல்லும் ஒரு சாராருமுளர்; ஆனால் சென்னையைப்போன்ற நகரங்களில் வீடுகளுக்குள் கட்டுக்கிடையிலேகிடக்கும் கால்நடைகள் கால் நடை சிறிதுமின்றி காற்றையும், சூரிய வெளிச்சத்தையும், பச்சைப்புல்லையும் கண்ணாலும் பாராத பசுவின் பாலைக் காய்ச்சி உண்பதே நலமாகும். பகலுக்கு வேண்டிய பாலை காலையிலும், இரவிற்கு வேண்டிய பாலை மாலையிலும் ஒரே பசுவில் கறந்துகொள்ளவேண்டும். பசுவுக்குப்பசு பாலில் வித்தியாசமிருப்பதால் பலபசுவின் கலப்புப்பாலை உபயோகிக்கக்கூடாது. ஆனால் தாய்க்குப் போதுமான பால் சுரந்தவுடனே இவைகளை நிறுத்தித் தாய்ப்பாலே கொடுத்துவரவேண்டும்.

சிசுவுக்குப் பால் கொடுப்பதில் ஒரு ஒழுங்கு இருக்கவேண்டும். தன் இஷ்டப்படி அல்லது குழந்தை அழும்போதெல்லாம் முலைகொடுப்பது பிசகு. பசியினால் மாத்திரமல்ல, குளிர், அசீரணத்தினால் உண்டாகும் வாயுவுபத்திரவம், வயிற்றுவலி, எறும்பு, கொசு, முகட்டுப் பூச்சிகள் கடிப்பது, கரப்பான், சிரங்குகளால் உண்டாகும் அரிப்பு, எரிச்சல், மலஜலம்

படுக்கையில் கழிந்து, உடுப்புகள், படுக்கை அரித்துப்போவது முதலிய பல காரணங்களால் சிசு அழுவதுண்டு. ஆதலால் அழும்போதெல்லாம் வாய்க்கு அடைப்புப் போடுவதுபோல குழந்தையை எடுத்துப் பால்கொடுப்பது பிழை. தற்காலம் தாயின் முலைக்காம்புபோல் ரப்பரால் செய்து கடைகளில் விற்கிறதை வாங்கி குழந்தைகள் அழாமல் இருப்பதற்காக எந்நேரமும் வாயில்வைத்து அடைக்கின்றார்கள். இது மிகத்தீமைபயக்கும். ஒருசமயம் அசீரணத்தின் காரணமாயுண்டான நோயினால் அழுகிறபோது, மேலும்மேலும் பாலைக்கொடுக்கிறது எரிகிற நெருப்பிற்கு எண்ணெய்வார்த்ததுபோல் நோய் மிகுதியாகும். எல்லா உயிர்வகைகளும் ஒருகாலத்தில் வேலை செய்து மற்றக்காலத்தில் ஓய்ந்து இளைப்பாறுகிறதுபோல நாமும் பகலில் வேலைசெய்து இரவில் இளைப்பாறுகின்றோம். இரவும் பகலும் ஓயாமல் வேலைசெய்ய சிறிதும் இயலாது. அதுபோல நடக்கும் கால்கள் எப்போதும் நடந்துகொண்டிருக்க முடியாது. ஓய்வின்றி ஒரு அவயமும் இருக்க இயலாது. ஆதலால் நாம் உண்ணும் உணவை அரைத்துக்கரைத்து சீரணிக்கச் செய்யும் கருவியாகிய நமது இரப்பை மட்டும் எப்போதும் வேலைசெய்து கொண்டிருக்கச் செய்வது இயற்கைக்கு விரோதமல்லவா? ஆதலால், இரப்பைக்கு வேலையும் சற்றும் ஓய்வும் மாறி மாறித்தான் கொடுக்க வேண்டும். குழந்தை அழும்போதெல்லாம் அதற்குப் பால் கொடுக்கிற வழக்கம் உண்டாக்கிவிட்டால், தனக்கு வேண்டியதற்கெல்லாம் அழுதால் கிடைக்குமென்ற செயற்கை அறிவு குழந்தைக்கு உண்டாகிவிடும். பிறகு எந்த விஷயத்திற்கும் தங்கள் விருப்பம் நிறைவேறுமட்டும் விடாமல் அழுதேதீரும். நம்நாட்டில் பல குழந்தைகளிடத்தில் இவ்வழக்கம் உண்டென்பது எல்லோருக்கும் தெரிந்த விஷயம். அழும்போதெல்லாம் பால்கொடுக்கிற வழக்கமே இதற்குக் காரணம். சிசுவாயிருக்கும்போதே எல்லாவற்றிலும் ஒரு ஒழுங்கைத் தாய்மார் கைப்பற்றி பழக்கிவந்தால் பிற்காலத்தில் குழந்தைகளும் அம்மாதிரியே தங்கள் நடக்கைகளிலும் ஒழுங்கைப் பற்றிவருவார்கள். இது குழந்தைகளுக்குத் தாய்மார் கற்பிக்கவேண்டிய முக்கியமான படிப்பு. குழந்தை, பிறந்ததுமுதல் எந்தவகையில் தாய் நடந்துகொள்ள வேண்டியமுறைகளை அந்தந்த அத்தியாங்களில் தெளிவாகக் கூறியுள்ளதைக் கவனித்து நடந்துகொள்ளவேண்டும்.

சிசுவுக்குப் பால் கொடுக்க வேண்டிய முறை

பதினைந்துநாள்வரை பகலில் ஒன்றரை மணிநேரத்துக் கொருதரமும், இரவில் மூன்று மணிநேரத்துக் கொருதரமும் கொடுக்க வேண்டும். பின்னர் இரண்டாவது மாதமுடிவுவரை, பகலில் இரண்டுமணி நேரத்துக்கொருதரமும் இரவில் நான்கு

மணிநேரத்துக்கொருதரமும் கொடுக்க வேண்டும். அதன்பின் ஏழெட்டு மாதம்வரை, அதாவது பல் முளைக்கும் மட்டும், காலை 5–மணிமுதல் இரவு 10–மணிவரை சுமார் சாமத்திற்கு அதாவது மூன்று மணிநேரத்திற்கு ஒருதரமாக ஐந்துவேளை கொடுத்து, கடைசியாகப் பத்துமணிக்குப் பாலைக்கொடுத்து தூங்கவிட்டுபின்னர் மறுபடியும் காலை 5–மணிவரை நிறுத்திவிட வேண்டும்.

இதனிடையில் பால்கொடுக்கும் வழக்கஞ் செய்யக்கூடாது. அதனால் தாய்க்குத் தூக்கங்குறைந்து நோய்க்கிடமுண்டாகும். முலை கொடுக்குந்தாய்க்கு நல்ல தூக்கம் வேண்டும். மேலும் சிசுவின் இறைப்பை அதிகவலிவற்றது. அதற்கு வலிவுண்டாகும்மட்டும் அதிகவேலை கொடுக்கவுங்கூடாது. ஒவ்வொருதரமும் வேலைசெய்தபின் அதற்கு இளைப்பாறவும் போதுமான நேரங் கொடுக்க வேண்டும். முலை கொடுக்குந்தாய் கவனிக்க வேண்டிய வேறொரு சங்கதியுமுண்டு. பால்கொடுக்குங் காலந்தோறும் இருமுலைகளிலும் முறையே மாற்றிமாற்றி கொடுத்து வரவேண்டும். பால் மிகக் குறைவாயிருந்தால், பக்கத்துக்கு இத்தனை நிமிஷமென்று கணக்காகக் கொடுக்க வேண்டும். வேண்டிய பாலிருந்தால் தடவைக்கொரு பக்கத்தில் கொடுக்கலாம். இதைக் கவனியாமல் ஒரே பக்கத்தில் மிகுதியாய்க் கொடுத்து ஒந்தால் அந்தப்பக்கத்துமார் பருத்துத் தளர்ந்தும், மற்ற பக்கத்துமார் சிறுத்துச் சுருங்கிப்போம். மேலும் பால்குடிக்கும்போது சிசுவுக்கு ஒரேபக்கமாகப் பார்வை இருப்பதால் அதற்கு மாறுகண்ணுண்டாகிவிடும். ஆகையால் இதையும் ஒழுங்காகச் செய்ய வேண்டும். அன்றியும் குழந்தைக்குப் பால் கொடுக்கும்போது தாய் நிமிர்ந்து உட்கார்ந்து கையினால் சிசுவின் தலையை உயர்த்தி ஏந்திக்கொண்டு பால் கொடுக்க வேண்டும். இதைவிட்டு மடியில் கிடத்தி குனிந்து முதுகை வளைத்துக் கொடுத்தல் ஆகாது. தாய்க்கு முதுகு உளச்சல் உண்டாகும். குழந்தையை கையில் ஏந்திக் கொண்டு முலை கொடுக்கும்போது குழந்தையின் வாயிலிருந்து வயிற்றுக்குப் பால் சரேலென்று தாராளமாக இறங்கிவிடும்.

இவ்விதமாகத் தாய் சிசுவுக்குப் பால்கொடுத்துவரும்போது எதுவரை அவள் குழந்தைக்கு முலைகொடுக்கலாம், எப்போது கைத்தீனி கொடுக்கலாமென்றறிய வேண்டும். அதைப்பற்றி சற்று கவனிப்போம். குழந்தைக்குப் பல்முளைக்கத் துடங்குமட்டும் கட்டாயமாகத் தாயே பால்கொடுத்து வளர்க்கவேண்டும். அதற்குமேல் தாய்க்குப் பால் அதிகமாயிருந்து, குழந்தையும் மெலிவின்றிச் செம்மையாய் இருக்குமாகில் பத்துமாதம்வரை தாயே பால்கொடுத்து வளர்க்கலாம். ஆனால் இதனிடையில் தாய்க்குப்

பால் குறைந்துபோனாலாவது, அவள் கருப்பெற்றாலாவது, மாதாமாதம் ஒழுங்காகத் தூரங்கண்டாலாவது, தாய்ப்பாலை நிறுத்தி முன்சொல்லிய நான்குவகை உணவுகளிலொன்றைக் கொடுக்கலாம். குழந்தையின் உடல் நிலைமையைக் கண்டு இப்படி ஆகாரத்தை மாற்றவேண்டிய காலத்தை அறிந்து கொள்ளலாம்.

முலைகொடுக்குந்தாய் தன் உடல் நலத்தை நன்றாய்ப் பேணிவரவேண்டும். இல்லாவிடில் அவள் தன் சிசுவுக்குச் செய்யவேண்டிய கடமைக்குப் பிசகுநேரிடும். தலைப்பிள்ளைப் பேற்றில் முலைகெட்டியாயிருப்பதால் அதில்வலியுண்டாகும். அப்போது நல்லெண்ணெயைத் தடவி முலைக்காம்பிலிருந்து மெதுவாய் மேல்நோக்கித் தேய்த்துவிட்டு வெந்நீரால் ஒத்தணங் கொடுத்தால் வலிநிவர்த்தியாகும். அன்றியும் மலக்கட்டு இருந்தால் பிரசவித்த ஆறாம் நாளில் ஒருகரண்டி ஆமணக்கெண்ணயில் கடுக்காய், நிலவாகைக் கஷாயங்கலந்து அல்லது பேதி உப்பு சேர்த்தாவது பேதிக்குச்சாப்பிடுவது நலம். தினசரி அதிகாலையில் வெந்நீரில் முழுகவேண்டும். தன் உடல் சக்திக்கு மிஞ்சாமல் கூடியவரை வேலைசெய்து நல்லகாற்றுப்பட வெளியே உலாவிவரவேண்டும். காற்றுப்புகாத இருண்ட அறைகளிலே பொழுதுபோக்கக்கூடாது. சிசுவுக்குச் சுகவீனமும், தனக்குப் பலயீனமும் நேரிடாவிடில் வழக்கமாய்த் தான் புசித்துவரும் ஆகாரம்போதும். பிரசவமாகி ஒருமாதம் வரையிலும் பலதினுசான ஆகாரம் புசிக்காமல் சற்றுப் பத்தியமாக இருக்கவேண்டும். பிறகு அதிக உறைப்பு, புளிப்பு, கறிமசாலை முதலிய சேர்ந்த கறிகள், முள்ளங்கி, வெள்ளரிக்காய், பூசனிக்காய், தண்டுக்கீரை முதலிய காய்கறிகள், பலதினுசு மச்சங்கள், அதிகமாம்ச உணவுகள் முதலியவைகளைத் தள்ளவேண்டும். அநேகர், குழந்தைக்குப் பால்கொடுப்பது பலயீனமென்றெண்ணி பீர், ஒயின், பிராந்தி முதலிய சாராய வஸ்துக்களைக் குடிக்கிறதுண்டு. இது தப்பிதமான எண்ணம். ஏதேனும் பிணியுண்டானாலொழிய முலைகொடுப்பதனால் தாய்க்கு ஒருபோதும் பலவீனம் நேரிடமாட்டாது. அதற்கெதிரிடையாய் நல்ல சுகமுண்டாகும். சாராய தினுசுகளில் ஒன்றாவது பிரசவித்த பெண்ணுக்கு அவசியமில்லை. அதனால் தீமையும் வீண்பணச் செலவுமேயன்றி சிறிதும் பயனில்லை. குழந்தையின் சுகத்துக்குங் கெடுதலுண்டாகும். பால்கொடுக்குந் தாய்க்கும் அதிக தாகமுண்டாகும். இதற்கு மாக்கஞ்சிகளில் ஏதேனுங்கொடுக்கலாம். கேழ்வரகுக்கூழ்செய்து பாலாவது நீராவதுவிட்டுக்கரைத்துக் குடித்துவருவது அதிகநலம். தேகத்துக்கு அதிக களைப்புண்டாகும்படியான வேலைகள் செய்யக்கூடாது. தவிரவும், சடுதியானகோபம், துக்கங்களுக்கு

இடங்கொடுக்கக்கூடாது. இதனால் பால்கெட்டுக் குழந்தைக்கு நோயுண்டாகுமென்று ஏற்கனவே சொல்லியிருக்கிறோம். வியர்வை அதிகமாக உண்டாகிறதானால் பால்கொடுக்கும் முன் ஒரு மெல்லிய துணியை அல்லது பஞ்சை தண்ணீரில் நனைத்துப் பிழிந்து அதனால் முலைகளைத் நன்றாய்த் துடைத்து சுத்திசெய்து பின்னர்தான் பால்கொடுக்கவேண்டும். இல்லையேல் வியர்வையும் அதில் ஊறின அழுக்கும் பாலுடன்கலந்து உட்சென்று குழந்தைக்கு வாந்தியுண்டாக்கும். தாய், கடும்வெயிலில் நடந்து வந்தவுடனே குழந்தைக்குப் பால்கொடாமல் உடற்சூடு சற்று ஆறினபின் பால்கொடுக்கவேண்டும். அதிகாலையில் தாயானவள் தலைமுழுகினவுடனும், இரவில் படுக்கைக்குப் போகும்போதும் சுமார் காற்படி பசுவின் பால் சாப்பிட்டுவருவது நலம். இரவில் பத்துமணிக்குத் தூங்கப்போய் காலை ஐந்துமணிக்குத்தான் விழிக்கவேண்டும். வேலை, கூத்து, விளையாட்டு, திருவிழா, நலந்தீங்கு முதலிய காரணங்களால் தூக்கங்கெடலாகாது. பசிவேளையில் உண்ணவேண்டும். அகாலத்தில் உண்ணலாகாது. பாற்சுரப்பு அதிகமாகி அதனால் சோம்பலும், உடம்பு பளுவுமாகத் தோன்றினால் இரண்டொருதடவை பேதியாகும்படி விளக்கெண்ணெய் (ஆமணக்குநெய்) சாப்பிடலாம்.

தாய் தன் குழந்தைக்குப் பத்துமாதத்துக்குமேல் பால் கொடுக்கக்கூடாது. ஏதாவது காரணம்பற்றி வைத்தியர் உத்தரவு செய்தாலன்றி கட்டாயமாக ஒருவருஷத்திற்குமேல் குழந்தைக்கு முலைகொடுக்கவே கூடாது. வழக்கமாக பத்து அல்லது பனிரெண்டாம் மாதங்களில் தாய்க்கு மாதப்போக்கு காண்பதுண்டு. அதன்பிறகு அவள் பாலினால் குழந்தைக்கு நலமிராது. ஆதலால் தாய்ப்பாலைவிட்டு வேறு உணவு கொடுத்து வளர்க்க வேண்டும். அப்படிச் செய்யாவிட்டால் சிசுவுக்கு மாத்திரமல்ல, தாய்க்கும் உடம்பு நலங்கெடும்.

நீடித்து பன்னிரெண்டு மாதங்களுக்கு மேல் குழந்தைக்கு முலை கொடுப்பதனால் தாய்க்குண்டாகும் கெடுதிகளின் குறிகளாவன:

குழந்தைக்குப் பால்கொடுக்கும்போது முதுகுத்தண்டெலும் பிலும் இடுப்பிலும் உளைச்சல், நெஞ்சுக் குழியில் கயிறு போட்டிறுக்கினது போல் வலி, வயிற்றில் எரிவு, பசி குறைவு, மலக்கட்டு, சோர்வு, மயக்கம், அசதி, படபடப்பு, காதிலிரைச்சல், ஏதாவது ஒரு பொருளைக் கூர்ந்து பார்ப்பதால் இடைக்கிடையே கறுப்புப் புள்ளிகள் ஓடுவதுபோல் தோற்றுகிறது. ஒவ்வொரு காலத்தில் பார்வை மங்கலாயிருக்கிறது, தூக்கக்கெடுதி, சிறுதுவேலை செய்தாலும், மிக இளைப்பும், களைப்பும் நேரிடுகிறது.

நெஞ்சிடி, நாளுக்குநாள் உடல் மெலிவு முதலிய குணங்களேற்படும். இக்குணங்கள் சிறிது கண்டாலும் உடனே மருத்துவரிடஞ் சொல்லி ஏற்ற மருந்துண்டு, உடலைத் தேற்றிக் கொள்ளவேண்டும். உடனே குழந்தைக்கும் பால் மறப்பிக்கவேண்டும். ஆனால் சிசுவுக்கு ஆறுமாதம் ஆகுமுன் இக்குணங்கள் தாய்க்குண்டானால் தாதி ஏற்பாடுசெய்து பால்கொடுக்கவேண்டும். தாய்ப்பாலை முற்றிலும் நிறுத்திவிடவேண்டும். நிறுத்தாவிடில் தாய்க்குக் கொடிய நோய் உண்டாகும். குழந்தையும் நோயுற்று, மெலிந்து, கை கால் சூம்பி வயிறுபெருத்து வயிறோட்டமுண்டாகி மறுபடி தேறுவது கடினமாகும்.

தாதி

மேற்சொல்லிய காரணங்கள் ஏதாவதொன்றினால் சிசுவுக்குத் தாய் முலைகொடுத்து வளர்க்கக்கூடாமற் போகுங்காலத்தில், செவிலித்தாய் வைத்தாவது, கைப்பால் உணவு கொடுத்தாவது வளர்க்கவேண்டும். இவை இரண்டில் தாதியே நலம். ஆனால் ஒழுங்காகத் தாதி ஏற்பாடு செய்யமுடியாவிடில் கைப்பால் கொடுக்கலாம்.

தாதி ஏற்பாடு செய்வதில் தீமையுண்டு, நன்மையுண்டு. நல்ல குடும்பத்தைச் சேர்ந்த பெண்கள் தாதிவேலைக்கு வருவது அருமை. நல்நடத்தை யில்லாதவர்கள், சோற்றுக்குந் துணிக்கும் வறுமைப்பட்டு அலைகிறவர்கள், பிணியாளர்கள் முதலியவர்கள் இவ்வேலைக்கு வருவார்கள். இப்பெண்களிடம் கொடுய மேக நோய்கள் குடியிருக்கும். பிள்ளைப்பெற்று பத்துமாதம், ஒருவருடமாகி யிருந்தபோதிலும் மூன்று நான்கு மாதங்கள்தான் ஆயிற்றென்று சொல்லி ஏமாற்றுவார்கள். தலைப்பிள்ளை பெற்றுக் குழந்தை வளர்ப்பதில் பழக்கமில்லாதவர்களா யிருந்தபோதிலும் இது இரண்டாம்பேறு, மூன்றாம்பேறு என்று பொய் சொல்லுவார்கள். சிலர் கணவனிடம் வாழ்வதாகச் சொல்லுவார்கள். ஆனால் இவர்களுக்கு இன்னார்தான் கணவன் என்பதை நிச்சயிக்க வியலாது. காசுதான் இவர்களுக்குக் கணவன். பால் கொஞ்சமா யிருக்குங் காலத்திலும், நாளெல் லாம் தன் குழந்தைக்குப் பால் கொடாமலிருந்து பால் வழிந்தோடும்படியான மார்புகளைக் காட்டுவார்கள். இவர்களைச் செம்மையாகச் சோதிக்கக்கூடிய மருத்துவரைக்கூட இவர்கள் ஏமாற்றிவிடுவார்கள். எவ்வளவோ கண்டிப்பாகப்பார்த்து ஒரு பால்காரியைத் தெரிந்து கொண்டபோதிலும், சிலநாள்வரை அவளுடைய நடவடிக்கைகளை நன்றாகக் கவனித்து வரவேண்டும். சிலர் குழந்தைகளுக்கு அபின்மருந்து கொடுத்து இரவில் குழந்தை அழுது தங்களுக்குத் தொந்தரை கொடாதபடி

தூங்கச்செய்வார்கள். இதில் அபின் வேகம் மிகுதியாகி அநேகங் குழந்தைகளுக்கு உயிர் நீங்கி யிருக்கிறது. ஆதலால் பால்காரி ஏற்பாடு செய்யும்போது செம்மையாகப் பார்த்து அவளுடைய செய்கைகளைக் கண்டு ஒப்புக்கொள்ளவேண்டும்.

பால்கொடுக்குந் தாதியின் இலக்கணங்கள்

1. வயது: இருபது முதல் முப்பதுக்குள்ளாக இருக்கவேண்டும். இரண்டொரு குழந்தைகளைப் பெற்றவளா யிருப்பது நலம். அவளுக்குப் பாலும் மிகுதியாயிருக்கும். குழந்தைகளைக் காப்பதிலும், வளர்ப்பதிலும் பழகி யிருப்பாள்.

2. குணங்கள்: சாராயங் குடிக்கிறவள், சிற்றுண்டிகளை எந்த நேரத்திலும் மிகுதியாக உண்ணுகிறவள், பொடி போடுகிறவள், சுருட்டு முதலிய புகைகள் பிடிக்கிறவள், சண்டை சல்லியஞ் செய்கிறவள், சோம்பேறி, தூக்கம் மிகுந்தவள் உதவாது. சுறுசுறுப்பும், குளிர்ந்த முகமும், குறைந்த பேச்சும், எல்லாவகையிலும் சுத்தமும் நன்னடைக்கையுமுள்ள பெண்ணா யிருத்தல்வேண்டும்.

3. உடம்பில் நோயில்லாதவளும், உடம்பில் சிரங்கு, பற்றுகள் ஒன்றுமில்லாதவளும், பல் சொத்தை, ஈறில்புண், நாக்கில் புண், அழுக்கு, சுவாசத்தில் கெட்டமண முதலியது சிறிது மில்லாதவளுமா யிருக்கவேண்டும்.

4. பால் முலைகள் கல்போல் கெட்டியாகவாவது, வெறுந் தோற்பைபோல் தளர்ந்துபோயாவதிராமல், மிருதுவான ரப்பர் பந்துபோற் கெட்டியாகவும், சதைப் பிடிப்புள்ளதும், உள்ளே முடிச்சு முடிச்சாயு மிருக்கவேண்டும். முலைக்காம்பு மிகுதியாகப் பருத்து அல்லது சிறுத்து அல்லது வெடித் திராமல் சரியான வடிவமாக அமைந்திருக்க வேண்டும். சிறிது நீலங்கலந்த வெளுப்பு நிறமுள்ளதும் போதுமான பாற்கண்கள் உள்ளதாயு மிருக்கவேண்டும். பால், பசும்பாலைவிட இனிப்பா யிருக்கவேண்டும்.

5. நாளடைவில் முலைப்பாலிலுள்ள சத்து அதிகப்பட்டு வருமாதலால் குழந்தை பிறந்த அதேமாதத்தில் பிரசவித்த பெண்ணாயிருந்தால் மிக நலம். இரண்டொரு மாதமாக வித்தியாசமுள்ளவள் மத்திபம், மற்றவர்கள் ஆகாது. மூன்றுமாதக் குழந்தைக்குக் குழந்தை பெற்று ஆறுமாதமானவளுடைய பாலில் சத்துகள் மிகுதியா யிருப்பதாலும், ஆறுமாதக் குழந்தைக்கு கரு உயிர்த்து மூன்றுமாதமானவளுடைய பாலில் சத்துக்கள் குறைவாக யிருப்பதாலும் குழந்தை உடம்புக்குப் பொருந்தாது.

6. மாதந்தோறும் மாதவிலக்கு செம்மையாயும் சரியாயும் கண்டு வருமானால் அந்தப் பெண்பிள்ளை யாகாது.

7. பால்கொடுக்கும் வேலைக்கு வருகிறவளுடைய குழந்தைக்குச் சிரங்கு, கரப்பான், மூக்கில் சளிவடிதல், உடம்பு மிக மெலிவு முதலியவைகளிருந்தால் அவள் தாதிவேலைக்குதவமாட்டாள்.

தக்க மருத்துவரைக்கொண்டு நன்னடையும், நல்ல உடம்புமுள்ளவளும், கணவன் கீழ் மனைவியுமான ஒரு பெண்ணைத் தாதியாக ஏற்பாடு செய்யலாம். கூடுமானால் அவள் கணவனையும் மருத்துவன் பார்ப்பது நலம். ஒருக்கால் அவன் கொடிய நோயாளியாயிருந்தால் எவ்வளவோ தீமை அதனாலுண்டாகும்.

பால்நிறுத்தம்

இப்படிப் பால் குடித்து வளருங் குழந்தைக்கு எப்போது என்ன காரணங்களைக்கொண்டு எப்படி வகையாய்ப் பாலை நிறுத்த வேண்டு மென்பதைப்பற்றிக் கவனிப்போம். குழந்தைக்குப் பல்முளைக்குமட்டும் பால் தவிர வேறு எவ்வித உணவும் செமியாது. இரைப்பையின் உள்ளூறை மிக மெலினமாயிருக்கும். ஆனால் குழந்தைக்குப் பல் முளைக்கத் தொடங்கும் ஆறு ஏழு மாதங்களில் இரைப்பைக்குச் சிறிது வலிவுண்டாகும். பல் முழுவதும் முளைத்தபிறகு தேக வளர்ச்சிக்கு ஏற்றவிதமாக உணவுகளை செமிக்கச்செய்யும் பித்தநீர் சத்தும் அதில் உற்பத்தியாகிறது. பாலைவிடக் கடினமான உணவுப்பொருள்களைக் கடித்து மென்று உட்கொள்ள கடவுள் பற்களைக் கொடுத்திருக்கிறார். ஆதலால் அரைவரிசை பல் முளைத்தவுடன், அதாவது ஒன்பது மாதத்திற்குமேல் பதிமூன்றாம் மாதத்திற்குள்ளாக பால் நிறுத்திவிடவேண்டும். இதே காலத்திற்குச் சரியாகத் தாய்க்குத் தூரங்கண்டு, அவள்பாலுங் குழந்தைக்குதவாமற்போய்விடும். ஆகவே இதற்குமேல் குழந்தைக்குத் தாய்ப்பாலை விட்டு வேறே உணவு கொடுக்க வேண்டுமென்பது கடவுளமைப்பென்றே எண்ணவேண்டியது. ஆனால் குழந்தைக்குப் போதுமான பால் தாயிடமில்லாமலும் தாதி ஏற்பாடு செய்யவும் இயலாவிடில் ஆறு ஏழு மாதங்களில் பாலை நிறுத்திவிட வேண்டும். சிசு மிக மெலிவாயிருந்தால் தாய்க்கு அல்லது தாதிக்கு நல்ல சுகமும் போதுமான பாலுமிருந்தால், பதினான்கு பதினைந்து மாதங்களுக்கு மேல் பால் நிறுத்தலாம். குழந்தைக்கு ஒன்பது மாதங்களுக்குமுன் பற்கள் பல முளைத்துக் குழந்தை திடமாயும் பருத்துமிருந்தால் உடனே பாலை நிறுத்திவிடலாம். ஆனால் சில குழந்தைக்கு

ஒரு ஆண்டாகியும் பல் ஒன்றாகிலும் முளையாதிருக்கிறதுண்டு. அக்குழந்தைகளுக்கு ஏதோகாரணங்களால் வேறு உணவு களைச் செமிப்பிக்க இரைப்பைக்குச் சக்தி இன்னமுண்டாக வில்லையென்றறிய வேண்டியது. சோறு, கறி, முட்டை முதலிய கடின உணவுப் பொருள்களைக் கொடுத்தால் குடலில் செமியாமல் வயிற்றோட்டமுண்டாகும். ஒருக்கால் வயிற்றோட்டம் காணாவிடினும் அவ்வுணவுப் பொருள்கள் செமித்துக்போனதென்று நினைக்கக்கூடாது. ஒன்றிரண்டாகக் கரைந்து மலத்துடன் கழிந்துபோய்விடுமேயன்றி உடம்பில் சேராது. இப்படிப் பல் முளையாதிருக்கும்போது தாயாவது தாதியாவது பால்கொடுக்க இயலாமற்போனால், முன் அத்தியாயத்தில் சொல்லிய பால் உணவுகளில் ஒன்றைக் கொடுத்துவரலாம். பல் முளைக்கும் போதுண்டாகும் பல தொல்லைகளில் எதனாலாவது குழந்தை வருந்தும்போது பால் நிறுத்தக்கூடாது. அத்துன்பங்களெல்லாம் முற்றும் நீங்கிக் குழந்தைக்கு உடல் நன்றாய்த் தேறின பின்னரே பால் நிறுத்தவேண்டும்.

பால் நிறுத்தவேண்டிய வகை

ஆறு ஏழு மாதங்களில், அதாவது பல் முளைக்கத் தொடங்கினவுடனே, ஒரு மாதம்வரை நாள்தோறும் நடுப்பகலில் கை உணவு கொடுக்கும் ஒழுங்கைப்பற்றி அடுத்த அத்தியாயத்தில் சொல்லியிருக்கின்றோம். அதுபோல் ஒருவேளை பசும்பால் முதலிய வேறு உணவு கொடுத்துவர வேண்டும். துவக்கத்தில் சிறிது சிறிதாகக் கொடுத்து வரவர அரைக்கால்படிவரை அதிகப்படுத்தவேண்டும். ஒருமாதம் சென்றபிறகு குழந்தைக்கு இதனால் ஒரு கெடுதியுமில்லையென்று கண்டால் தினம் பகலில் இரண்டு தடவையும், மூன்றாம் மாதத்தில் பகலில் இரண்டு தடவையும், இரவில் ஒரு தடவையுமாகக் கொடுத்து, பிறகு முற்றும் முலைப்பாலை நிறுத்தி, பகலில் நாலைந்து தரமும் இரவில் ஒரு தரமுமாகப் பசும்பால் முதலிய உணவையே கொடுத்து வரலாம். இவ்விதமாகப் படிப்படியாய் முலைகொடுப்பதை நிறுத்துவதால் தாய்க்கும் வரவரப் பால் குறைந்து கடைசியாக முற்றிலும் நிறுத்திவிடும்போது ஒரு வருத்தமுமிராது, பால் தானாக வற்றிப்போகும். குழந்தைக்கும் முலைப்பாலின் பேரில் ஏக்கமிராது. சில குழந்தைகள் கைப்பாலுண்டாலும் முலைப்பாலுக்காக வருத்தப்படும். சில குழந்தைகள் கை உணவு சாப்பிடாமல் பிடிவாதம் செய்யும். இப்படித் தொல்லைகொடுக்கும் குழந்தைகளை ஒவ்வொருவேளை பட்டினியாய்ப் போட்டால், பின்னர் பசியினால் எதுகொடுத்தாலும் வேண்டிய அளவு உண்ணும். முலைகொடுக்குந்தாய் முற்றிலும் பால்

நிறுத்தவேண்டிய காலத்தில் குழந்தையைத் தன்னருகில் தூங்கும்படி இடங்கொடுக்கக்கூடாது. எட்டாம் மாதமுதல் வேறிடத்தில் தூங்கும்படி செய்யவேண்டும்.

பால் வற்றச் செய்யும் விதம்

மார்பில் பால்கட்டி வருத்தமுண்டானால் மல்லிகைப் பூவை முலைகளின்மேல் வைத்து துணியினால் சற்று இறுக்கிக் கட்டிவிட்டால் பால் வற்றிப்போம். அல்லது வேப்பிலையை அவித்துவைத்துக் கட்டலாம். அல்லது துவரம்பருப்பை பச்சையாக அரைத்துப் பூசலாம். நல்லெண்ணையில் உப்பைப் பொடிசெய்து குழைத்து மாரில் தடவலாம். இதிலெல்லாம் குணமில்லையென்றால் மருத்துவரிடம் தெரிவிக்கவேண்டும். நோய் மிகுதியாயிருக்கும்போது ஒருநாள்விட்டொரு நாள் கொஞ்சம் மலக்கழிவுக்குச் சாப்பிடுவது நலம். நீர்ப்பொருள்களான உணவு வகைகளை சிறிது நிறுத்துவது நலம்.

எட்டாம் மாதங்களில் கண்டால் பல்முளைப்பதனால் உண்டானதென்றறிந்துகொள்ளலாம். இது சாதாரண குறிகள். குழந்தைகள் நன்றாக பருத்திருந்து தாயும் குழவியை கவனமாகப்பார்த்துவந்தால் இதோடு நின்றுவிடும். ஆனால் குழந்தை மெலிவாயும் தாய் கவலைத்தாழ்ச்சியாயுமிருந்தால் மிக வருத்தமும், கடைசியாய் சிசுவின் உயிருக்கு மோசமும் நேரிடும். குழந்தையின் ஈறு அதிகமாக வீங்கும். வீங்கின ஈறை கையினால் தொட்டாலும் நோயுண்டாகும்; கன்னம் சிவந்து வீங்கும்; உடல் மிகுதியாய்க்காயும்; கண்கள் சிவந்து நீர்வடியும்; வாயிலிருந்து உமிழ்நீர் தாரைதாரையாக ஒழுகும்; தாகம் மிகுதிப்படும்; குழந்தை ஓயாமல் அழும்; தூங்காது; பால்குடியாது. இத்துடன் வயிற்றோட்டம், வலிப்பு, இருமல், சிரங்கு, கரப்பன் முதலிய நோய்களும் வரும். ஆனால் சில குழந்தைகளுக்கு இவ்வருத்தங்கள் எதுவுமின்றி தாய்க்குத் தெரியாமலே பல் முளைத்து வெளிப்படுகிறதுமுண்டு, அல்லது இதில் சில குணங்கள் கண்டும் காணாமலும் லேசாய்ப்போகிறதும், மிகுதியாய் வருத்தப்பட்டுச் சாகிறதும், பிழைக்கிறதுமுண்டு.

பல் முளைக்கும்போதுண்டாகும் வருத்தங்களுக்குச் செய்யும் பக்குவங்கள்

பல் ஈறு வீங்கி வாயிலிருந்து எச்சில் அதிகம் வடியத் தொடங்கினவுடனே, தாய் தன் விரலைக் குழந்தையின் வாயில் வைத்தால், எந்த இடத்தில் பல்முளைக்கிறதோ அந்த இடத்தில் குழந்தை தானே அந்தவிரலை நாவினால் தள்ளிவைத்துக்

கடிக்கும். அதனாலும், மேற்சொல்லிய காலத்திட்டத்தினாலும் முளைக்கிற பல் இன்னதென்றறியலாம். ஈறில் வீக்கமிருந்தால் அதை விரலினால் அடிக்கடித் தேய்த்துவருவது குழந்தைக்குச் சுகமாயிருக்கும். அப்படித் தேய்க்கும்போதே விரலின் நகத்தினால் லேசாய் வீக்கத்தின் மத்தியில் நெல் முனையினாலாவது, ஊசிமுனையினாலாவது கீறிவிடுவது நலம். நகத்தினால்கீறுவது குழந்தைக்கு அவ்வளவு வலிகொடாது. பல் எளிதில் முளைக்க வழியாகும். ஆனால் நகத்தினாலான காயம் நஞ்சுள்ளதென்று சொல்லுவதுண்டு. அப்படிச் சொல்லுவது மனிதருடைய நகத்திற்கல்ல. ஊன் தின்னும் விலங்குகள், அழுகின ஊன்களை நகத்தினாலே கீறிப் பிடுங்கித்தின்பதனால், அந்த ஊன் நகங்களில் படிந்திருக்கும். அவைகளினாலுண்டாகும் காயங்கள் நச்சுக்காயங்களென்று அனுமானிக்கப்படும். கைகளை அடிக்கடி நன்றாய்க்கழுவி சுத்தமாய் வைத்திருக்கக்கூடிய மனிதர்களுடைய நகம் கெடுதியல்ல. ஆகையினாலே மனிதரின் நகத்தினாலுண்டாகுங் காயங்கள் லேசாக ஆறிவிடும்.

3

உணவும் உடல் வலிவும்

வாலாஜாபாத் இந்துமத பாடசாலையில் பண்டித எஸ்.எஸ். ஆனந்தம் அவர்கள் செய்த உபந்நியாசம்:

சகோதரர்களே, தற்காலம் நமது நாட்டிலுள்ள மக்கள் சுயமரியாதை அடைய வேண்டும், சுயராஜ்ஜியம் பெறவேண்டுமென்னும் ஆவலுள்ளவர்களாயிருப்பது எல்லோரும் அறிந்த விஷயம். இந்தியா தன்னரசு நாடாகாமல், அடிமை நாடாக இருப்பதற்கு வேறு பல காரணங்கள் இருப்பினும் இந்தியர் உடல் வலிமை, இல்லாமலிருப்பதே முதற் காரணமாகும். நம்மை ஆளுவோர் நம்மிலும் தேக பலத்தோடு இருக்கின்றார்க ளென்பதை அறியவேண்டும். நாம் இதனை நன்றாக அறியாமலிருக்கின்றோம். அந்நியர் இதனை நன்றாக அறிந்திருக்கின்றார்கள். சிலர் நமக்கு ஆயுத பலமில்லை, ஒற்றுமை இல்லை, அதனால் நாம் சுயாட்சி அடைய இயலாமலிருக்கின்றோம் எனக் கூறலாம்; ஆயுதபலம், ஒற்றுமைமுதலியன இருந்தாலும் தேகபலந்தான் முன்னிருக்க வேண்டும். தேகசக்திக்குப் பின்தான் மற்ற சக்திகளெல்லாம். எந்தக் காலத்திலும் பலவானே இராஜா என்பதை நாம் மறக்கக் கூடாது. வேற்று நாட்டார் நம்மைப் பார்த்த வுடனே நாம் வலிமையற்றவர்கள்; நம்மால் ஒன்றும் செய்ய இயலாதென்று தீர்மானித்து மனித வகுப்பில் நம்மைச் சேர்க்காமல் நடத்துகின்றார்கள். ஆதலால், முதலில் நாம் உடம்பால் பலவான்களாக வேண்டும். தெய்வமாகப் பலர் கொண்டாடப்படும் இராமனிடம் உடல்வன்மை சிறந்திருந்ததெனத் தெரிகிறது. இதனைக் கம்பராமாயணத்தில்,

நாடியபொருள் கைகூடும் ஞானமும் புகழும் உண்டாம்
வீடியல் வழியதாகும் வேரியங் கமலை நோக்கும்
நீடிய அரக்கர் சேனை நீறுபட் டழிய வாகை
சூடிய சிலையிராமன் தோள்வலி கூறு வோர்க்கே

என, இராமனுடைய புயபலத்தையே சிறந்ததாகக் கம்பர் எடுத்துக் கூறுகிறார். மிதிலையில் எவராலும் வளைக்க வியலாத பெரியவில்லை வளைத்தொடித்துச் சீதையைமணமுடித்ததும், துஷ்டர்களைவதைத்ததும் இராமனுடைய உடல் வன்மையையே காட்டும். அர்ச்சுனனும், வீமனும் அப்படியே யாவர். தோள்வலி யுள்ளவர்களிடம்வாள் வலியுண்டு. வல்லவனுக்குப் புல்லும் ஆயுதம். உடல்வன்மை யுள்ளவர்களிடம் உயிர் வன்மையுண்டு. இதனையே பெருந்தவப் பெரியாராகிய திருமூல நாயனார் தமது திருமந்திரமாகிய ஆகமத்தில்,

உடம்பால் அழிவர் உயிரால் அழிவர்
திடம்பட மெய்ஞ்ஞானம் சேரவுமாட்டார்
உடம்பை வளர்க்கும் உபாயம் அறிந்தபின்

எனக் கூறினார். ஆதலால் இம்மை மறுமைப் பயன்களை அடைவதற்கு நோயின்றி உடம்பை வளர்த்து ஒவ்வொருவரும் தேகபலம் உடையவர்களாக வேண்டியது இன்றியமையாததாகும். நம் உடம்பு, தாயின் வயிற்றில் 10 மாதம் இருந்து உருவாகும்போதும், வெளியேவந்து 10 மாதம் தாயினிடம் பால் அருந்தும்போதும், தாய் உண்ட உணவின் சாரத்தால் வளர்ந்தது. பின்னர் நாம் உண்டுவரும் உணவினால் வளர்ந்து வருகின்றது. உடம்பென்பது அவரவர் உட்கொள்ளும் பஞ்சபூத காரியமாகிய உணவுப் பொருள்களின் மறு உருவமேயாகும். ஆதலால் உடலுக்குப் பொருந்தும் உணவுகளைத் தெரிந்துண்ணுவதே அறிவுடைமை யாகும். நாள்தோறும் நாம் உண்ணும் உணவிலுள்ள சீவசக்தியை அழிக்காமல் அப்பொருள்களிலுள்ள சத்தைக் கழிக்காமல் நாம் உண்ணப் பழகுதல்வேண்டும். இந்தியாவுக்கு வெளியேஉள்ளவர்கள் உடல்வன்மை உடையவர்களா யிருப்பதற்கும், இந்தியாவின் தென்பாகத்திலுள்ள வரினும் வட பாலுள்ளவர்கள் பலவான்களாகக் காணப்படுவதற்கும் அவர்கள் நாள்தோறும் உண்ணும் உணவும், அவ்வுணவைச் சமையல்செய்யும்பாகமுமேகாரணமாகும். வடநாட்டார்களும் அயல்நாட்டார்களும் பெரும்பகுதி கோதுமையையும், இதரப் பொருள்களையும், ஊன் வகைகளையும் உணவாகக் கொள்ளுகின்றார்கள். தென் இந்தியர் கோதுமையினும் சத்துக் குறைவாகிய நெல்லையே சாப்பிடுகிறார்கள். நெல்லை முதல்தடவை வேகவைத்துலர்த்திப் பின்னர்க் குற்றி உமி நீக்கி உமிநீங்கின அரிசியைப் பின்னும்குற்றித் தீட்டி அதிலுள்ள தவிட்டைமுற்றும்

போக்கிவிடுகின்றார்கள். இவர்கள் அரிசி வெண்மையாயும் மழமழப்பாயும் இருப்பதைத்தான் கவனிக்கின்றார்கள். அதன் பின் அரிசியைத் தேய்த்துத் தேய்த்துப் பன்முறை கழுவிக் கொஞ்சமிருக்கும் தவிட்டையும் அறவே போக்குகின்றார்கள். அதன்பின்னர்ச் சோறாக்குவதற்கு மிகுதியான நீரில் அரிசியை வேகவைத்து அரிசியின் சத்தாகியஅன்னப்பாலை அறவேவடித்துக் கொட்டிவிட்டு கடைசியாய் அரிசியின் சக்கையாகிய சோற்றை உண்கின்றார்கள். காப்பி தேயிலைகளையும், சுக்கு, மிளகு, திப்பிலி, நன்னாரிவேர், கடுக்காய் முதலிய மருந்து பொருள்களையும் மட்டும் வேண்டியபோது காய்ச்சிச் சத்தாகிய கியாழத்தை எடுத்துக்கொண்டு சக்கையை உபயோகிக்காமல் விலக்கி விடுகின்றார்கள். ஆனால் நாள்தோறும் உண்ணும் உணவிலுள்ள சத்தை முற்றும் ஒழித்துச் சக்கையையே அருந்துவது மிக வருந்தத்தக்கதாகும். தலையணைக்கு துணிப்பையில் இலவம் பஞ்சை நிறைய அடைப்பதுபோல் நமது வயிற்றில் இந்த அரிசிச் சக்கையை நாள்தோறும் நிறைய அடைப்பதால் பயனில்லை. முதலில் வெடித்து நன்றாய்ச் சோறுபோல் வேகும்வரையில் நெல்லை வேகவைத்தல் கூடாது. பச்சை நெல்லை உமியைமட்டும் போக்கி மிகுதியாகத் தீட்டாமல், தேய்த்துக் கழுவாமல் ஆண்டுகள்தோறும் சங்கராந்தி என்னும் பொங்கல் புது நாட்களிலும், கோயில்களில் நைவேத்தியத்திற்கும் சோற்றிலிருந்து கஞ்சியை வடிக்காமல் தண்ணீரைத் திட்டமாகவைத்துப் பொங்கிக்கொள்வதைப்போல் நாள்தோறும் நாம் சமையல் செய்து கொள்ள வேண்டும். நெல்லோடு ஒரு வேளையாவது கோதுமை, கேழ்வரகு, சோளம், கம்பு முதலிய தானியங்களில் ஏதாவதொன்றையும் அருந்த வேண்டும். அப்படியே காய்கள், கிழங்குகள், கீரைகள், பூக்கள், துவரை, கடலை, மொச்சை, பயறு, உளுந்து முதலியவைகளைச் சமையல் செய்யும்போதும், அப்பொருள்களோடு தண்ணீரை மிகுதியாகச் சேர்த்து வேகவைத்த நீரை வீணாகக் கீழே வடித்து விடாமல் அப்பொருள்களோடு வெந்தநீர் அப்பதார்த்தங்களிலேயே சுவரும்படி அளவாகத் தண்ணீர் வைத்துக்கொள்ளல் வேண்டும். குழம்பு, மிளகுநீர் முதலியவற்றையும் கறிவகைகளில் உப்பு, புளி, மிளகாய் முதலிய அறுசுவைப் பொருள்களையும் மணப்பொருள்களையும் (வாசனைத் திரவியங்கள்) குறைத்தல் வேண்டும். சில நோயாளி கட்கு மட்டும் விரைவில் செமிப்பதற்காகப் புழுங்கலரிசியைச் சமையல் செய்துகொள்ளலாம்.

நெல்லைக்குற்றி உமி நீக்கின பின்னர் அரிசியின் மேல் செந்நிறமாயுள்ள மெல்லிய தோலில் சுவையும், கொழுமையுமுள்ள சத்து மிகுதியாயிருப்பதை அறியாமல் அந்தத்தோலை, தீட்டிப்

பிரித்தெடுத்த தவிட்டையும், சமையல் செய்யும்போது அரிசி யைப் பன்முறை கழுவுவதால் அரிசியின் மேல்புறத்துத் தவிடோடு கூடிய நல்ல சத்து கலந்த கழிநீரையும், பின்னர் நீரை மிகுதியாக அரிசியுடன் சேர்த்து வேகவைப்பதால் உண்டாகும் சோற்றுச் சத்தாகிய வடிகஞ்சியையும் மாட்டுக்கு உணவாகக் கொடுக்கின்றோம். ஆதலால் நாம் அரிசியிலிருந்து நேரே அடைய வேண்டிய கொழுமையையும் வன்மையையும் மாடுகள் அடைகின்றன. பின்னர் அப்பசுக்களின் கன்றுகளுக்குத் துரோகம் செய்து அப்பசுக்களின் பால் வழியே நாம் அரிசியின் சத்தை அடைகின்றோம். ஆதலால் அன்பர்களே, அரிசியிலுள்ள சத்தை யும் மற்ற உணவுப் பொருள்களின் சத்துக்களையும் கெடுக்காமல் பாகம் செய்து நாம் உண்ணும் உணவுகளை அமைதியாக நன்றாகப் பற்களினால் நொறுங்க மென்று உண்ணல் வேண்டும். இவ்விதம் கொஞ்சம் புசித்தாலும் நல்ல உடல் பலத்தை அடையலாம்; நோயின்றி நெடுநாள் வாழலாம். அப்படிச் செய்யாமல் வழக்கம் என்னும் பேய்பிடித்த நம்மக்கள் பழைய வழக்கத்தையே இன்னம் கைவிடாதிருப்பார்களானால் அவர்கள் நோயாளர்களாகவும், வலிவற்றவர்களாகவும், அடிமைகளாகவுமே என்றும் இருந்து காலந்தள்ள வேண்டியவர்களாவர்.

4

உடம்பும் உடுப்பும்

1

குழந்தைகளின் உடுப்பைத் தினம் மாற்ற வேண்டும். அதிக உடுப்புகள் செய்து வைத்துக் கொள்ள சக்தியற்றவர்கள், அழுக்கு உடுப்புகளை உடனே சவர்க்காரம் (சோப்) கரைத்த தண்ணீரில் ஊறவைத்து செம்மையாகக் கசக்கிச் சுத்தி செய்து வெய்யிலில் காயப்போட்டு வைத்துக் கொள்ளவேண்டும். குழந்தைகளின் உடுப்புகளை மழைக்காலத்தில் நெருப்பு அனலில் காயவைத் தெடுத்துப்போடவேண்டும். மல, சலங்களினால் அடிக்கடி உடுப்புகள் அழுக்காகி மாற்றும்படி நேரிட்டால் முன் சொல்லியபடி மூலைவாட்டமாக மடித்த முக்கோணத் துண்டுகளை குழந்தைகளின் அரையில் கட்டிவரவேண்டும்.

உடுப்புகளை அழகுக்காகவும், பிறர் மதிக்கப் பெருமைக்காகவும் எண்ணிச் செய்யாமல், சுகத்துக்கானவைகளாகவே செய்யவேண்டும். வீட்டிற்குள் இருக்கும்போது உள்ளுடுப்பு ஒன்று போதும். வெளியிற் செல்லுங்காலத்தில் உள்ளுடுப்பு ஒன்றும், மேலுடுப்பு ஒன்றுமாக இரண்டு வேண்டும். குளிர்காலங்களில் பாதங்களுக்கு மெல்லிய காலுறை போடுவது நலம். உஷ்ணகாலங்களில் மெல்லிய துணியில் செய்த உடுப்புகள் நல்லது.

உடுப்புகளின் அவசியம்

குளிர்காலத்திற்கு மிருதுவான கம்பளி மேலுடுப்பும், பருத்தி நூலால் செய்த மெல்லிய உள்ளுடுப்பும் வெய்யிற்காலத்தில் சல்லா மேலுடுப்பும் போடவேண்டும். நாடா, பொத்தான் இவைகளால் உடுப்பைக் கட்டவேண்டும். அவைகள் எளிதாய்ப்போடக் கழற்றக் கூடியவைகளாயிருக்க வேண்டும். உடைகளை நாள்தோறும் மாற்றவேண்டும். கழுத்துமுதல் பாதம்வரை மூடக்கூடியதாயிருக்க வேண்டும்.

எச்சரிக்கை

உடுப்பில்லாமல் குழந்தைகளை நிருவாணமாக விடுவதனால் அவர்களுக்கு வெப்பமுங் குளிருந் தாக்கிப் பலநோய் களுண்டாகும். இறுக்கமான உடுப்பு இரத்த ஓட்டத்தை மட்டுப்படுத்தும். நுரையீரல், இரத்தப்பை, குடல்கள் முதலிய உறுப்புகள் அதனதன் வேலைகளைச் சரியாய்ச் செய்ய இயலாததனால் நோய் உண்டாகும். குண்டூசி முதலியன உபயோகிப்பது நல்லதல்ல. முரட்டுத்துணிகளால் செய்த உடுப்பு தோலில் படிந்து எரிச்சலை உண்டாக்கும். தலைக்குல்லா வியர்வைகண்டு நீர்க்கோர்வையையுண்டாக்கும். அழுக்கு உடுப்பு வியாதிக்கிடமாகும். இவைகளைத் தள்ளவேண்டும்.

2

குழந்தைக்கு இரண்டு மாதம்வரை கட்டாயம் வயிற்றைச்சுற்றி மெல்லிய கம்பளித் துணியாவது பருத்தித் துணியாவது கட்டிவரவேண்டும். இதற்காக மெல்லிய கம்பளித் துணியில் நாலு அல்லது ஐந்து அங்குல அகலமும் இரண்டுமுழ (ஒருகஜ) நீளமுமுள்ள துண்டுகள் இரண்டு மூன்றுக்குக் குறையாமல் முன்னரே தயார்செய்து வைத்துக் கொள்வது நலம். குழந்தையின் சிறுநீர் உடுப்பில் பட்டு அழுக்காகி, அடிக்கடி அவைகளை மாற்றும்படி நேரிடாமல், ஒரு முழச் சதுரத் துண்டுகளை மூலை வடிவமாக மடித்துக் கரைகளை இணைத்துத்தைத்து மூன்று மூலைகளிலும் நாடா வைத்துத் தைத்ததுண்டுகள் பத்துப் பனிரண்டு செய்துவைத்திருக்கவேண்டும்.

குழந்தைக்குத் தலை முழுக்காட்டிக் கொப்பூழில் துணி சுற்றினவுடனே மேற்சொல்லிய துண்டுகள் ஒன்றினால், நீளமான பக்கம் அரையைச் சுற்றி வரவும், மூலைப்பக்கம் இரண்டு தொடைகளுக்கும் நடுவில் மலவாயிலை மறைத்து வரவும் சுற்றி, நாடாக்களை சேர்த்துக் கட்டவேண்டும். பின்னர், மேற்கண்ட கம்பளித்துணிகள் ஒன்றினால் கொடியை வயிற்றின் மேற்பாகமாக

மடித்துச் சேர்த்து வயிற்றை மூன்று சுற்றுசுற்றி மெல்ல இறுக்கி நாடாக்களால் கட்டலாம்; அல்லது தைத்துவிடலாம். அப்படித் தைக்கும்போது, சிசுவின்மேல் ஊசி படாமல் பதனமாய்ச் செய்யவேண்டும். குண்டூசிகளால் குத்திச் சேர்க்கக்கூடாது. மூடூசியினால் (சேவ்ட்டி பின்) தைத்தல் வேண்டும். இல்லையேல் அபாயங்கள் நேரிடும். வயிற்றுக்கு மேல் நெஞ்சில் இந்தக் கட்டுகள் வருதல் கூடாது. அப்படிக் கட்டினால் அதனால் குழந்தை தாராளமாக மூச்சு விடத் தடை யுண்டாகும். இப்படிக்கட்டும் வயிற்றுக் கட்டை ஒரு மாதத்திற்கு மேல் கொஞ்சங் கொஞ்ச மாக அகலத்தில் குறைத்துவந்து கடைசியில் நிறுத்தி விடலாம். இவ்விதமாக வயிற்றிலும் இடையிலும் துணிகள் சுற்றிக் கட்டிவந்தபின், குழந்தைக்கு மெல்லிய துணியினால் தைத்த தளர்த்தியான ஓர் உடை (சட்டை) போடலாம். பாதங்களுக்கு, மெல்லிய கம்பளி நூலினால் பின்னிய காலுறையிடலாம். குழந்தைக்குக் கனமான உடுப்புகள் போடுதல்கூடாது. கை கால்களை அதன் விருப்பப்படி நீட்ட மடக்கத் தக்கதாக உடை தளர்த்தியாயிருக்க வேண்டும். இப்படி உடை உடுத்தினபின் சிசுவைத் தாய் மார்போடணைத்துக் கிடத்தினால் இது தாயின் பாலையுண்டு தாயின் உடம்பின் சூட்டினால் செம்மையாய் உறங்கும்.

நல்ல இள வெந்நீரால், குழந்தையின் தலையையும் உடலையும் கழுவ வேண்டும். மற்றெவ்வித முழுக்கும் குழந்தைக்குச் செய்விக்கக்கூடாது. மருத்துவர் உத்தரவின்றி ஆமணக்கெண்ணெய் தவிர, வேறெவ்வித பேதி மருந்துங்கொடுக்கக்கூடாது. சர்க்கரை, தேன் இவைகளைத் தனித்தனியேயாவது, கலந்தாவது வைத்தியருடைய உத்தரவின்றிக் கொடுக்கக்கூடாது. உடுப்புகளில் குண்டூசி உபயோகப்படுத்தக்கூடாது. தலைக்குக் குல்லா போடக் கூடாது. அதனால் வியர்வைஉள்ளடங்கி நீர்க்கோவை யுண்டாகும். இவைகளைத் தாய்மார் அவசியம் கவனிக்கவேண்டும். நமது நாட்டில் பல ஊர்களில் பெண்கள், குழந்தை பிறந்தவுடன் அதற்குச் சேனையூட்டுதல், அல்லது செவ்வெண்ணெய் புகட்டுதல் என்று சேங்கொட்டை ஒன்றை வெட்டி விளக்கெண்ணெய் என்னும் ஆமணக்குநெய்யில் போட்டுக் காய்ச்சி அந்த நெய்யில் ஒரு துளியைத் தேனில் அல்லது சருக்கரையில் கலந்து நாவில் தடவுவார்கள். இதனால் கருங்கிரந்தி, செங்கிரந்தி, செவ்வாப்பு முதலிய சில நோய்கள் நீங்கலாம். சிலர் தேன் அல்லது சருக்கரைப்பாகு அல்லது இவ்விரண்டுங்கலந்ததைத் தங்களுக்கு அன்பான ஒருவரைக்கொண்டு சிசு பிறந்தவுடனே அதற்குப் புகட்டுகின்றார்கள். அப்படிச் செய்வதனால் செவ்வெண்ணெய் அல்லது சேனை ஊட்டினவர்களின் குணம்

அக்குழந்தைக்கும் வருமென்று நம்பிச் செய்கிறார்கள். சேனை யூட்டினவர்களின் குணம் குழந்தைக்கு உண்டாகாது. குழந்தைகள் நல்லவர்களாக வேண்டுமானால், குழந்தைகளுக்கு அறிவு வளருங்காலத்தில் அதனை வளர்ப்போர் தக்கவர்களாயிருந்து அப்பாலர்கட்குத் தக்க அறிவைப் புகட்டுவதினாலும், நெடுநாள் அவர்கள் பார்வையிலிருந்து பழகுவதினாலுமே அவ்வாறு அடைய இயலும். புதல்வரைப் பெறுவது பெரிதல்ல. மக்களை நல்வழியில் வளர்ப்பதுதான் பெரிய காரியம். ஆதலால், பாலரை வளர்க்கும் முறையினை மகளிர் அனைவரும் நன்கு கற்றுக்கொள்ளல்வேண்டும்.

தோலானது உடம்பையும் இரத்தத்தையுஞ் சுத்தி செய்யும் உறுப்பாயிருக்கின்றது. ஜீவாதாரமாகிய இந்தப்பெரிய வேலையை அது ஒழுங்காகச் செய்து வரத்தக்கதாக அதைச்சுத்தமாகவும், வெப்பம் குளிர்ச்சி இவைகளால் அதன் வேலைக்கு இடையூறு நேரிடாமல் பதனமாகவும் காப்பாற்ற வேண்டியதவசியம். பரிசபுலனுக்கடுத்த ....*களும், வியர்வைக்குழாய்களும் தத்தம் வேலைகளைச் செய்து ....*தோலுக்கு மிகுதியான இரத்த ஓட்டமிருக்கிறது. குளிர்ந்த காற்று உடம்பில் தாக்கும்போது இரத்த நரம்புகள் சுருங்கி அவைகளிலுள்ள இரத்தமெல்லாம் உடலினுட்புறம் ஓடுகிறது. ஆதலால் வியர்வையும், தோலினின்றும் மயிர்க்காலினின்றும் கழியும் கெட்ட காற்றும் வெளியேறாமல் நின்று போகும். இதனால் குண்டிக்காய்கள் எனும் பிருக்கம், மிகுதியான சிறு நீரையும், நுரையீரல் அதிகமான ஆவியையும் வெளியேற்றும்படி கஷ்டப்பட வேண்டியதாகும். சுவாசிப்பதும் வருத்தமாயிருக்கும். மேலும் தோலின் மேல் வெப்பக் காற்று தாக்கினால், இரத்த நரம்புகள் விரிந்து, இரத்த ஓட்டம் மிகுந்து அதிக வியர்வை உண்டாகும். அதனால் நுரையீரலுக்கும், பிருக்கத்துக்கும் வேலை சற்று எளிதாகும். ஆனால் நெடுநேரமாவது அல்லது அடிக்கடியாவது இப்படி அதிக வியர்வைக்கு இடங்கொடுத்தால் சீக்கிரம் பலவீனம் ஏற்பட்டு வியாதி நேரிடலாம். ஆகையினாலே குளிரும் வெப்பமும் சமமாயிருக்கும்படி குழந்தைகளுக்குத் தகுந்த உடுப்புகள் போட்டு வர வேண்டும். இது தெரியாமல் நம் நாட்டுப்பெண்கள் குழந்தைகளை ஆடையின்றி வைத்திருக் கிறார்கள். சீமான்கள் வீடு முதல் ஏழைத்தொழிலாளர் கூலிக்காரன் வீடு வரையில் எங்குமிப்படியே வழக்கமாயிருக்கிறது. சாதாரண மென்றெண்ணும் விஷயங்களில் குழந்தைகளின் சுகத்தைப்பேண வேண்டிய முறை தெரியாமையினால் தான் நோய் உண்டாகிறது. "நோய்க்கிடங் கொடேல்" என்ற நீதி மொழியை

* வார்த்தைகள் தெளிவாகத் தெரியவில்லை.

மறவாமல் குழந்தைகளை வளர்த்து வந்தால் இளமையிலும், முதுமையிலும், இப்போது நேரிடும் பல பிணிகள் வராமல் தேகம் வலுத்திருக்கும். சீமான்கள்தான் தங்கள் குழந்தைகளுக்குத் தகுந்த உடுப்புகள் செய்வித்துப் போடக்கூடும்; மற்ற ஏழைகள் என்ன செய்வார்கள் என்று சொல்லலாம். நமது நாட்டில் எவ்வளவு ஏழையாயிருந்தாலும் அரைப்பணத்துப் பொன் நகையாவது நமது நாட்டுப் பெண்கள் அணியாமலிருக்க மாட்டார்கள். அவர்கள் மக்களுக்கும் பொன்னாலாவது வெள்ளியாலாவது ஒரு நகையேனும் பூட்டாதிருக்க மாட்டார்கள். அக்குழந்தைகளைக் கள்வர் கொண்டு போய் நகையைக் கழற்றிக்கொண்டு கழுத்தை முறித்துப் போடவும் விடுவார்கள். அறிவில்லாத தாய்மார் ஆடையைவிட ஆபரணம் அருமை என்றெண்ணுகிறார்கள். ஏழைகளானாலும் அவரவர் சக்திக்குத் தக்கதாகத் தம் குழந்தைகளுக்கு உடுப்பு உடுத்தலாம்.

நம்நாட்டில் பல குழந்தைகளுக்கு மூக்கிலிருந்து எப்போதும் சளி வடிந்து கொண்டிருப்பதையும், அச்சளியை அக்குழந்தைகள் நாவினால் நக்குவதையும் யாரும் கவனித்திருக்கலாம். இது தகுந்த உடுப்புகள் உடுத்திக் குழந்தையின் உடம்பைப் பேணாத தினாலுண்டாகிற கெடுதியும் அதற்கு ஒரு காரணமாகும்.

குழந்தைகளுக்கு உடுப்பு செய்வதில் நான்கு விஷயங்கள் கவனிக்க வேண்டும்.

1. துணி மெல்லியதாய் இருக்க வேண்டும். சிசுவின்தோல் மிக மென்மையாதலால் முரட்டுத் துணிகள் தோலிலழுத்தி உறுத்தித் தோல் கன்றிப்போய் காய முண்டாகும். மேலும் பலமில்லாத சிசுக்கள் முரட்டுத் துணிகளால் செய்த உடுப்புகளின் பளுவைத் தாங்கமாட்டாமல் வருத்தப்படும்.

2. உடுப்புகள் தேகச் சூட்டுக்கு அனுகூலமானதாக இருக்க வேண்டுமாதலால், மெல்லிய பருத்தி அல்லது கம்பளி உடுப்பு நல்லது. ஆனால் கம்பளி எவ்வளவு மிருதுவாயிருந்தாலும், தோலுக்கு எரிச்சல் கொடுக்கும் குணமுள்ளதாகையால் உள்ளுக்குப் பருத்தி நூலினால் செய்த மெல்லிய சல்லா உடுப்பு ஒன்று போடவேண்டும். கழுத்து, நெஞ்சு, வயிறு, பாதம் இவைகளே முக்கியமாகச் சூடாயிருக்க வேண்டும். இல்லையேல் இருமல், நுரையீரல் நோய், அஜீரணம், பேதி, சீதபேதி, காய்ச்சல் முதலிய அநேக நோய்களுண்டாகும். குழந்தை ஆறுமாதம் சென்றபின் எப்போதும் மிருதுவான உள்ளுடுப்பு உடுத்திவரவேண்டும்.

3. உடுப்புகள் தளர்த்தியாக இருக்க வேண்டும். குழந்தைகள் நாளொரு மேனியாய் வளருமானதாலும், அவைகள், தங்கள் கால், கைகளை, நீட்டி, உதறி உதைத்து நாலா பக்கங்களிலும் ஆட்டி உடற்பயிற்சி செய்தாலன்றி அவைகளுக்குச் சுகமிராதாகையினாலும், உடுப்புகள் போதுமான தளர்த்தியாயிருக்கவேண்டும். உடுப்புகள் இறுக்கமாய் இருந்தால் இரத்த ஓட்டம் சரியாயிராது; நெஞ்சு மலர்ந்து நுரையீரலும் இரத் ....* சரியாகவே வேலை செய்ய இடமிராது. வயிறும் குடலும் நெருங்கினால், ஜீரணமும் மலஜலக் கழிவும் பேதப்படும். ஆகையினால் உடுப்புகள் தளர்த்தியாயிருக்க வேண்டும்.

4. இடுப்புகளில் குண்டூசி முதலியது குத்தி இணைக்கக் கூடாது. நாடா அல்லது பொத்தான்கள் தான் நல்லது. மேலுங் கழுத்து வழியாகப் போடுகிறது நல்ல மாதிரியல்ல, வெகு இலேசாய் கழற்றவும் போடவும் தக்கதாகச் செய்யவேண்டும். சிலர் குழந்தைக்கு உடுப்பு உடுத்தும்போது அதற்குண்டாகிற வருத்தம் சகிக்கமாட்டாமல் குழந்தை அலறுகிறதைக் கவனித்திருக்கலாம். காரணமின்றி குழந்தை அழாது.

சிசுக்களுக்குக் குல்லா அவசியமில்லை. அதனால் சூடு அதிகரித்து வியர்வை கண்டு நீர்க்கோர்வை யுண்டாகும். வெளியில் உலவபோகிற குளிர்ந்த நேரங்களில் ஒருக்கால் குல்லா உப...**

---

* வார்த்தைகள் தெளிவாகத் தெரியவில்லை.
** இதன் தொடர்ச்சி கிடைக்கவில்லை.

IV
மருத்துவன்

MARUTHUVAN

மருத்துவன்

PHYSICIAN

தமிழ் வைத்தியப் பத்திரிகை

ஆசிரியர். பண்டிட் எஸ். எஸ். ஆனந்தம்

மலர் க. 1929ஹ பிப்ரவரிமீ இதழ் ரு.

உள்ளுறை

தமிழ்வைத்தியமும், சம்ஸ்கிருதவைத்தியமும்	121
துருசு	123
மதுசாரம்	125
மலத்தில் இரத்தம்	127
சைமன்கமிஷன் வரவேற்பு	129
சுயமரியாதை மகாநாட்டில் வைத்திய உதவி	131
தென்னிந்திய மருத்துவர்சங்கம் பொதுக்கூட்டம்	132
பொதுச்செய்திகள்	133
நன்கொடை அளித்த அன்பர்கள்	134
பாலர் பரிபாலனம்	

மருத்துவன் காரியாலயம்

221, தங்கசாலை வீதி

சென்னை.

1

மருத்துவன் ஓர் உயர்ந்த வைத்திய மாதப் பத்திரிகை

இம் *மருத்துவன்* ஒவ்வொரு குடும்பத்திற்கும் இன்றி யமையாது வேண்டியவன். இவன் நோயணுகா விதிகளை ஆண், பெண் ஆகிய இரு பாலருக்கும் போதிக்கக் கூடியவன். வந்த நோய்களை எளிதாகப் போக்கிக் கொள்ளும் வழிகளைக் கூறுபவன். பெண்கள் கருப்பெற்ற காலத்திலும், கரு உயிர்க்கும் காலத்திலும் நடந்து கொள்ள வேண்டிய முறை களையும், பாலர் பரிபாலனத்தையும், குழந்தை களுக்கு வரும் நோய்களையும், அவற்றிற்குரிய பரிகாரங்களையும் அறிவிப்பவன். பொதுவாக மக்கள் நோயின்றித் தேக பலத்தோடும், நீண்ட ஆயுளுடனும் வாழ்வதற்குரிய வழிகளை ஆராய்ச்சி முகத்தால் எடுத்து விளக்குபவன். மக்களுக்கு உயிரினும் சிறந்த பொருள் வேறொன்று மில்லையாதலால், ஒவ்வொருவருடைய உயிர் வாழ்க்கைக்கும் இம் *மருத்துவன்* உற்ற துணைவனாவான்.

2

*யாகும். நாம், மக்களுக்கு இன்றி அமையாத கல்வி, அறிவு, ஆன்மசக்தி, தேகசக்தி, நீண்ட ஆயுள், செல்வம், ஒற்றுமை, அன்பு, அருள், ஒழுக்கம் முதலியவைகளை அறவே இழந்தோம். விலங்கிலும் கேடான நிலையை அடைந்தோம். இக்கீழ் நிலையிலிருந்து மீண்டும் நாம் ஒரு சமூகமாய் ஒற்றுமைப்பட்டுப் பண்டைக்கால நலன்களை எல்லாம் அடைந்து, மற்ற நாட்டினரைப்போல், சீரும், சிறப்புமுற வேண்டுமாயின் நமது தாய் மொழியை நன்கு பயின்று நமது செந்தமிழ் மொழியில் நமது பெரியோர்கள் சேமித்து வைத்துள்ள அன்பு, அறம், மருத்துவம், யோகம், ஞானம் முதலிய அறிவு நூல்களையும் வேளாண்மை, கைத்தொழில், வாணிபம் இரசாயன சாஸ்திரம் முதலியவைகளையும் கசடறக் கற்றல் வேண்டும், நம்மை மூடர்களாக்க நடுவில் வந்து சேர்ந்த பொய்க் கதைகளையும், புராணங்களையும், சாஸ்திரங்களென மதித்துள்ள தவறான எண்ணம் ஒழிய வேண்டும். நோய்வராமல் தடுத்துக் கொள்ளவும், வந்த நோய்களைப்போக்கிக்கொள்ளவும் வழியறியாது உடம்பில் உண்டாகும் பிணிகளுக்கெல்லாம் காரணம், பேய், பிசாசு, மாடன், வீரன், இருளன், மாரி, காளி முதலிய துர்த் தேவதைகளின் செய்கையே எனவும், பகைவர்களால் ஏவி விடப்படும் பில்லி, சூனியம், வைப்பு எனவும், அவற்றிற்குச் ஜோதிஷம் பார்த்தல், மந்திரம் செய்தல், குறிகேட்டல், காணிக்கை செலுத்தல், சிறு தேவதைகளுக்கும்

---

* இதன் தொடக்கம் கிடைக்கவில்லை.

இறந்துபோனவர்கட்கும் பலியிடல், பூசை போடல், தலை மயிரை மொட்டை அடித்தல், நாவிலும், கன்னங்களிலும் அலகு குத்துதல் முதலிய செய்தல் வேண்டுமென எண்ணும் அறிவற்ற கொள்கைகள் ஒழியவேண்டும். ஒளி மழுங்கி மறைந்து கிடக்கும் நமது நாட்டு மருத்துவத்தை வளர்த்து, அதனை பிரகாசிக்கச் செய்து, அதன் பயனை உலகத்தில் எல்லோரும் அடைந்து இன்புறச் செய்தல் வேண்டும். இவைகளுக்காக நம்மாலியன்ற துறைகளி லெல்லாம் முயற்சி செய்வதே, நமது பெரும் நோக்கமாகும்.

தமிழ் நாட்டில் மருத்துவ நூல்களைத் துறை போகக் கற்றுத் தேர்ந்து சுதேச சமஸ்தானங்களிலும், பொது ஜனங்களிடத்திலும் பெரும்புகழ் படைத்த பரம்பரை மருத்துவ வகுப்பினில் பிறந்த யாம் அம்மருத்துவத் தொழிலை இளமை முதல் பயின்று, சென்னை நகரில் இருபது ஆண்டுகளுக்கு மேல் தமிழ் (சித்த) வைத்தியத்தைச் செய்து வருகின்றோம். எனினும் நமது வைத்தியம் பொது மக்களாலும், அரசாங்கத்தாராலும் நன்கு மதிக்கப்படாமலும், ஆதரிக்கப்படாமலும் இருந்து வந்தது. அந்நிலையைப் பார்த்து மனம் சகியாமல் பன்னிரண்டு ஆண்டுகளுக்கு முன்னர் 23.12.1915ஆம் நாள் சென்னையில் டாக்டர் சர். சுப்பிரமணிய ஐயர், சர். பி. தியாகராய செட்டியார், திவான் பகதூர் P. இராஜரத்தின முதலியார் முதலிய பெரியோர்களின் ஆதரவினாலும், சென்னையிலும், வெளியூர்களிலுமுள்ள சில மருத்துவப் புலவர்களின் துணையினாலும் தென் இந்திய ஆயுள்வேத சங்கமெனும் பெயரால் ஒரு தமிழ் (சித்த) வைத்திய சங்கத்தை நிறுவி அச்சங்கத்துக்கு நாமே சில ஆண்டுகள் காரியதரிசியாகவும் இருந்து உழைத்து வந்தோம். அந்த நாள் முதல் தமிழ் வைத்திய பாடசாலை, தமிழ் வைத்தியசாலை, தமிழ் வைத்தியப் பத்திரிகை முதலியன நடத்தல், தமிழில் அச்சுக்கு வராது மிகுதியாயுள்ள மருத்துவ நூல்களை ஆராய்ந்து தொகுத்து அச்சிடுதல் முதலிய அலுவல்களைச் செய்ய அச்சங்கம் நோக்கங்கொண்டிருந்தது. அந்நோக்கப்படி செய்தற்கு நம்மவர்களின் ஒற்றுமைக் குறைவால் இதுகாறும் தடைபட்டு வந்தது. எனினும் நமது முயற்சி முற்றும் வீணாகாமல் அரசாங்கத்தார் நமது நாட்டு மருத்துவத்தை ஆதரிக்க முன்வந்து சென்னையில் இந்திய மருத்துவப் பாடசாலையில் தமிழ் (சித்த) வைத்திய பாட சாலையையும், சித்த வைத்திய சாலையையும் நான்கு ஆண்டுகளாக நடத்தி வருகின்றனர். அதற்காக நாம் நன்றியுள்ளவர்களா யிருக்கின்றோம். நமது மருத்துவ வளர்ச்சிக்குத் தமிழ் மருத்துவப் பத்திரிகை ஒன்றாவது நீடித்து நன்னிலையில் நடைபெற வேண்டியது இன்றியமையாததாகும்.

இஃதன்றித் தமிழ்நாட்டில் மருத்துவத் தொழிலைக் குல வித்தையாகக் கொண்டு பரம்பரையாக அத்தொழிலைச் செய்துவரும் மருத்துவ வகுப்பினர், கால வேற்றுமையாலும், அரசியல் மாறுதல்களாலும் தற்காலம் தங்கள் தொழிலின் அறிவுகுன்றி வருகின்றார்கள். இதனால் அவர்கள் பொது மக்களுக்குச் செய்துவந்த பேருதவியைச் செய்ய வகையற்றவர் களாய்ப் பெருமை குறைந்து இருக்கின்றார்கள். மருத்துவ வித்தையைத் திரும்பவும் அவ்வகுப்பினருக்குக் கல்வி அறிவோடு கலந்து போதிக்கக் கருதி ஏழாண்டுகளுக்கு முன் தென்இந்திய மருத்துவ சங்கத்தைச் சென்னையில் நிறுவி அச்சங்கத்தின் சார்பில் இரண்டு மூன்று மகா நாடுகள் கூட்டிச்செய்த தீர்மானங்களில் மருத்துவவளர்ச்சிக்கும் மருத்துவர்களின் முன்னேற்றத்திற்கும் மருத்துவப் பத்திரிகை ஒன்று நடத்த வேண்டுமென்பதும் ஒன்றாகும். ஒரு பத்திரிகையைச் சரியான முறையில் நீடித்து நடத்துவதற்குவேண்டிய வசதிகள் ஏற்படாமல் நாம் இதுவரையில் இவ்வலுவலை நடத்த யோசித்துக்கொண்டிருந்தோம். ஆனால், நமது நண்பர்கள் மருத்துவப் பத்திரிகையொன்று நடத்தும்படி அடிக்கடி நம்மைத் தூண்டுவதாலும், நமக்கு இதிலுள்ள அபிமானத்தினாலும் சுமார் நாலுகோடி தமிழ் மக்களும் அதில் பல்லாயிரக்கணக்கான மருத்துவர்களும் தென்னாட்டில் இருப்பதாலும், நமக்குள்ள தொல்லைகளுக்கிடையில் இம் *மருத்துவன்* எனும் வைத்திய மாதாந்தத் தமிழ்ப் பத்திரிகையையும் இறைவன் திருவருளால் நடத்த முன்வந்தோம். பத்திரிகைகளெல்லாம் அன்பர்களின் ஆதரவினாலேயே நீடித்து நடைபெறவேண்டும்.

இம் *மருத்துவன்* என்னும் பத்திரிகை ஒவ்வொருவருடைய குடும்பத்திற்கும் இன்றியமையாது வேண்டிய நோயணுகாவிதிகள், சுகாதாரப் பகுதிகள், கருப்பெற்ற காலத்திலும், கருவுயிர்க்குங் காலத்திலும், பெண்கள் நடந்துகொள்ள வேண்டிய முறைகள், பாலர் வளர்ப்பு, சிசு வைத்தியம், சமையல் பாகம், வைத்தியக் கைமுறைகள், ஆபத்துக்களில் செய்யவேண்டிய முதல் உதவிகள், சித்த வைத்தியம் எனும் தமிழ் வைத்தியம், மருத்துவர்களின் வரலாறு, மருத்துவ வகுப்பினரின் முன்னேற்றத்திற்கான குறிப்புகள், இன்றியமையாத பொது விஷயங்கள் முதலியவற்றைக் கொண்டு வெளியாகும். பெரியோர் இப்பத்திரிகையில் காணும் குற்றங்களை நீக்கிக் குணத்தைக்கொண்டு இப்பத்திரிகைக்கு வேண்டிய விஷயங்களை அன்புடன் கொடுத் துதவுவார்கள் என்று நம்புகின்றோம். *மருத்துவன்* பத்திரிகையை ஆதரிக்கப் பொதுமக்களையும் மருத்துவர்களையும் பணிவுடன் பெரிதும் கேட்டுக்கொள்ளுகின்றோம்.

பத்திராசிரியர்

3

இலங்கை மருத்துவர்களுக்கு எனது தாழ்மையான விண்ணப்பம்

அன்புமிக்க சகோதரர்களே!

நமது குலத்தொழிலாகிய மருத்துவத்தைக் காத்து வளர்ப்பதற்காகவும், மருத்துவ குலத்தினரின் மரியாதைக்காகவும் கைம்மாறு கருதாது சுமார் பதிமூன்று ஆண்டுகளாக சங்கங்களை நிறுவி, ஊர் ஊராகச் சென்று உபந்நியாசங்கள் மூலமாகவும் கடிதங்கள் மூலமாகவும் உழைத்துவரும் நமது தலைவர் பண்டிட் ஆனந்தம் அவர்களுக்கு மருத்துவ குலத்தவர்களாகிய நாம் எவ்வித நன்றி செலுத்தினபோதிலும் அவர் நமக்குச்செய்யும் உதவிக்குச் சமமாகாது. ஆனால் நாம் செய்யவேண்டியது ஒன்றே ஒன்றுள்ளது. அதாவது மருத்துவகுலத்தினர் ஒவ்வொருவரும் நமது தலைவரின் அடிச்சுவட்டைப் பின்பற்றி குலாபிமானத்தைக் கருதி குல முன்னேற்றத்துக்கு, பணத்தினாலும் உடம்பினாலும் உதவிசெய்யவேண்டும். மருத்துவத்திற்காகவும், மருத்துவர்களின் மரியாதைக்காகவும் மருத்துவன் என்னும் பத்திரிகையைத் தொடங்கி நம்மவர்களுக்கு மூன்றுமாதங்களாகச் சும்மா அனுப்பித்து வருகின்றார். அப்பத்திரிகையைப்பெற்று நாம் சும்மாயிருக்கக்கூடாது; பத்திரிகைகள், ஆதரிப்பவர்களைப் பொருத்துதான் நீடித்து நடைபெறுகின்றது. கண்தெரியாக் குருடர்களைப்போலிருந்த நம்மை கண்திறக்க வைத்தவர் நமது தலைவர் பண்டிதர்

ஆனந்தம் அவர்களே என்பதைக் கொஞ்சமும் நாம் மறக்கக்கூடாது. ஆனந்தம் அவர்கள் 1924ஆம் ஆண்டு இலங்கைக்கு வந்து சுமார் இருபதுநாள்வரை நம்மவர்களுக்கு நடுவில் இரவுபகல் எவ்வளவோ அரிய பெரிய விஷயங்களையெல்லாம் தேன்மாரிப் போல் பொழிந்தார்கள். திருநெல்வேலி ஜில்லாவிலும் மற்ற ஊர்களிலும் நம்மவர்களின் நிலைமையைக்கண்டு வருந்தி கண்ணீர் வடித்துக் கதறினார்கள். மருத்துவர்களுக்காக பத்திரிகை ஒன்றைத் தொடங்கி அப்பத்திரிகையின் வாயிலாக எங்களுக்கு நல்லறிவுச்சுடர் கொளுத்தவேண்டுமென பலமருத்துவர்கள் நேரிலும் கேட்டுக்கொண்டார்கள்; கடிதங்கள் எழுதினார்கள். அதன்படியே நமது தலைவர் ஆனந்தம் அவர்களும் ஒத்துக் கொண்டு *மருத்துவன்* பத்திரிகையை நடத்திவருகின்றார்கள்.

ஆனால் வேடிக்கை விகடம்போன்ற பத்திரிகைகளைப் பலரும் வாங்குவார்கள்; ராஜீய, தேசீயப்பத்திரிகைகளையும் பலரும் வாங்கிப் படிப்பார்கள். மருத்துவர்களுக்காக நடைபெறும் பத்திரிகையை மருத்துவர்களும் மருத்துவத் தொழிலைச் செய்கிறவர்களுந்தான் அதன் அருமைதெரிந்து வாங்கவேண்டும். ஆதலால் மருத்துவகுலத்தினர்களில் படித்தவர்கள் மிகக் குறைவாயிருப்பதாலும், குலாபிமானம், மருத்துவத்தொழிலில் அபிமானமில்லாதவர்கள் மிகுதியாயிருப்பதாலும் *மருத்துவன்* பத்திரிகையை ஆதரிப்போர் அதிகமாயில்லாவிடில் பல பத்திரிகைகள் தோன்றி மறைவதுபோல். மருத்துவனும் சில மாதங்களில் மறைந்துவிடக்கூடாதெனப் பயந்தே இதுவரை நமது தலைவர் *மருத்துவன்* பத்திரிகையைத் தொடங்காமல் இருந்து கடைசியாக, மருத்துவர்களுடைய குலாபிமானமும், யோக்கியதையும் எவ்வளவில் இருக்கிறதென்பதைப் பார்ப்பதற்கும், மருத்துவர்களுக்காகத் தாம் செய்யவேண்டிய அலுவல்களில் பாக்கியாயிருந்த பத்திரிகையையும் நடத்தித் தனது கடமையையும் தீர்ப்பதற்கும் துணிந்தார்; சென்ற மூன்றுமாதப் பத்திரிகைகளையும் நமக்கு அனுப்பிவைத்திருக்கின்றார்.

நமது பண்டிதர் ஆனந்தம் அவர்கள் சென்னையிலுள்ள அவருடைய மருத்துவ சாலையில் அவருக்குள்ள தொல்லை களோடு, தென் இந்திய மருத்துவர் சங்கத்தின் அலுவல்களும், தமிழ் தரும வைத்திய சாலையின் அலுவல்களும், சங்கத்தில் ஏழைப்பிள்ளைகளை ஆதரித்து உண்டி, உடை, உறைவிடம், கல்வி முதலியவைகள் கொடுத்து ஆதரித்து வருவதும் போதாமல் *மருத்துவன்* பத்திரிகையையும் மருத்துவர்களுக்காகவே மருத்துவர்களையே நம்பி நடத்திவருகின்றார். நமது தலைவர் பொதுஜனங்களின் மதிப்பையோ, பணத்தையோ கருதி பத்திரிகை நடத்த முன்வந்திருப்பாரானால், பொதுஜனங்களின் கவனத்தைக்

கவரத்தக்கவிதமாக வேறு பெயரை பத்திரிகைக்கு வைத்திருப்பார். அவர் மருத்துவர்களுக்கென்றே ஆரம்பித்தபடியால் பொதுஜன ஆதரவைக்கூட பெரிதாகக் கருதாமல் மருத்துவன் என்ற பெயரையே பத்திரிகைக்கு வைத்தார்கள். இதனாலும் நமது தலைவருடைய தன்னல மறுப்பு வெளியாகின்றது. மருத்துவன் பத்திரிகை வாயிலாக மருத்துவகுலப் பெரியார்களின் வரலாறு களும், மருத்துவர்களின் உற்பத்தி முதலியவைகளும் தாம் மிக நுணுகி ஆராய்ந்த அரிய விஷயங்களும் மருத்துவனில் ஒவ்வொன்றாக வெளியிடப்படும் என நமக்கு நேரில் சொன்னார். அதுபோல் முதலில் மருத்துவப் பெரியாராகிய சிறுத்தொண்டர் வரலாறு எழுதிக் கொண்டு வருகின்றார். அவ்வரலாற்றில் இது வரையில் யாரும் வெளியிடாத பொருள்களும், நயங்களும் மலிந்து மிளிர்கின்றன. இதனை மருத்துவர்களும் பொதுஜனங்களும் படித்துணரவேண்டியது இன்றியமையாததாகும்.

ஆதலால் 'காற்றுள்ளபோதே தூற்றிக்கொள்' என்ற பழமொழியின்படி நமது பண்டிதர் ஆனந்தம் அவர்கள் ஊரூராகச்சென்று பொதுமக்களையும், நம்மவர்களையும் கூட்டிக் கல்லும் கரையும் வண்ணம் உபந்நியாசங்கள்செய்து பத்திரிகைகளுக்கு எழுதியும், மகாநாடுகள் கூட்டி பல தீர்மானங்கள்செய்து அரசாங்கத்துக்கு அனுப்பியும் செய்த பெருங்கிளர்ச்சியால் நாம் இப்போது மருத்துவர் என்றும், பண்டிதர் என்றும் தைரியமாகச்சொல்லி வெளியில் வந்தோம். வேதாகமபுராணங்களை எல்லாம் ஆராய்ந்து நம்முடைய பெரியோர்களாகிய சிறுத்தொண்டர், மாணிக்கவாசகர், மருத்துவன் தாமோதரனார், தன்வந்திரி போன்றவர்களை நாம் அறியும்படி செய்தார். இன்னும் மருத்துவர்கள் விஷயமாக கல்வெட்டுகளிலும், செப்பேடுகளிலும், தாம் பார்த்துள்ள பலவிஷயங்களை மருத்துவனில் வெளியிடக் கருதியுள்ளார். ஆதலால் நமது குலத்தலைவர் அவர்களால் நாம் இன்னும் எவ்வளவோ விஷயங்களை அறிந்துகொள்ளவேண்டும். நம்மால் நமது தலைவர் அவர்களுக்கு ஆகவேண்டியது ஒன்றுமில்லை. அவரால் நமக்கு ஆகவேண்டிய காரியங்கள் மிகுதியாயிருக்கின்றன. நமது தலைவரால்தான் நம்மவர்களில் பலருக்கு இவ்வளவாவது கண்திறக்கப்பட்டு மனிதத்தன்மை வந்தது. இதை மறந்த மருத்துவன் மருத்துவன் அல்ல. அவன் குலத்துரோகியும், குருத்துரோகியுமே ஆவான். நமது தலைவர் எவ்வளவோ கஷ்டநஷ்டத்தோடு *மருத்துவன்* பத்திரிகையை நடத்தி வருகின்றார். மருத்துவன் பத்திரிகையை இலங்கையிலும் பினாங்கு, சிங்கப்பூர், கோலாலம்பூர் முதலிய வெளிநாடுகளிலும், உள்நாடுகளிலும் தனக்குக் கிடைத்த மருத்துவர் விலாசங்களுக்கெல்லாம் மூன்றுமாதமாக அனுப்புகின்றார்.

நான் தற்சமயம் வசிக்கும் இலங்கையில் பல மருத்துவர்களுக்கும் மருத்துவன் பத்திரிகை வருகிறது. பலர் பத்திரிகை வந்ததும் முற்றும் படிக்காமல் ஒரு மூலையில் போடுகின்றார்கள். சிலர் வருஷத்துக்கு மூன்றுரூபா சந்தாவென்றதைப் பார்த்ததும், பயந்து தனக்கு மூன்றுரூபா கொடுக்க முடியாதென்று திருப்புகின்றார்கள். இம்மருத்துவர்கள் மாதம் நாலணா வீதம் ஒருவருஷத்துக்கு மூன்றுரூபா கட்ட முடியாதென்பது உண்மையல்ல. குலாபிமான மில்லாமையும், மருத்துவனின் அருமையறியாததுமே காரண மாகும். சிலர் தனக்கு பத்திரிகை படிக்கக்கூடிய படிப்பில்லை என்னலாம், ஆசையிருந்தால் பணம் கட்டி வாங்கி பக்கத்திலுள்ள படித்தவர்களைப் படிக்கச்சொல்லி தான் காதால் கேட்டு அறியலாம். மருத்துவர் தங்களுக்கு செய்துகொள்ளும் நியாயமான செலவைத்தவிர வேடிக்கை உடைகளுக்கும், நகைகளுக்கும், டம்பகாரியங்களுக்கும் எவ்வளவோ செலவு செய்கின்றார்கள். மருத்துவன் பத்திரிகைக்குமட்டும் பணம் அதிகமென்றும், தம்மால் அதைவாங்கிப்படிக்க முடியாதென்றும், படிக்கத் தனக்கு நேரமில்லை என்றும் ஏதாவது போலிக்காரணங்கள்சொல்லி திருப்பி விடுகின்றார்கள். அந்தோ என் அருமைச்சகோதரர்களே! இதற்காகத்தானா நமது தலைவர் நமக்காக இந்த பாடுபட்டார்; இன்னும் பாடுபடுகின்றார். இலங்கையில் ஆயிரக்கணக்கில் மருத்துவர்கள் இருக்கின்றோம். மருத்துவன் நூறுபத்திரிகைக்குக்கூட இலங்கையிலுள்ளவர்கள் பணம் அனுப்பி சந்தாதாரராகச் சேரவில்லை என்பதை அறிய மிகக் கவலைப்படுகின்றோம். மோசம் போகாதீர்கள்! குலதருமம் செய்யுங்கள்! உடனே செய்யுங்கள். நம்மவர்களில் தான்றோன்றித் தம்பிரான் சிலர் தமது தலைவரிடத்தில் பொறாமைகொண்டு, சங்கதி ஒன்றும் தெரியாமல் நடுவில் உங்களைக்கலைத்து, இலங்கை மருத்துவர் சங்கத்தின் ஒற்றுமையைக் குலைத்து நமது முன்னேற்றத்துக்கு முட்டுக்கட்டை போடுவார்கள். அவர்கள் நமது குலத்தைக்கெடுக்கும் கோடரிக்காம்பு போன்றவர்கள். அவர்களால் மோசம்போகாதீர்கள். இலங்கை மருத்துவர் சங்கத்தை ஒன்றுசேருங்கள். காற்றுள்ளபோதே தூற்றிக்கொள்ளுங்கள். இதுவன்றி,

தென் இந்திய மருத்துவர் 3-வது மகாநாடு கூட்ட வேண்டியதற்கும் மற்றும் சில முக்கியமான காரியங்களுக்கும் குடி அரசு, திராவிடன், *மருத்துவன்* முதலிய பத்திரிகைகள் மூலம் பல விளம்பரங்கள் வெளியிட்டிருக்கின்றார்கள். அவ்விதம் வெளியிட்டிருந்தும் கொளும்பு மருத்துவர் சங்கத் தலைவர்களும் கௌரவகாரியதரிசியும், கண்டி மருத்துவர்சங்க

கௌரவகாரியதரிசியும் இருதரப்பிலுமுள்ள மருத்துவ சகோதரர்களும், இதற்கு எவ்வித முயற்சியும் எடுத்துக் கொள்ளாமல் 'யாருக்குவந்த விருந்தோ' என்று நினைத்துக்கொண்டு சும்மா இருந்தால் அதுமிகவும் வருந்தத்தக்கதாகும். நமது தலைவர் பண்டிதர் அவர்கள் இரண்டுமுறை மகாநாடுகள் நடத்திக் காண்பித்திருக்கிறார்கள். பத்திரிகை நடத்துவதில் அவருக்கு ஏற்பட்டிருக்கும் தொல்லையோடு இம்மூன்றாம் முறையும், மகாநாடு கூட்டுவதற்கும் அவரையே எதிர்பார்ப்பது கூடாது. எத்தனைகாலம் அவருடைய உழைப்பையே நாம் எதிர்பார்த்துக் கொண்டிருக்க முடியும்; அவர் நமக்காக ஏற்படுத்திய அவ்வியக்கத்துக்கு நாமன்றோ ஆதரவுகாட்ட வேண்டியவர்கள். நமது தலைவரவர்கள் ஆலோசனையின்படி முன்வந்து காரியங்களை ஒற்றுமையோடு செய்து வெற்றியுறவேண்டும். அதுவன்றோ தலைவரைப் பின்பற்றும் நமக்கு அழகு. ஆகையால் சகோதரர்களே! மறுமுறையும் தங்களை யான் தாழ்மையோடு பன்முறை வணங்கிக் கேட்டுக்கொள்வ தென்னவென்றால், இக்காரியத்திற்கு ஒருவரையொருவர் முந்தப்பார்க்கவேண்டும்; வீரஞ்செறிந்த ஆண்மக்களாய் வெளிவந்து, நமது குல முன்னேற்றத்துக்கு மருத்துவர்களுக்கு தலைவராயுள்ள பண்டிட் ஆனந்தம் அவர்களின் ஆலோசனைப்படி தீவிர ஊக்கங்காட்டி உழைக்க வேண்டுமென்பதே எனது வேண்டுகோள்.

வெ. வையாபுரிப் பண்டிதர்,
வியாங்கொடை, சிலோன்.

மருத்துவன், 1929, ஜனவரி, பக். 109–113

4

இலங்கை மருத்துவர்களுக்கு ஓர் வேண்டுகோள்

நமது தேசத்தில் மற்ற ஜாதியினரால் மருத்துவ குலத்தினருக்கு ஏற்பட்டுக் கொண்டிருக்கும் இம்சையை நீக்கி அவர்கள் மருத்துவ வகுப்பினரையும் தங்கள் சகோதரரென உணர்ந்து ஒருவருக்கொருவர் உதவிசெய்து அன்புடன் கலந்து வாழ்வதற்கு தடையாயுள்ள நமது அறியாமையைப் போக்கி நாம் முன்னேறவேண்டுமெனத் தளரா ஊக்கத்துடன் உழைத்துவருவதோடு, இப்போது மருத்துவன் பத்திரிகை மூலமாகவும் அதிகமான நன்மையை நமது சமூகத்திற்குச் செய்ய வேண்டுமெனத் தீர்மானித்து நமது தலைவர் பண்டித எஸ்.எஸ். ஆனந்தம் அவர்கள் நமது வகுப்பினற்குரிய மருத்துவன் என்னும் பெயரிட்டே ஓர் மாதப்பத்திரிகையை வெளியிட்டு வருகின்றார்கள்.

மற்றப் பத்திரிகைகளில் காணக்கூடாத பல அரிய வைத்திய முறைகளும், சாஸ்திரங்களும் இம் மருத்துவன் பத்திரிகையில் வெளியாகிவருகின்றன. மக்கள் நோயின்றி உயிர்வாழவோ, வைத்திய சாஸ்திரங்களை எளிதாகக் கற்று மக்களுக்கு உதவி செய்யவோ மருத்துவன் ஓர் சிறந்த அறிவுக் களஞ்சியமென்பதில் ஐயமில்லை. மருத்துவன் பத்திரிகைக்கு போதுமான சந்தாதாரர்கள் சேர்ந்தால் இப்போது அதற்கு ஏற்பட்டிருக்கும் சந்தாத் தொகையைக் குறைத்துவிடுவதாக முன்னரே தெரிவித்திருக்கிறார்கள். ஆதலால் நமது மருத்துவ குலத்தினர் தங்களாற்கூடியமட்டும்

இம் *மருத்துவனை* ஆதரித்து தலைவர் பண்டிதர் ஆனந்தம் அவர்களுக்கு முகமலர்ச்சியுடன் உதவிசெய்ய வேண்டுமென்பதே எனது வேண்டுகோளாகும்.

இலங்கைத்தீவில் வசிக்கும் நம் மருத்துவகுலத்தினர் கடைகள் வைத்து வியாபாரம் செய்து வருகின்றார்கள். இவ்வித கடைகளின் முதலாளிகள், தங்களிடமிருந்து வேலைசெய்பவர்களை ஒருவகையில் அன்பாக நடத்தி வருகின்றார்களென்பதிற் சந்தேகமில்லை. சிற்சில இடங்களில் சற்று வெறுப்பான காரியங்கள் நடைபெற்றுக் கொண்டிருப்பினும் பெரும்பாலும் அவ்விதமேயிருந்து வருகிறதெனச் சொல்லுவதற்கில்லை. ஆனாலும் கடைகளில் வேலைசெய்வோர் தங்கள் குறைந்த கல்வியைச் சிறிது வளர்த்துக் கொள்ளவோ, சிறிதும் கல்வி இல்லாதவர்கள் எழுத்து வாசனையறியவோ, மற்றும் நல்ல விஷயங்களில் தமது காலத்தில் கொஞ்சமேனும் செலுத்தி அதனால் நன்மையடையவோ போதுமான சந்தர்ப்மில்லாதிருந்து வருவது மிகவும் பரிதாபமான காரியமாகும். சுருங்கச் சொல்லிமிடத்து இவர்களுக்கு இரவும் பகலும் ஒன்றுதான்.

இவ்விதம் ஓய்வின்றி உழைப்பதில் கடைகளின் சொந்தக்கார ராயுள்ள முதலாளிகளுக்கு லாபம் சிறிது அதிகம் கிடைப்பதாகக் கருதியபோதிலும், வேலையாட்களின் உடல்நலங்கெட்டு அவர்களின் அறிவும், உடம்பும் வளர்ச்சியின்றி சீர்குலைந்துவிடுமென்பது திண்ணம்.

சிலோன் ஷாப்புகளில் வேலைபார்ப்பவர்கட்கு *மருத்துவன்* என்ற பத்திரிகையைப்போல் இன்னும் பல பத்திரிகைகள் இலவசமாய்க் கிடைப்பினும், அப்பத்திரிகைகளைப்படித்து அதிலுள்ள விஷயங்களைக் கிரஹித்து நன்மையடைய சிறிதும் ஓய்வுநேரம் இல்லாமற்போனால், எத்தனை நூற்றாண்டுகள் முயற்சித்தாலும் நம் தலைவர்கள் எதிர்பார்க்கிறபடி மருத்துவ குலமக்கள் நன்மையையடைவது கஷ்டமாகிவிடும்.

தென் இந்திய மருத்துவ சங்கத் தலைவர் பண்டிட் எஸ்.எஸ். ஆனந்தம் அவர்கள் 1924ஆம் ஆண்டு இலங்கை வந்திருந்தபோது, கடைகளிலுள்ள இளைஞர்கள் காலை 7–மணி முதல் இரவு 7–மணிவரையில் வேலைசெய்து இரவில் இரண்டுமணிநேரம் படிப்பதற்கு விட்டுவிடும்படி முதலாளிகளுக்கு எவ்வளவோ சொல்லிக் கேட்டுக்கொண்டார்கள். அதைப்பற்றி ஆயிரக்கணக்கான நோட்டீஸ் அச்சிட்டு இலங்கை பொதுஜனங்களுக்கும் கொடுக்கப்பட்டது. முதலாளிகள் தங்கள் சுயநலத்தைமட்டும் கவனித்தார்களே தவிர குலநலத்தைச் சிறிதும் கவனிக்கவில்லை.

ஆதலால் இலங்கையில் கடைகள் வைத்திருக்கும் முதலாளிமார்கள் எல்லோரும் தமது குலமக்கள்மீது கருணை வைத்து மேற்கண்ட நியாயங்களை ஊன்றி கவனித்து, கடை வேலையாட்கள் காலை 7-மணிக்கு வேலைக்கு வந்து இரவு 8-மணிக்கு போகும்படியாவது உதவி செய்வதோடு, முக்கியமான திருநாட்களிலும் அவர்களுக்கு விடுமுறை கொடுத்து முதலாளிமாரும் வேலையாட்களும் மனவெறுப்பின்றி அன்புடன் ஒற்றுமையாயிருந்து, நமது மக்களின் எதிர்கால நன்மையைக் காப்பாற்றவேண்டுமென்பதே எனது தாழ்மையான வேண்டுகோள்.

மு. உலகநாதன், கொழும்பு.

மருத்துவன், மார்ச், 1929, பக். 164–165

5

மருத்துவனுக்கு உதவி பத்திராசிரியர் வேண்டும்

தமிழில் இலக்கிய இலக்கண ஞானமும், ஆங்கிலத்தில் ஸ்கூல் பைனல் படிப்பும், சிறிதாவது தமிழ் வைத்திய ஞானமும் உள்ள ஒருவர் *மருத்துவன்* பத்திரிகைக்கு உதவி ஆசிரியர் வேலைக்குவேண்டும். சம்பள விவரம் கடிதமூலமாவது நேரிலாவது தெரிந்து கொள்ளலாம்.

வியாசம் எழுதுவோர் கவனிக்க வேண்டியவை

வியாசம் எழுதுகிறவர்கள் கடிதத்தின் ஒரு பக்கத்தில் மாத்திரம் தெளிவாக எழுதி அனுப்ப வேண்டும். இராஜ நிந்தனை, மத தூஷணை, முதலியவைகளும் பொருத்தமில்லாத விஷயங்களும் பிரசுரிக்கப்படமாட்டா. வியாசங்களைத் திருத்தவும் நிறுத்தவும் ஆசிரியருக்கு முழு உரிமையுண்டு. பிரசுரிக்காத வியாசங்கள் திருப்பி அனுப்பப்படமாட்டா.

வியாசதாரர்களின் அபிப்பிராயங்கட்கு ஆசிரியர் உத்தரவாதியல்லர்.

நமது ஆபீசிலிருந்து பதில் வர விரும்புவோர் ரிப்ளை கார்டாவது, தபால் பில்லையாவது அனுப்பி வைத்தல் வேண்டும்.

கடிதம் எழுதும்போதெல்லாம் ஒவ்வொருவரும் தங்கள் சந்தா எண்ணைக் குறிப்பிட்டு எழுதுதல் வேண்டும்.

6

மருத்துவனின் மதிப்புரை

வேளாளவாலிபன் என்னும் பத்திரிகை கோயமுத்தூரிலிருந்து மாதம் இருமுறை வேளாளர்களின் முன்னேற்றத்துக்கு வேலைசெய்ய வெளிவருவது. உலகில் மக்கள் முதலில் செய்த தொழில் உழவுத் தொழிலேயாகும். அத்தொழிலைச் செய்த வேளாளமக்கள் பதினெட்டு வகைத் தொழிலாளர்களாகப் பிரிந்து ஒருவரோடொருவர் சேராமல் ஒவ்வொரு வகுப்பும் தனித்தனிச் சாதியாகி சிதறுண்டு கிடக்கின்றார்கள். இச்சாதிப் பிரிவென்னும் கோட்டையை உடைத்துத் தகர்க்கக் கூடிய ஒற்றுமை என்னும் பீரங்கியை நமது வேளாள வாலிபர்கள் கைக்கொள்ள 'வேளாளவாலிபன்' வேலைசெய்வான் என்று நம்புகின்றோம்.

முன்னேற்றம், சிங்கப்பூர்

நில உலகில் ஐந்து கண்டத்திலுமுள்ள மக்கள் தொகுதிகளெல்லாம் நாள்தோறும் அறிவுவளர்ந்து முன்னேறிச் செல்லுகின்றார்கள். இந்தியர்கள் மட்டும் இருந்த இடத்தைவிட்டு ஒரு அடிகூட பெயர்த்தெடுத்துவைக்க வியலாமல் சாதி, மதம் என்னும் இரண்டு விலங்குகள் பூட்டப்பட்டவர்களாக இருந்து அடிமைகளாகவும், மக்களில் பதர் போன்றவர்களாகவும் இருந்து வாழாமல் வாழ்கின்றார்கள். இவ்விலங்குகளை உடைத்தெரிந்து சுயமரியாதை ஒற்றுமை என்னும் இரண்டு கால்களாலும் வீசிநடந்து முன்னேறிச் செல்லுதற்கு *முன்னேற்றம்* என்னும் பத்திரிகை தமிழ்மக்களுக்கு இன்றியமையாததாகும். இம் *முன்னேற்றம்* சிங்கப்பூரிலிருந்து வாரம் ஒருமுறை வெளிவரும். இதன் கௌவரவ ஆசிரியர் வே. நாராயணசாமி அவர்கள். *முன்னேற்றம்* நல்ல செந்தமிழ் நடையில் மிக அழகாய் எழுதப்பட்டிருக்கிறது. இதனை எல்லோரும் வரவேற்று ஆதரிக்க வேண்டுமெனக் கோருகின்றோம்.

7

பத்திரிகைகளின் கருத்து

***லக்ஷ்மி*, சென்னை**

மருத்துவன். இஃது ஒரு வைத்தியப் பத்திரிகை. பரம்பரை வைத்தியரும், மருத்துவர் முன்னேற்றத்திற்குச் சிறப்பாகவும், தமிழர் முன்னேற்றத்துக்குப் பொதுவாகவும் பல்லாண்டாக உழைத்து வருபவரான பண்டிதர் ஆனந்தம் அவர்கள் இதன் ஆசிரியர். பண்டிதர் அவர்களைத் தமிழுலகம் நன்கறியுமாதலால் பத்திரிகையின் சிறப்பைப்பற்றி நாம் விரித்தெழுதத் தேவையில்லை. 'பாலர் பரிபாலனம்' என்னும் தலைப்பின்கீழ் இப்பத்திரிகையில் மாதந்தோறும் வெளிவரும் அரிய விஷயங்களை தமிழ்நாட்டுத் தாய்மாரெல்லோரும் கட்டாயம் வாசித்தே தீர வேண்டும். சுகமான குடும்ப வாழ்க்கையை விரும்புவோருக்கு இப்பத்திரிகை ஒரு துணையாயிருக்கும் என்பதில் ஐயமில்லை.

***செந்தமிழ்*, மதுரை**

மருத்துவன்: இஃதொரு புதிய மாதாந்தரத் தமிழ்ப்பத்திரிகை பண்டிட் எஸ்.எஸ். ஆனந்தம் அவர்கள் இதன் பத்திராதிபராவர். தமிழ் வைத்திய முறைகளைப் பரவச்செய்தலும், மருத்துவர் முன்னேற்றத்துக்கும் உழைத்தலும் இதன் முக்கிய நோக்கங்களென்று தெரியவருகிறது. வருடச் சந்தா ரூபா. 8, தனிப்பிரதி அணா 4.

***ஸ்வராஜ்யா* (தமிழ்), சென்னை**

மருத்துவனின் முதலாம் ஆண்டு இரண்டாம் இதழ் கிடைக்கப்பெற்றோம். இச்சஞ்சிகையில் காணப்படக்கூடிய விஷயங்களை இதன் பெயரே விளக்குகின்றன. பண்டிதர் ஆனந்தர் அவர்களின்

பெயரைப் பலரும் நன்கு அறிந்திருப்பாராதலால் நாம் அவரைப் பற்றி ஈண்டொன்றும் குறிக்கவேண்டிய அவசியமில்லை. உடல் நலன் விஷயத்தில் சிறிதும் கனவம் செலுத்தாது, தேகவலிமையை இழந்து, மெல்லிய சரீரத்தைத்தாங்கி எலும்புக்கூடுகளாய் உலவிவரும் மக்களுக்கு உடலைக் காத்துக் கொள்ளவேண்டியதன் அவசியத்தை *மருத்துவன்* மூலமாக வற்புறுத்த முன்வந்திருக்கும் பண்டிதர் ஆனந்தம் அவர்களுக்கு நமது பாராட்டு உரியதாகுக. தமிழ் வைத்தியமுறையை அதன் பண்டைய உன்னத நிலைக்கு உயர்த்தவேண்டுமென்பதே 'மருத்துவனின்' கொள்கை. இதில் வைத்திய சம்பந்தமான பல கட்டுரைகள் காணப்படுகின்றன. நமக்கு கிடைத்துள்ள இதழில் செம்பின் இயற்கைக்குணம், பித்தளை, மாதரும் மருத்துவமும், கடுக்காயின் பெருமை, குழந்தைகள் பகுதி முதலிய விஷயங்கள் திகழ்கின்றன. நாம் திடகாத்திர சரீரியாயிருக்க வேண்டுமென எண்ணங்கொண்டிருக்கும் ஒவ்வொருவரும் இம் 'மருத்துவனை' ஆதரித்தல் வேண்டும்.

குமரன், காரைக்குடி

சென்னையினின்றும் மாதந்தோறும் வெளிவரும் *மருத்துவன்* என்னும் பத்திரிகையின் முதலிரண்டு இதழ்கள் கிடைக்கப்பெற்றோம். பார்ப்பனரல்லாத தலைவர்களிலொருவராகிய பண்டித எஸ்.எஸ். ஆனந்தம் அவர்கள் இப்பத்திரிகையின் ஆசிரியர். குறைவற்ற செல்வமும் நோயற்ற வாழ்வைப் பெறுவதற்கு *மருத்துவன்* தமிழ் மக்களுக்குப் பெரிதும் உதவிபுரிவானெனக் கூறவேண்டியதில்லை. பண்டைத் தமிழர்கள் கையாண்டுவந்த மருத்துவ முறைகள் மருத்துவனால் வெளியிடப்படுகின்றன. பலவித நோய்களுக்காளாகிவரும் நம் நாட்டுக்கு......*

திராவிடன்

மருத்துவன் இப்பெயரோடு கூடிய ஒரு மாதப் பத்திரிகை, பார்ப்பனரல்லாத தலைவர்களிலொருவராய பண்டிதர் திரு. எஸ். எஸ். ஆனந்தம் அவர்களின் ஆசிரியத் தலைமையின் கீழ் வெளிவந்துள்ளதைக் கண்டு நாம் அளவிலா உவகையெய்துகிறோம்.

'ஒன்று ஒன்றாக நூறு' என்று சொல்லும் பழமொழிக் கேற்ப ஒவ்வொரு வகுப்பும் முன்னேறினால்தான் சமூகம் முன்னேறும்; சமூகம் முன்னேற நாடு முன்னேறும்; நாடு முன்னேறத் தேசம் முன்னேறும்; தேசம் முன்னேறத் தன்னரசு கைகூடும். இது மலையிலக்கு. ஆகவே, பண்டை நாளிலிருந்து மக்கள் தொகுதிக்குத் தொண்டாற்றிவரும் பழங்குடித் தமிழ்

---

* இதன் தொடர்ச்சி கிடைக்கவில்லை

மக்களாய மருத்துவ வகுப்பினரைக் கைதூக்கும் கருத்துடன் வெளிவந்துள்ள இம்*மருத்துவன்* இனியும் காலந்தாழ்த்தாது தோன்றியது குறிப்பிடத்தக்கதாகும்.

அகத்தியரும், தேரையரும் வாழ்ந்த நாடென்றும், வாகடம் வாய்ப் பாடமாக இருந்த நாடென்றும் போற்றிப் புகழ்ந்து கொள்ளுகிற இத்தமிழ் நாட்டில் ஒரு காலத்தில் வீட்டிற்குரிய சிறு வைத்திய முறைகளை யெல்லாம், அவ்வப்போது பாட்டிமார் களும், முதியோர்களும் தேர்ந்த பண்டிதர்களின் உதவி யின்றியே திறமையுடன் செய்து வந்திருந்தாலும், 'திரிகடுகம்' என்ற பெயரோடு வைத்திய முறையின் சிறப்பைக் குறிப்பிப்பது போல் ஒரு நீதி நூல் எழுதியிருந்தாலும், தற்காலத்தில் வைத்தியத் திற்காகும் பண்டங்களின் உருவமும், பெயருங்கூடப் பலர்க்குத் தெரியாது என்று நிச்சயமாகக் கூறும் கீழ் நிலைக்கு நாம் வந்து விட்டிருக்கிறோம். இத்தகைய ஒரு இழி நிலையில் ஊன்று கோலாகத் தோன்றிக் கற்றோர்க்கும், மற்றோருக்கும், முக்கியமாகப் பெண்பாலர்க்கும், வைத்தியத்தின் முக்கிய பகுதிகளையும், ஒவ்வொரு பொருளிலுமுள்ள மருந்திற்குரிய தகுதிகளையும் தெள்ளத் தெளிய எடுத்துப் புகட்ட வந்த *மருத்துவன்* இதற்கு முன்னரே வெளிவராததைப் பற்றி வருந்துகிறோம்.

கருவிலே அழிவதாயும், கழிந்திடாத தழிவதாயும், பரிணமித் தழிவதாயும், பாலனா யழிவதாயும், அரிவதிற் பெற்ற குழந்தைகளை ஆயிரக் கணக்காக தினந்தோறும் மக்கள் அறியாமை காரணமாக மடிகிற இந்நாளில் இம்*மருத்துவன்* அனைய ஒரு பத்திரிகை மேற்கொண்டு ஆற்றவந்த தொண்டு மிகவுஞ் சீரிய தொன்றாகும் என்று அதன் கண்ணுள்ள 'பாலர் பரிபாலனம்' என்ற பகுதி யைப் படிப்பார்க்குப் புலனாகும். அப்பகுதி யொவ்வொரு குடும்பத்திற்கும் எய்ப்பினில் வைப்பாகும். இத்தகைய நன்மைப் பொக்கிஷமாக வெளிவந்து தமிழ் மக்களுக்கு நலமளிக்க நிற்கின்ற மருத்துவனின் சந்தா ஆண்டு ஒன்றுக்கு ரூபாய் மூன்றுதான். ஆகவே, நமது நண்பர்களனைவரும் இம் 'மருத்துவனுக்கு' நல்வரவு கூறி திரு. ஆனந்தம் அவர்களை அத்துறையில் நற்பணியாற்றுமாறு ஊக்குவார்களென்று நம்புகிறோம்.*

லோகோபகாரி

பார்ப்பன ரல்லாதார் இயக்கத்தில் பெரிதும் ஊக்கம் கொண்டுழைப்பவரும், மருத்துவ குலத் தலைவரும், செந்தமிழ் அறிஞருமான பண்டிதர் எஸ்.எஸ். ஆனந்தரை ஆசிரியராகக்

---

* *திராவிடன்,* 06 நவம்பர் 1928, ப. 4

கொண்ட *மருத்துவன்* என்ற மாதப்பத்திரிகையின் முதல் இதழ் வரப்பெற்றோம். மக்கள் நல்வாழ்விற்கு இன்றியமையாத பல அரிய பொருள்கள் இதில் மலிந்து கிடக்கின்றன. அன்பர் ஆனந்தரின் அறிவும், திறமையும் *மருத்துவன்* பத்திரிகை வழியாகவும் மக்களுக்குப் பயன்படப் போவதுபற்றி நாம் மகிழ்ச்சி அடைகின்றோம். மருத்துவனைப் பலவழிகளிலும் ஆதரிப்பது தமிழ் மக்கள் கடனாகும்.

தமிழ்நாடு

நம்நாட்டு சீதோஷ்ண ஸ்திதிக்கு ஏற்றபடி அனுபவத்தில் கையாளப்பட்டு வந்த நம்நாட்டு வைத்திய முறைகள், நம் நாட்டு நிலைமைக் கொவ்வாத மேநாட்டு நாகரிகமும், வைத்திய முறைகளும் இங்குப் பரவ ஆரம்பிக்கவே, க்ஷீண திசையடைய ஆரம்பிக்கலாயிற்று. இந்நிலைமைகண்டு சகிக்காமல் தமிழ்வைத்தியத்தைப் புனருத்தாரணம் செய்யும் நோக்கத்துடன் கடந்த ஏழு ஆண்டுகட்கு முன்னர்த் தென்னிந்திய மருத்துவசங்கமென்ற ஒன்றை ஸ்தாபித்து, அதன் ஆதரவில் இரண்டு, மூன்று மகாநாடுகள் கூட்டி அதில் தீர்மானித்தபடிக்கும், மற்றும் தமிழர்கள் பலர் வேண்டுகோளுக்கிணங்கியும் ‘மருத்துவன்’ என்ற பெயருடன் மருத்துவகுல திலகமான பண்டிட் எஸ்.எஸ். ஆனந்தம் ஓர் பத்திரிகை ஆரம்பிக்க முன்வந்துள்ளார். நோய்க்குள்ள காரணங்களாக எண்ணப்படும் பலவித மூட நம்பிக்கைகளை யறவே யொழித்து, சிசுஜனன முதற்கொண்டு ....* தரப்பியதிசை வரை நாம் கையாள வேண்டிய உண்மைவழிகளைப் ....*தமிழ் சித்தர்கள் அனுபவித்துக் கூறிப்போனவற்றையெல்லாம் ....* மூலம் தமிழ்மக்களுக்கு வெளிப்படுத்தி “நோயற்ற வாழ்வே குறைவற்ற செல்வம்” என்ற பழமொழிக் கிணங்க ஊழியம் புரியவதே இப்..........* பிரதானநோக்கமாகும். நமக்குக் கிடைத்துள்ள மேற்படி..........* முதல் இதழில் அயத்தின் குண விசேஷ, உபயோகங்..........* ‘பாலர் பரிபாலனம்’ என்ற தலைப்பின் கீழ் மருத்துவச்சி..........* காலத்தில் வீட்டு மாதர்கள் பக்கத்திலிருந்து சிகிச்சை செய்வதற்கான வழிகளையும் எளிய நடையில் விளக்கியிருப்பதால் எல்லாப்பெண்களும் படித்து ஒருவருக்கொருவர் உதவி செய்து கொள்ளலாம். நோய்வந்தபின் வைத்தியர்களைத் தேடியலைவதைவிட, வருமுன் காத்துக்கொள்வதே புத்திமான்களுக்கழகு. இப்பத்திரிகையைத் தவறாது படித்து அதன்படி அனுஷ்டித்து வருபவர்கள் மேற்கண்ட பலனையடைவதுடன், நோயற்ற சுக வாழ்க்கையை யெய்துவதும்

* வார்த்தைகள் தெளிவாகத் தெரியவில்லை.

திண்ணம். எனவே, இப்பத்திரிகை சிறப்பாக மருத்துவர்களுக்கும், மற்றவர்களுக்கும் ஓர் அரிய பெரிய வைத்தியரது உதவியை அளித்து வருமென்பதே நமது அபிப்பிராயம். இதன் ஆசிரியர் பண்டிட் எஸ்.எஸ். ஆனந்தமவர்களாகும்.

குடிஅரசு

மருத்துவன், இப்பெயர்கொண்ட வைத்திய மாதப்பத்திரிகை ஒன்று வரப்பெற்றோம். இப்பத்திரிகை வைத்தியத்துறையில் பன்னெடுங்காலமாகப் பாண்டித்யம்பெற்ற பரம்பரையைச் சார்ந்தவரான திருபண்டிதர் எஸ்.எஸ். ஆனந்தம் அவர்களின் தலைமையில் நடைபெறுவதாகும்; அவரே இப்பத்திரிகையின் ஆசிரியருமாவார். பண்டிதர் அவர்கள் பல்லாண்டுகளாகத் தமிழ் (சித்த) ஆயுர்வேத, யுனானி, ஆங்கில முதலியவைத்தியமுறைகளில் அனுபவம் மிகுதியும்பெற்று விளங்குபவராவர். தமிழ்நாட்டுப் பழைய வைத்தியமுறையை மீண்டும் நிலைபெறச்செய்து வரும் வகையில் சுமார் பன்னிரண்டு ஆண்டுகளாகப் பாடுபட்டுச் சித்தவைத்தியத்தை அரசாங்கத்தார் ஒத்துக்கொண்டு அதனை ஆதரிக்கும்படி செய்தவராவர். இப்பண்டிதர் *மருத்துவன்* என்னும் பத்திரிகைக்கு ஆசிரியராகவும், அதிபதியாகவுமிருந்து நடத்த முன்வந்தமை தமிழ் வைத்தியம் இனித் தலைதூக்கு மென்பதற்கு அறிகுறியாகும். *மருத்துவன்* முதல்பத்திரிகையில் அரியபெரிய விஷயங்கள் பல காணக்கிடைக்கின்றன. பாலர் பரிபாலனம், உணவும் உடல் வலிவும், அயம் அல்லது இரும்பு முதலிய தலையங்கங்களோடு கூடிய விஷயங்கள் பொன்னேபோல் போற்றற் குரியனவாகும். இவற்றில் பாலர் பரிபாலனம் என்னும் விஷயத்தை முக்கியமாய் நமது நாட்டார் அனைவரும் படித்தறியவேண்டும். குழந்தைகளை ஒழுங்காகப்போற்றி வளர்த்துப் பெரியவர்களாக்க விரும்புவோர் ஒவ்வொருவரும் பாலர் பரிபாலனத்தைப் படித்தல் நலம். வைத்திய ஞானம்பெற்றுத் தங்களுக்கும் பிறருக்கும் நோயணுகாமலிருப்பதற்கும், வந்தநோயைப் போக்கிக்கொள்ள இஷ்டப்படுவோருக்கும் *மருத்துவன்* சிறந்த துணைவன் என்றே சொல்லலாம். இத்தகைய அரிய பத்திரிகையின் வருஷ சந்தா ரூபா மூன்றுதான். இப்பத்திரிகைக்குச் சந்தாதாரராகச் சேர விரும்புவோர் கீழ்கண்ட விலாசத்திற்கு எழுதவேண்டும்.

சுதேசமித்திரன், சென்னை

மருத்துவன் – இது ஒரு வைத்திய மாதப்பத்திரிகை. இதன் ஆசிரியர், பண்டிட் எஸ்.எஸ். ஆனந்தம் அவர்கள். இம்மருத்துவனின் முதல் இதழில் இரும்பின் விவரமும், அதைச் செந்தூரம்செய்யும்

வகையையும், பாலர் பரிபாலனத்தில் சிசு பிறந்ததுமுதல் செய்யவேண்டிய காரியங்களும் விவரிக்கப்பட்டிருக்கின்றன. இது வைத்தியர்களுக்கும் மற்றவர்கட்கும் உபயோகமுள்ள பத்திரிகையாகும்.

தாருல் இஸ்லாம், சென்னை

இது பண்டிட் எஸ்.எஸ். ஆனந்தம் அவர்களை ஆசிரியராகக் கொண்டு வெளிவரும் மாதாந்தப் பத்திரிகை. தமிழ்நாட்டில் பின்பற்றப்பட்டுவந்த பல எளியவீட்டு வைத்தியமுறைகள் மறக்கப்பட்டிருக்கும். இக்காலை இப்பத்திரிகை நல்வரவேற்பதற் குரியது. தமிழ் வைத்திய முறைப்படி மருந்துகள் செய்யும் முறைகள், தேகாரோக்கிய சம்பந்தமான வியாசங்கள் முதலியன காணப்படுகின்றன. இஃது எல்லோராலும் படிக்கப்பட வேண்டிய பத்திரிகையாகும்.

உதயதாரகை (யாழ்ப்பாணம்)

மருத்துவன் சென்னையினின்றும் நவமாய் வெளிவந்துள்ள மாதாந்த வைத்திய பத்திரிகை. ஆண், பெண் பாலார் யாவருக்கும் நோயணுகா விதிகளும், மருந்தின்றி பரிகரிக்கும் முறைகளும் போதிக்கும் நோக்கத்தோடு இது தோன்றியிருக்கிறது. விசேஷமாய் பெண்பாலார்க்குண்டாகும் அசௌக்கியமும், அபாயமுமான நிலைமைகளில் அவர்கள் அனுசரிக்க வேண்டிய சுகாதார முறைகளும், செய்யவேண்டிய சிகிச்சைகளும் பிறவும் இதில் நல்ல செந்தமிழில் எழுதப்பட்டிருக்கின்றன. பாலர் பரிபாலன முறைகளுஞ் சால வெளிவரு மென்பது நோக்கத்துள்ளமைந்த மற்றோர் திட்டம். இதன் போக்குகளைக் கவனிக்குங்கால் இதுநம் தமிழ் நாட்டுக் குடும்பங்களுக்குத் தானே ஓர் குடும்ப வைத்தியனாய் நிலவும் தகைமையுடையது என்பதற்கு எவரும் பின் நில்லார். ஆதலால் ஒவ்வொரு குடும்பத்தவரும் இதனைத் தம் குடும்பவைத்தியனாக மாதமொரு முறை அழைக்க முன்வருவார்களென நம்புகிறோம்.

நாடார் குலமித்திரன், அருப்புக்கோட்டை

மருத்துவன் என்னும் நாமம் புனைந்த தமிழ் வைத்திய மாதப் பத்திரிகையொன்று எம் பார்வைக்கு வரப்பெற்றோம். இதன் ஆசிரியர் பரம்பரை மருத்துவகுலத்துதித்த ஸ்ரீமான் பண்டிட் எஸ்.எஸ். ஆனந்தம் அவர்களாவர். இவர் தமிழ் வைத்திய முறைகளை உயிர்ப்பித்து ஒளிரச்செய்யவேணுமெனும் நாட்டமிக்குளராவர். இவ்வகையில் இவர் பல ஊழியங்கள்

புரிந்திருக்கிறார். இவரின் ஜனோபகாரத் தன்மையும், வைத்திய நிபுணத்துவமும் கண்டு டாக்டர். ஸர். சுப்பிரமணியம் ஐயர், ஸர். பி. தியாகராயசெட்டியார், திவான்பகதூர் பி. ராஜரத்தினம் முதலியார் முதலிய பெரியார்கள்மெச்சியிருக்கிறார்களெனத் தெரியவருகிறோம். இவர்களே மெச்சி ஆதரவு காட்டியிருக் கிறார்களென்றால் இவ்வாசிரியரின் பெருமையை நாம் விளக்கவேண்டுவதில்லை. இத்தகைய ஒருவரை ஆசிரியராய்க் கொண்ட இம்மருத்துவனின் தோற்றத்தால் பொதுமக்களுக்கு நோயணுகா நன்மை விளையுமென்பதை யாம் ஒப்புக் கொள்கிறோம். "நோயற்றவாழ்வே குறையற்ற செல்வம்", "நோய்க் கிடங்கொடேல்", "சுவரைவைத்து சித்திரம் எழுது" எனும் பொன்மொழிகளைப் புறக்கணித்து நோய்வாய்ப்பட்டுழலும் மக்கள் நம் நாட்டில் எண்ணிறந்தவர். இன்னோரும், இன்னோர் வழிக்களாகாதிருக்குமாறு ஏனையோரும் ஈடேற்றக்கொண்டு நாடு சுகநாடாய் நனி விளங்க இத்தகைய சுகாதார முறை போதிக்கும் வைத்தியப் பத்திரிகைகள் பல பல தேவை. இத்தேவை குறித்து தம் பணியாற்ற முன்வந்த இதன் ஆசிரியரின் பெருந்தகைமை பெரிதும் பாராட்டற்பாலது. இப்பத்திரிகையில் காணும் சுகாதார விஷயங்கள் பொன்னேபோல் போற்றத் தக்கனவாகும். எல்லாம் நமக்குரிய தமிழ் முறைகள். இது ஒவ்வொரு இல்லத்திலும் அவசியம் இருக்கவேண்டியதாகும் என்பது மிகையாகாது. அழகிய புஸ்தக ரூபத்தில் அமைந்திருக்கிறது.

இந்து, சென்னை

மருத்துவன் பத்திரிகையின் அக்டோபர்மாதத்திய வெளியீடு (முதல் வெளியீடு) வரப்பெற்றோம். இது ஒரு மாதப் பத்திரிகை. இதன் ஆசிரியர் பண்டிட். S.S. ஆனந்தம் அவர்கள். இப்பத்திரிகை பொது ஜனங்களுக்கு சுகாதார விதிகளையும், பொதுவாக நோயணுகா விதிகளையும், குறிப்பிட்ட பல வியாதிகளை ஒழிக்கும் முறைகளையும் கூறுவதோடு, சித்தவைத்திய முறையை அனுசரித்து வியாதிகளைப்போக்கும் வழிகளைக் கூறுவதாக அறிகிறோம்.

ஜஸ்டிஸ், சென்னை

மருத்துவன் என்னும் புதிய தமிழ்வைத்திய மாதப் பத்திரிகையின் முதல் வெளியீடு வரப்பெற்றோம். அதன் ஆசிரியர் பண்டிதர் எஸ்.எஸ். ஆனந்தம் அவர்கள். நம்நாட்டு மருந்துகளைப்பற்றிய அறிவு வளர்ச்சியையும், பிரசவம், சிசு பரிபாலனம் ஆகிய இவைகளைப்பற்றிய முக்கியமான

விஷயங்களையும் பரப்புவது அதன் நோக்கமாகும். அதன் முதல் வெளியீட்டில், மற்றவைகளுடன் ஆரோக்கியம், உடல் வலிமை, குழந்தை பிறந்ததும் அனுசரிக்க வேண்டிய சில முக்கிய விதிகள் ஆகிய இவைகள் அடங்கியுள்ளன. அப்பத்திரிகை நீடூழி வாழ்க.

இந்து சாதனம், இலங்கை

மருத்துவன் – இது சென்னையிலிருந்து மாதந்தோறும் வெளியாகும் சஞ்சிகை வடிவமான ஓர் பத்திரிகை. இதன் முதல் இதழ்வரப்பெற்றோம். இதன்கண் ஒவ்வொரு குடும்பமும் அநுசரிக்கவேண்டிய நோயணுகாவிதிகள், பெண்கள் கருப்பவதி களாயிருக்கும், காலங்களில் நடந்துகொள்ள வேண்டிய முறைகள், குழந்தைகளை நோயணுகாவண்ணம் வளர்க்கும் தன்மை, ஆபத்துக்காலங்களில் செய்யவேண்டிய உதவிகள், பதார்த்தகுணம் முதலிய அரிய விஷயங்கள் வெளியிடப்படுகின்றன. மருத்துவ விஷயமாக இதுகாறும் ஒரு பத்திரிகையும் வெளிவந்ததில்லை. அதனையுணர்ந்து இதன் ஆசிரியர் அக்குறையை நிவர்த்தி செய்துள்ளார். ஒவ்வொரு குடும்பஸ்திரீயும் இப்பத்திரிகையை ஆதரித்து வருதல் அவர்களுக்கே நன்மையாகும்.

8

மருத்துவனின் சந்தாதாரர்கள்

திரு.	*M.S. நாதன் அவர்கள்* *கேம்பெல் தெரு, பினாங்கு ரூபா*	*5 0 0*
”	*வி. சக்கரவர்த்தி ஏகாம்பரம் அவர்கள்* *சக்கரவர்த்தி சித்தவைத்தியசாலை,* *பாரிஸ் வெங்கடாசல அய்யர் தெரு,* *சென்னை.*	*7 0 0*
”	*பார்த்தசாரதிபண்டிதர் அவர்கள்* *கச்சேரிசந்து, மயிலாப்பூர், சென்னை* *(இவர் மனைவி இறந்த கருமாதிக்காக நன்கொடை)*	*2 0 0*
”	*வ.பெ. பெருமாள் பண்டிதர் அவர்கள்* *வல்லநாடு, திருநெல்வேலி ஜில்லா*	*2 0 0*
”	*P. நாராயணசாமி அவர்கள்* *கோலாலம்பூர்*	*15 0 0*
”	*G. முத்துராக்குபண்டிதர் அவர்கள்* *கோலகங்சார், பினாங்கு*	*13 8 0*
சித்தவைத்தியர்	*K. அப்பாவு பண்டிதர் அவர்கள்* *பினாங்கு*	*8 8 0*
திரு.	*S.K. சாமி அவர்கள் ஜாவா.*	*5 0 0*
”	*E.V. முருகையன் அவர்கள் ஜாவா.*	*5 0 0*
”	*K. வீரப்பன் அவர்கள் ஜாவா.*	*5 0 0*
”	*N. ராசப்பன் அவர்கள் ஜாவா.*	*5 0 0*
”	*சங்கு பண்டிதர் அவர்கள்* *பரமகுடி, ராமநாதபுரம் ஜில்லா*	*2 0 0*

திரு.	*V.S.* சண்முகாநந்த வைத்தியர் அவர்கள் மதுரை	1 0 0
”	*K.* ஈனமுத்து பண்டிதர், கொழும்பு	10 0 0
”	*V.* கணபதி அவர்கள் மருதணை, கொழும்பு	10 0 0
”	*S.* சிவராமபண்டிதர் பத்தமடை திருநெல்வேலி	10 0 0
”	*A.* பரிமணம் பண்டிதர் கோலாலம்பூர்	8 8 0
”	*G.* துரைசாமி அவர்கள், குற்றாலம்	5 0 0
”	*K.* இரத்தினவைத்தியர், சிங்கப்பூர்	5 0 0
”	*G.* இரத்தினம்பிள்ளை *B.A.L.T.,* சைதாப்பேட்டை	5 0 0
”	*T.K.* பரதேசி அவர்கள், மொரட்டுவா	3 0 0
”	*K.S.* பழனி அவர்கள் கொட்டஹினா சிலோன்	2 0 0
”	புலியூர் குறிச்சி *P.P.* பகவதிபண்டிதர் (தாயார் இறந்த கருமாதிக்காக நன்கொடை)	1 0 0
”	சேரமாதேவி சுந்தரம்பண்டிதர் குமாரர் (திருமணகாலத்து நன்கொடை)	1 0 0
”	சரவணபிள்ளை சைதாப்பேட்டை	1 0 0
”	*K.S.* கபாலி கூலிம், கெட்டா, *F.M.S.*	5 0 0
”	*V.M.* முத்துக்குமாரசாமி வைத்தியர் பழையவண்ணாரப்பேட்டை சென்னை	5 0 0
”	*V.* வையாபுரிபண்டிதர் வியாங்கொட, சிலோன்	2 0 0
”	அய்யாவு பண்டிதர் 731 டாட்டூக்கிராம் ரோடு, பினாங்கு.	1 0 0
”	*M.A.* இருதயசாமிபிள்ளை அவர்கள் உதகமண்டலம், நீலகிரி	
”	*S.* சிவன்பண்டிதர் அவர்கள் பெனாந்துரை, சிலோன்.	

திரு. T. முத்துசாமி பண்டிதர் அவர்கள்
(திருநெல்வேலி ஜில்லா மருத்துவர்சங்க அமைச்சர்)
சாலியர் தெரு, திருநெல்வேலி.

" P. சாமிபண்டிதர் அவர்கள்
கருவேலங்குண்டுத்தெ ரு, திருநெல்வேலி.

" V. வையாபுரி பண்டிதர் அவர்கள்
வியாங்கொடை, சிலோன்.

" பண்டிட் R. சங்கரநாராயணா அவர்கள்
பண்டாரவளை, சிலோன்.

" R. நல்லபெருமாள் பண்டிதர் அவர்கள்
கோர்ட்போம் தெரு, கொழும்பு,

" P.S. பலவேசம்பண்டிதர் அவர்கள், பெருவளை, சிலோன்.

" S. ஈசுவரமூர்த்திவைத்தியர் அவர்கள், தென்காசி.

" M. பெரியசாமிபண்டிதர் அவர்கள்
குயப்பேட்டை, சேலம்.

" இராமசாமி உபாத்தியாயர் அவர்கள்
கம்பளை, சிலோன்.

" S. பாலைபண்டிதர் அவர்கள், கடவத்தை, சிலோன்.

" S. செல்லையா அவர்கள், வெளிகாமா, சிலோன்.

" T. வீராசாமி அவர்கள், நாகலாகம், சிலோன்.

" T. ஐயாவுபண்டிதர் அவர்கள்
டத்தோகிராமத்ரோடு, பினாங்.

" K.R. சிவசாமிபண்டிதர் அவர்கள்
பழைய நீடாமங்கலம், தஞ்சை ஜில்லா.

" K.S. சிவநாதன் அவர்கள், மால்தெரு, கொழும்பு.

" வைத்தியர் K.M. தருமலிங்கம் அவர்கள், கரூர்.

" K. நாகூர்கனிராவுத்தர் அவர்கள்
முத்துப்பட்டணம் ரோடு, காரைக்குடி.

" K. தட்டிசிணாமூர்த்திபண்டிதர் அவர்கள்
பண்பொழி, திருநெல்வேலி ஜில்லா.

" N. கோதண்டபாணி அவர்கள்
அய்யங்கடைத்தெரு, தஞ்சை.

ஆனந்தம்பண்டிதர்

திரு. V. சுடலைமுத்துபண்டிதர் அவர்கள் தூத்துக்குடி.

" S. பழனிபண்டிதர் அவர்கள்
அன்னதானப்பட்டி, சேலம்.

" K.R. முத்தையபண்டிதர் அவர்கள்
ஷாப்கீப்பர், தூத்துக்குடி.

" வைத்தியர் T. இராமசாமிபண்டிதர் அவர்கள், சேலம்.

" Dr. K.R. முத்துக்குமாரசாமி அவர்கள்
பாரி & Co. ஆஸ்பத்திரி, நெல்லிக்குப்பம்.

" Dr. K. கோவிந்தசாமிப்பிள்ளை அவர்கள் L.M.P.
கும்பகோணம்.

" R.M. நடேசன் அவர்கள், இராயப்பேட்டை, சென்னை.

" P.S. பகவதி பண்டிதர் அவர்கள்
புலியூர் குறிச்சி, திருநெல்வேலி ஜில்லா.

" S. இயக்கிமுத்து பண்டிதர் அவர்கள்
மருதானை, கொழும்பு.

" V. பலவேசம் பண்டிதர் அவர்கள்
வியாங்கொடை, சிலோன்.

" M. முருகலிங்கம் பண்டிதர் அவர்கள்
பாளையங்கோட்டை, திருநெல்வேலி ஜில்லா.

" P.S. திருவடி பண்டிதர் அவர்கள்
திருநெல்வேலி டவுன்.

" E. அமுர்தலிங்க பண்டிதர் அவர்கள்
நாகல் நகர், திண்டுக்கல்.

" P. சுந்தரம் அவர்கள்
வீரராகவபுரம், திருநெல்வேலி ஜில்லா.

" E. முத்துசாமிதாஸ் அவர்கள்
அம்பாசமுத்திரம், திருநெல்வேலி ஜில்லா.

" K.S. சுப்பையா அவர்கள், புசலவா, சிலோன்.

" C. வேலுதாஸ் அவர்கள்
நஞ்சன்கோடு, திருவனந்தபுரம்

" M. இயக்கிமுத்து பண்டிதர் அவர்கள்
அப்புதளை, சிலோன்.

திரு. *S.* சப்பாணி பண்டிதர் அவர்கள்
அம்பாசமுத்திரம், திருநெல்வேலி ஜில்லா.

" *S.* பிரமநாயகம்தாஸ் அவர்கள்
ஆழ்வார் திருநகரி, திருநெல்வேலி ஜில்லா

" *M.* கணபதி பண்டிதர் அவர்கள், கொழும்பு.

" *P.* பாப்பு பண்டிதர் அவர்கள்
கொள்ளுப்பட்டி, கொழும்பு.

" *S.* இருளசாமி பண்டிதர் அவர்கள்
ஆத்தூர், திருநெல்வேலி ஜில்லா.

" *M.* நமசிவாய மருத்துவர் அவர்கள்
முட்டுவால், கொழும்பு.

" சுவாமிநாதன் அவர்கள், கொழும்பு.

" *P.* சுப்பய்யா பண்டிதர் அவர்கள்
ஆழ்வார்குறிச்சி, திருநெல்வேலி ஜில்லா.

" *M.* பிரமநாயகம் பண்டிதர் அவர்கள்
பாளையங்கோட்டை, திருநெல்வேலி ஜில்லா.

" வெள்ளையன் பண்டிதர் அவர்கள்
சேர்மாதேவி, திருநெல்வேலி ஜில்லா.

" *S.* விசுவனாததாஸ் அவர்கள்
நஞ்சன்கோடு, திருவனந்தபுரம்

" *N.* பிச்சன் பண்டிதர் அவர்கள்
மூலக்கரைபட்டி, நாங்குனேரி தாலுக்கா.

" *S.* பாப்பய்யா அவர்கள், கண்டி, சிலோன்.

" *A.K.* காளிமுத்து பண்டிதர் அவர்கள்
குருநாக்கல், சிலோன்.

" *U.A.* தளவாய் பண்டிதர் அவர்கள்
மொரட்டுவா, சிலோன்.

" *M.S.* நாதன் அவர்கள், பினாங்கு.

" *S.* கருப்பையா அவர்கள், ஈப்போ.

" *S.* தருமலிங்கம் பண்டிதர் அவர்கள், மதுரை.

" *T.M.* அண்ணாமலை செட்டியார் அவர்கள்,
திருச்சி.

திரு. E. ஈனமுத்து பண்டிதர் அவர்கள்
புரக்கோட்டை, கொழும்பு.

” M.R. சங்கரலிங்கம் அவர்கள், குருனாக்கல், சிலோன்.

” S. பெருமாள் பண்டிதர் அவர்கள்
பலாமரச்சந்தி, கொழும்பு.

” S. பெருமாள் பண்டிதர் அவர்கள்
பலாமரச்சந்தி, கொழும்பு

” P. இரத்தின பண்டிதர் அவர்கள்
ஆரணி, பொன்னேரி தாலுகா

” S. கோபால்பிள்ளை அவர்கள்
பாளையங்கோட்டை, திருநெல்வேலி ஜில்லா

” S. சிவானந்தம்பிள்ளை அவர்கள்
சூளை, சென்னை.

” K.S. சண்முகம்பிள்ளை அவர்கள்
கொழிஞ்சாம்பாரை, கொச்சி.

” A. செல்லையா அவர்கள், டிக்கோயா, சிலோன்

” M. உலகநாதன் அவர்கள்
மூன்றாவது மருதானை, கொழும்பு.

” S.R. சுப்பிரமணியம்பிள்ளை அவர்கள்
மாத்துரை, சிலோன்.

” K.N. திருமலைக்குமார பண்டிதர் அவர்கள்
திருநெல்வேலி.

” T. பாக்கியம் பண்டிதர் அவர்கள், கொழும்பு.

” T.K. பொன்னையா பண்டிதர் அவர்கள்
கிராண்டு பாஸ்ரோட், கொழும்பு.

” M. இரத்தினசாமி பண்டிதர் அவர்கள்
கட்டுகாஸ்டோட்டா, சிலோன்.

” T.S. ஒளிமுத்து மருத்துவர் அவர்கள்
கொழும்பு, சிலோன்.

” பண்டிதை A. நாராயணி அம்மா அவர்கள்
ஜார்ஜ்டவுன், சென்னை.

” R.A. சுப்பையா அவர்கள், குருனாக்கல், சிலோன்

திரு. ப. பிச்சக்கண்ணு பண்டிதர் அவர்கள்
முன்னீர்பள்ளம், திருநெல்வேலி ஜில்லா.

” வி. பார்த்தசாரதிபிள்ளை அவர்கள்
மயிலாப்பூர், சென்னை.

” K. ராமையா பண்டிதர் அவர்கள்
தென்காசி, திருநெல்வேலி ஜில்லா.

” V. அருணாசல வைத்தியர் அவர்கள்
வண்ணார்பேட்டை, திருநெல்வேலி ஜில்லா.

” T.S. துரைசாமி பண்டிதர் அவர்கள் சிதம்பரம்.

” S.K. ராமசாமி பண்டிதர் அவர்கள்
பிள்ளையார்பாளையம், மதுரை.

” S. வெள்ளையன் பண்டிதர் அவர்கள்
முனிசிபல் ஆஸ்பத்திரி, திருநெல்வேலி.

” சுடலைமுத்து பண்டிதர் அவர்கள்
பத்தமடை, திருநெல்வேலி ஜில்லா.

” Y. சுப்பையா பண்டிதர் அவர்கள்
அம்பாசமுத்திரம், திருநெல்வேலி ஜில்லா.

” சுப்பிரமணிய பண்டிதர் அவர்கள்
புலியூர் குறிச்சி, திருநெல்வேலி ஜில்லா.

” பண்டிட் K. கோவிந்தராசன் அவர்கள், சிங்கப்பூர்.

” சி.த. சுடலைமுத்து பண்டிதர் அவர்கள்
வெளிவேரியா, கொழும்பு.

” S. செல்லையா பண்டிதர் அவர்கள்
ஏருவாடி, நாங்குநேரி தாலுக்கா.

” பொன்னையா பண்டிதர் அவர்கள்
பாலயம்பட்டி, ராமநாமபுரம் ஜில்லா

” K.M. சுப்பையா பண்டிதர் அவர்கள் கொழும்பு.

” T. சுப்புபண்டிதர் அவர்கள்
கீழ்க்கல்லூர், திருநெல்வேலி ஜில்லா.

” P.S.M.E. மகமதுயாகூப்சாகிப் அவர்கள்
கணையூர்போஸ்ட், மடத்துக்குளம்.

” V.M. வீரணன் அவர்கள்
பரமகுடி, ராமநாதபுரம் ஜில்லா.

திரு. குப்பழகு பண்டிதர் அவர்கள்
சோழவந்தான் போஸ்டு, மதுரை ஜில்லா.

” வ.பெ. பெருமாள்பண்டிதர் அவர்கள்
ஸ்ரீ வைகுண்டம் தாலுக்கா திருநெல்வேலி ஜில்லா

” பாலையா அவர்கள், கிளர்க் சப்டிவிஷனல் ஆபீஸ்
ஸ்ரீவைகுண்டம், திருநெல்வேலி ஜில்லா.

” அ. ஐயா பிள்ளைபண்டிதர் அவர்கள்
மட்டுக்காமா, சிலோன்.

” *M.* கருப்பையா அவர்கள்
பெரியமணிக்கவத்தை, டிக்கோயா சிலோன்.

” *S.* ஜீவரத்தினம் அவர்கள் கம்பளை, சிலோன்.

” வி. நாயனார் அவர்கள்
நாகர்கோயில், திருநெல்வேலி ஜில்லா.

” *A.T.* நடராஜ பண்டிதர் அவர்கள்
மொரட்டுவா, சிலோன்.

” பண்டிட் *P.* பொன்னையா அவர்கள்
கட்டுகாஸ்தொட்டை, சிலோன்.

” கெ. நடேசபண்டிதர் அவர்கள்
பட்டர்வொர்த், பினாங்கு.

” வி. குப்புசாமி பண்டிதர் அவர்கள், சிங்கப்பூர்.

” பி. நாராயணசாமி அவர்கள், கோலாலம்பூர்.

” *K.* ஆறுமுகம் பண்டிதர் அவர்கள்
சேது சுப்ரமணியபுரம், திருச்செந்தூர்.

” *P.M.* சுப்பையாபண்டிதர் அவர்கள்
சிலேவ்ஐலென்ட், கொழும்பு.

” முத்திருளப்பன்பண்டிதர் அவர்கள்
வடக்கு கார்சேரி, திருநெல்வேலி ஜில்லா.

” சின்னையாபண்டிதர் அவர்கள், மேலப்புத்தூர், திருச்சி.

” *K.* முனிசாமி அவர்கள், லோரம், சிங்கப்பூர்

” *M.* சுப்பையன் பண்டிதர் அவர்கள், டைப்பிங் பெராக்.

” டி.எஸ். வீராசாமி பண்டிதர் அவர்கள், சிங்கப்பூர்

” க. நடேசன் பண்டிதர் அவர்கள்
கோலகங்சார், பெராக்.

திரு. பொன்னுசாமி பண்டிதர் அவர்கள், திருச்சி.

” G. முத்துகுமாரசாமி பிள்ளை அவர்கள், சிங்கப்பூர்.

” எம். அழகியநம்பி வாத்தியார் அவர்கள்
வடிவீசுவரம், திருநெல்வேலி ஜில்லா.

” எ.சி. நாயுடு அவர்கள், இரங்கூன்.

” பா. பழனி பண்டிதர் அவர்கள்
புதுப்பேட்டை, திருநெல்வேலி.

” N. இராமலிங்கம்பண்டிட் அவர்கள்
பாளையம், திருவனந்தபுரம்.

” உபாத்தியாயர் K. சீதாபதி அவர்கள்
மீஞ்சூர், பொன்னேரி.

” தேவதாசர் B.A.L.T. சித்த வைத்தியசாலை
தேவநல்லூர், தின்னனூர்.

” சி. நல்லமுத்து பண்டிதர் அவர்கள், திருநெல்வேலி.

” சின்னையா பண்டிதர் அவர்கள்
நத்தம், மதுரை ஜில்லா.

” எஸ். சண்முகம் அவர்கள், பால்மெர்ஸ்டன், சிலோன்.

” V.S. கந்தசாமி பண்டிதர் அவர்கள்
பனடுரை, சிலோன்.

” A. சண்முகம் பண்டிதர் அவர்கள்
சிக்கல் நரசுப்பையன் கிராமம், திருநெல்வேலி.

” K. முத்துசாமிபண்டிதர் அவர்கள்
ராகாமா, சிலோன்.

G. இரத்தினம்பிள்ளை சைதாப்பேட்டை B.A.L.T.

” E. ஈனமுத்து பண்டிதர் பொட்டல்புதூர்,
திருநெல்வேலி ஜில்லா.

” P. பலவேசம்பண்டிதர் புதுப்பேட்டை,
திருநெல்வேலி ஜில்லா

” N. சுப்பிரமணியம்பண்டிதர், நுவரலியா, சிலோன்.

” T. சாமிபண்டிதர் அவிஸாவளை, சிலோன்.

” S. சுடலைமுத்துபண்டிதர் அல்லைபோஸ்டு, சிலோன்.

” P. சண்முகவேலு பண்டிதர் வத்தகாமம், சிலோன்.

திரு. *S.A.* சுப்பையபண்டிதர் கடவட்டை, சிலோன்.

” *S.* இயக்கிமுத்துபண்டிதர் செங்கலக்குறிச்சி, திருநெல்வேலி.

” சேவிபண்டிதர் திருமங்கலம், திருச்சி.

” பெரியசாமிபண்டிதர் சென்னக்கரை, திருச்சி.

” சின்ன அய்யன்பண்டிதர், கோலாலம்பூர்.

” *M.R.* வடிவேலுபிள்ளை குர்னாக்கல், சிலோன்.

” *N.* சங்கரலிங்கம்பண்டிதர் மஸ்கெலியா, சிலோன்.

” *S.* வெங்குபண்டிதர் குறிச்சி, திருநெல்வேலி ஜில்லா.

” *V.* பிரமநாயகம்பிள்ளை எகிலியகொடா, சிலோன்.

” *S.* முத்தையாபண்டிதர் நாகசேனை, சிலோன்.

” *R.S.* பிச்சையாபண்டிதர் பேட்டை, கொழும்பு.

” *R.* பொன்னையாபண்டிதர் நமுனுகொல்லை, சிலோன்.

” *G.* முத்துராக்குபண்டிதர் கோலகங்சார், பினாங்கு.

” *P.* சுடலைமுத்துவைத்தியர் சாத்தான்குளம், திருநெல்வேலி

” *R.* இரத்தினம்பண்டிதர் பூக்குளம், திருச்சி.

” *M.* அய்யாவு அவர்கள் வடசேரி, மன்னார்குடி

” *L.* சுப்பிரமணியன் அவர்கள் அட்சை, பினாங்கு.

” *P.K.* சுப்பிரமணியபண்டிதர் சென்னை.

” *G.M.* சீனிவாசபண்டிதர் சென்னை.

” *S.S.* பொயிலான்பண்டிதர் ரத்தினபுரி, கொழும்பு.

” *T.M.S.* கமலத்தியாகுவைத்தியர் கேலாங்ரோடு, சிங்கப்பூர்

” *R.* பொன்னுசாமிபண்டிதர் திருச்சி.

” *A.* பரிமணம்பண்டிதர் கோலாலம்பூர்.

” *M.* குப்புசாமிவைத்தியர் தஞ்சாவூர்.

” *S.V.* சீதாராமபிள்ளை சீர்காழி.

” *S.* மகாலிங்கம்பண்டிதர் பசரை, சிலோன்.

திரு. P. ஆதிமூலவைத்தியர் நாவல்பட்டி, சிலோன்.
" M. கோவிந்தசாமி பண்டிதர் திருச்சி.
" K. அப்பாவுபண்டிதர் சித்தவைத்தியர், பினாங்கு.
" ராமசாமிபண்டிதர் சிவகங்கை,
  இராமநாதபுரம் ஜில்லா.
" நடேசபண்டிதர் பனையாங்கல், திருக்கோயிலூர்.
" T.R. சாமுலு அண்டு கோ; மங்கள்,
  கோயமுத்தூர் ஜில்லா.
" K. இருளப்பாபண்டிதர் நிகோடா, சிலோன்.
" K.V.S. கணபதி அவர்கள் பெரிதினியா, சிலோன்.
" M. மருதமுத்துபண்டிதர் அப்புத்தளை, சிலோன்.
" V. செல்லையாபண்டிதர் நூரிளை, சிலோன்.
" J.R.K. கதிர்வேலுபண்டிதர் பாணந்துரை, சிலோன்.
" T.K. பரதேசி அவர்கள் மொரட்டுவா, சிலோன்.
" A. கணபதிபிள்ளை அம்பலங்கொடா, சிலோன்.
" S. பொன்னையாபண்டிதர் மாத்துரை, சிலோன்.
" G. துரைசாமி அவர்கள் குற்றாலம்.
" S. அருணாசலம்பண்டிதர், மதுரை.
" G. மாடசாமிபண்டிதர் தளபதிசமுத்திரம்.
" பொதிகாசலம் அவர்கள், நாவல்பட்டி, சிலோன்.
" V.S. கந்தசாமிபாணந்துரை, சிலோன்.
" K. வயித்தியலிங்கம் அவர்கள் கண்டி, சிலோன்.
" A.T. இசக்கிநாதன் அவர்கள் மாத்துரை, சிலோன்.
" R. செல்லையா பெர்னான்டோ,
  அகலவட்டை, சிலோன்.
" K. இரத்தினசாமிவைத்தியர் சிங்கப்பூர்.
" N. லெட்சுமணவைத்தியர் மாந்துரை, திருச்சி.
" P.S. பொன்னையாபண்டிதர் திருநெல்வேலி.
" S. ராமசாமிபண்டிதர் கொழும்பு.

ஆனந்தம்பண்டிதர்

திரு. M. தர்மலிங்கம் நாவல்பட்டி, சிலோன்.

" K. ஈனமுத்துபண்டிதர் கொழும்பு.

" V. கணபதி அவர்கள் மருதணை, கொழும்பு.

" S. சிவராமபண்டிதர் பத்தமடை,
திருநெல்வேலி ஜில்லா.

" P ராமையா அவர்கள், சலாபம், சிலோன்.

" R. பரமார்த்தலிங்க வைத்தியர்
இரச்சகுளம், தெ. திருவாங்கூர்.

" K.P. அய்யம்பெருமாள் பண்டிதர்
வார்டுபிளேஸ்ரோட், கொழும்பு.

" வெள்ளைச்சாமி பண்டிதர்
ராமாயணசாவடிதெரு, மதுரை.

" E. ஈஸ்வரமூர்த்தி பண்டிதர், வடிவீஸ்ரம், நாகர்கோயில்.

" R.T. சுப்பையன் அவர்கள், E & O. ஓட்டல், பினாங்கு.

" M.V. ரெங்கசாமி பண்டிதர், ராஜமன்னார்குடி.

" N. ராமலிங்கம் பண்டிதர்
திருக்குவளை, நாகப்பட்டணம் தாலுக்கா.

" R. சின்னதுரை பண்டிதர், மணிக்கூண்டு, திருச்சி.

" K.M. குட்டிவைத்தியர்
அரசமரம் பிள்ளையார்கோவில்தெரு, சேலம்.

" S. முத்துசாமி பண்டிதர்
செங்கோட்டை, திருவாங்கூர்.

" T. இராமசாமிபண்டிதர்
ஆழ்வார்திருநகரி, திருநெல்வேலி ஜில்லா.

" E. குமாரசாமிபண்டிட்
வடிவீசுவரம், நாகர்கோயில்.

" T.M. கிருஷ்ணசாமி, மலாக்காகிளப், மலாக்கா.

" பண்டிட் M.P. முத்தையா, பாளையங்கோட்டை

" T.V. உமாமகேசுவரம்பிள்ளை, கரந்தை, தஞ்சாவூர்.

" S. பட்டமுத்து பண்டிதர்
அம்பாசமுத்திரம், திருநெல்வேலி ஜில்லா.

கோ. ரகுபதி

திரு. P.N. சங்கரலிங்க வைத்தியர், கொழும்புதெரு, கண்டி.

" Dr.S. திருவேங்கடம் மெடிகல் ஆபீசர்
ராயகுடா, கஞ்சம் ஜில்லா.

" Dr.S. சுந்தரம் மெடிகல் ஆபீசர்
சிந்தரப்பள்ளி, நரசப்பட்டணம் (வழி)

" Dr.M.P. சங்கர சுப்பு பிள்ளை
பத்தமடை திருநெல்வேலி ஜில்லா.

" Dr.R. பீம்சிங், காரைக்குடி ராமநாடு ஜில்லா.

" Dr.T.R. மாணிக்கம் பிள்ளை,
சப் அஸிஸ்டண்ட் சர்ஜன்,
எல்லையபூர், சேலம் ஜில்லா.

" Dr.P.R. நாயனார், ஏனங்குடி, தஞ்சாவூர் ஜில்லா.

" Dr. K. வெங்கட்டராமபண்டிதர்
கருப்பட்டி, சோழவந்தான்.

வைத்தியர் சுவாமிநாத பிள்ளை
பாபநாசம், தஞ்சாவூர் ஜில்லா.

திரு. R.C. வெங்கட்டராமநாயுடு
கடலங்குடித் தெரு, கும்பகோணம்.

" N. சுப்பையாதாஸ், கஸ்டம்ஸ் சப் இன்ஸ்பெக்டர்
திண்டிவனம்

" G. துரைசாமி நாயுடு, 5–3, ஹெட்குவார்டர் ஆபீஸ்
ரோட், கோயமுத்தூர்.

" P.G. ஆன்திக், கிளார்க் & டீ மேக்கர்
ஸ்கார்பரோ, மஸ்கிலியா, சிலோன்.

" V.S. சண்முகானந்த வைத்தியர்
36, மாகாளிப்பட்டி புதுரோட், மதுரை.

" G. நடேச வைத்தியர், சீர்காழி.

" பசுவதி வைத்தியர், குடவாசல், தஞ்சாவூர் ஜில்லா.

" M. வேலு வைத்தியர்
சேரமாதேவி, திருநெல்வேலி ஜில்லா.

" K. ஆண்டியப்பவைத்தியர்
சேரமாதேவி திருநெல்வேலி ஜில்லா.

திரு. V.M. முத்துக்குமாரசாமி வைத்தியர்
பழையவண்ணாரப்பேட்டை சென்னை.

" S. வீரமலைவைத்தியர், கான்பாளையம், மதுரை.

" S. சிதம்பரவைத்தியர்
கீவளூர், நாகப்பட்டணம் தாலுகா

" S. வெங்கடாசலபதி வைத்தியர்
கருங்குலம், திருநெல்வேலி ஜில்லா.

" P. ராமையா வைத்தியர், நாவல்பிட்டியா, சிலோன்.

" P.K. வெங்கட்டகிருஷ்ண அய்யங்கார்
ஆயுர்வேத வைத்தியர், சென்னிமலை
கோயமுத்தூர் ஜில்லா.

" R. அப்பாத்துரை பிள்ளை, சித்தவைத்தியர், வேலூர்.

" S. சுப்பையா பண்டிதர் தல்லாகுளம், மதுரை.

" P. ராமசுவாமி பண்டிதர் தென்காசி.

" T.S. முத்துசுவாமி பண்டிதர்
கற்பதரு வைத்தியசாலை, திருநெல்வேலி.

" K.A. தேவராயபண்டிதர், சைதாப்பேட்டை

" வேலாயுதபண்டிதர், தெரிசனகொப்பு, நாகர்கோயில்.

" R. கணபதி பண்டிதர்,
கூனியூர், திருநெல்வேலி ஜில்லா.

" தட்சிணாமூர்த்தி பண்டிதர்
தெற்குவெளிவீதி, மதுரை.

" சுந்தரம் பண்டிதர்
தெமட்டகொடரோட், கொழும்பு.

" ரெங்கசாமி பண்டிதர்
பெருகவாழ்ந்தான், மன்னார்குடி தாலுகா.

" P. நல்லபெருமாள் பண்டிதர்
1-14. கோர்ட்போம் ஸ்திரீட், கொழும்பு.

" S. வேலாயுதம் பண்டிதர்
நாவல் பிட்டியா, சிலோன்.

" S. சுடலைமுத்து பண்டிதர், கம்பளை, சிலோன்.

திரு. *S.* பொன்னையா பண்டிதர்
அம்பலங்கொட, சிலோன்.

" *K.* ராமு பண்டிதர் கமுதி, ராமநாடு ஜில்லா.

" சுப்பிரமணிய பண்டிதர்

" தமிழ் சித்தவைத்தியர், பெரியகருப்பூர்
திருச்சி ஜில்லா.

" *M.* வெள்ளையன் பண்டிதர்
சின்னமனூர், மதுரை ஜில்லா.

" *K.* வீரபத்திர பண்டிதர்
நாகல் நகர், திண்டுக்கல் டவுன்.

" *S.* முத்துமாலை தாஸ்
சாத்தான் குளம், திருநெல்வேலி ஜில்லா.

" *R.* சண்முகம், கோலாலம்பூர்

" *P.* முருகேசன், ராயபுரம், சென்னை.

" *M.* சரவணபிள்ளை, சைதாபேட்டை.

" *V.* கிருஷ்ணன்,
திருச்செந்தூர், திருநெல்வேலி ஜில்லா.

" *T.M.* லாஸரஸ், தூத்துக்குடி.

" *N.* பீர் முகம்மது ராவுத்தர்
கிளாத் மர்ச்சண்ட், திருத்துறைப்பூண்டி.

" *V.M.* சுவாமி பிள்ளை, தலைவாக்கெலை, சிலோன்.

" *A.S.* ஆறுமுகம், கடுவெளை *Po.* சிலோன்.

" *V.* செல்லையா, நுவரெலியா, சிலோன்.

" *M.A.A.* கதிரேசன் செட்டியார்,
வேகுபட்டி *Po.* புதுக்கோட்டை

" *T.N.* வேலு மருத்துவர்,
முதல் மருதானை, கொழும்பு.

" *T.* வைத்தியநாத முதலியார்
C/o. பாரம் சூபர்வைசர் நெல்லிக்குப்பம்
செக்ரடரி திராவிடசங்கம், நாகூர்.

" *N.S.* பொன்னையா
கொட்டாஞ்சேனை கொழும்பு.

திரு. T. நடனமுத்து, கண்டி, சிலோன்.

" N. ராமையா மருத்துவர்
பெரியபுரளை, கொழும்பு

" S. இயக்கி முத்து மருத்துவர்
பெரிய பொரளை, கொழும்பு

" முத்து மருத்துவர்
முதல் மருதானை, கொழும்பு.

" N. விசுவநாதன் மருத்துவர்
பெரிய பொரளை, கொழும்பு.

" K. பிச்சைமுத்து பண்டிதர்
சித்தவைத்தியசாலை, திருச்சி.

" E. சுப்பையா மருத்துவர்
பெரிய பொரளை, கொழும்பு.

" ராஜுபண்டிதர், எழும்பூர், சென்னை.

" K. பெரியசாமி பண்டிதர்
காட்டுபுத்தூர் Po. திருச்சி ஜில்லா.

" பண்டிட் P.S. நாராயணன்
அம்பலங்கொட, சிலோன்.

" C. முத்துசாமி தாஸ், தென்காசி

" V. சுந்தரம், பெட்டா, சிலோன்

" S. வீராசாமி, எட்மாஸ்டர்
கோவில் வெண்ணி, தஞ்சை ஜில்லா

கோ. ரகுபதி

V

பண்டிதருக்குப் பாராட்டு

ஆனந்தம்பண்டிதர் சென்னை நகர பரிபாலன சபை உறுப்பினராக
நியமிக்கப்பட்டபோது நடைபெற்ற பாராட்டுக் கூட்டம்
திராவிடன், 18 மே 1929 பக். 7
(அமர்ந்திருப்பவர்களில் இடது புறமிருந்து
இரண்டாவது இருப்பவர் ஆனந்தம்பண்டிதர்)

1

பொதுச்செய்திகள்

சென்னை நகரபரிபாலன சபையில் அங்கத்தினராக ஆனந்தம்பண்டிதர் நியமனம் செய்யப்பட்டதை யொட்டி அவருக்கு வாழ்த்தி மகிழ 1929 மே 17 அன்று மாலை 5.30மணிக்கு சென்னை ஜார்ஜ் டவுன் அண்ணாமலை முதலியார் ஹாலில் கூட்டம் நடைபெற்றது. இதில் தென்னிந்திய மருத்துவர் சங்கம், வியாசர்பாடி ஆதித்திராவிட ஐக்கிய நாணய சங்கம், கணேசபுரம் கல்வி வளர்ச்சி சங்கம், வாலிபர் கால் பந்துச் சங்கம், சென்னை சிவனடியார் திருக்கூட்டம், ஆரிய சமாஜம் ஆகியன சார்பில் அந்தக் கூட்டம் ஏற்பாடு செய்யப்பட்டது. திவான்பகதூர் கோபதி நாராயணசாமி செட்டியார், வித்வான் மணி, திருநாவுக்கரசு முதலியார், ஜீ. ரங்கைய நாயுடு, சுரேந்திரநாத் ஆரியா, ஜனக சங்கர கண்ணப்பர், கோடீஸ்வரன், கே.வி.மீனன், ஜே.என். இராமநாதன், என். தண்டபாணி, பாலகுருசிவம், வித்துவான் முனுசாமி பிள்ளை ஆகியோர் பங்கேற்றனர்.

எஸ். முத்தையா முதலியார் அவர்கள் தனது முன்னுரையில்: பண்டிட் எஸ்.எஸ். ஆனந்தம் அவர்கள் சென்னை நகர பரிபாலன சபை அங்கத்தினராக நியமிக்கப்பட்டது அவரை வாழ்த்த, நீங்கள் இங்கே கூடியிருக்கின்றீர்கள். பண்டிட் ஆனந்தம் அவர்கள் சித்த வைத்தியத்தில் மிகவும் ஊக்கமும் உழைப்பும் எடுத்துக் கொண்டவர் என்பதைத் தாங்களறிவீர்கள். பத்தாண்டுகளாக அவர் பொதுஜன சேவையில் ஈடுபட்டு உழைத்து வருகின்றவர். அவர் இலவச வைத்தியசாலை

யொன்றும் அமைத்து நடத்தி வருகின்றார். இவர் நகர பரிபாலன சபை அங்கத்தினராக நியமிக்கப்பட்டது பொருத்தமானதே. அப்பதவிக்குத் தகுதியையும் வாய்ந்தவரே. அவரைப் பொது ஜனங்கள் நன்கு அறிவர். சர்க்கார் இவரை நியமித்தது மிகவும் பொருத்தமானதும் தகுதியுடையதுமானது மென்று கூறல் மிகையாகாது.

தென்னிந்திய மருத்துவர் சங்கம் வாசித்துக் கொடுத்தப் பத்திரம்: 23.12.1915ஆம் ஆண்டு தொண்டை மண்டலம் உயர்தரப் பாடசாலையில் சர். பி. தியாகராயர் அவர்களின் தலைமையில் மருத்துவப் புலமை மிக்க பண்டிதர் பலரின் பெருமகிழ்ச்சிக்கிடையில் மருத்துவ சங்கம் ஒன்றை நிலைநாட்டி அதை அரசாங்கத்தில் பதிவும் செய்து நடத்தி வந்தீர்கள். 11.2.21ஆம் ஆண்டில் கவர்ன்மெண்டார் வெளியிட்ட இந்திய வைத்தியத்திற்குக் கேடு சூழத்தகுந்த டாக்டர் கோமன் அவர்களின் அறிவிப்பை ஆங்காங்குப் பலப்பல கூட்டங்கள் கூட்டிக் கண்டித்து இந்திய வைத்தியத்திற்கு நலம் பல செய்தீர்கள். 21.10.23ஆம் ஆண்டில் சென்னைச் சவுந்தரமாலில் சர்.பி. தியாகராயர் அவர்களின் தலைமையில் தாங்கள் வரவேற்புக் கழகத் தலைவராயிருந்து தென் இந்திய மருத்துவர் முதல் மகா நாட்டை மருத்துவ சமூகத்தினருக்கும் தமிழ் நாட்டு மருத்துவத்திற்கும் சீரும் சிறப்பும் பேரும் பெருமையும் பெருகுமாறு நடத்தி வைத்தீர்கள். 1.7.24 ஆம் ஆண்டில் அரசாங்கத்தார் ஆயுர்வேதம், யுனானி ஆகிய இரண்டு வைத்திய முறைகளுக்கும் ஆதரவளித்து அம்முறைகளைக் கற்க விரும்புவோர்க்குக் கலாசாலை ஒன்றேற்படுத்த முன்வந்தபோது தாங்கள் எவருடைய இகழ்ச்சியையும் புகழ்ச்சியையும் எதிர்பாராது பெருமுயற்சி செய்து அக்கலாசாலையில் அரசாங்கத்தார் தமிழ் சித்த வைத்திய முறையைக் கற்பித்து, தமிழ் மருத்துவசாலையும் வைத்து நடத்துமாறு செய்திருக்கின்றீர்கள்.

மருத்துவகுலத்திற் பிறந்த மக்களனைவரும் கல்வியில் முன்னேற்றமடைந்தால் மற்றெவ்வகையிலும் முன்னேற்ற மடைவார்களெனக் கருதி அதற்கென தாங்கள் தென்னிந்திய மருத்துவர் தலைச் சங்கத்தைச் சென்னையிலும், கிளைச் சங்கங்கள் பலவற்றை மருத்துவர்கள் நிறைந்துள்ள பல நாடுகளிலும் நகரங்களிலும் நிறுவியிருக்கின்றீர்கள். இச் செய்கையினால் மருத்துவ மக்கள் அடைந்த நன்மை பலவாகும். இந்தியாவின் தாழ்ந்த பாகமாகிய திருநெல்வேலி ஜில்லா உயர்வகுப்பாரென்போர் சிலர் சுடலையில் வரும் மற்ற வகுப்பாரின் பிணங்களைச் சுடுவோர் தங்கள் பிணங்களையும் சுடுவது தங்கள் ஆசாரத்திற்குக் குறைவெனக் கருதி மருத்துவ மக்களில் ஏழைகளாயுள்ள ஒரு வகுப்பினரை வற்புறுத்தித்

தாங்கள் பிணங்களைச் சுடுமாறு செய்துவந்தனர். அரும்பாடுபட்டு தாங்கள் அவ்வழக்கத்தை யொழித்து அம்மக்களுக்கிடையில் சுயமரியாதை நிலைநாட்டினீர்கள். 25.5.24ஆம் ஆண்டில் தஞ்சாவூர் ஜில்லா திருவிடைமருதூரிலுள்ள மருத்துவ குலத்தினரில் ஒரு பிரிவினராகிய ஏழை மக்களுக்கு அங்குள்ள உயர்வகுப்பார் என்பாரால் ஏற்பட்டக் கொடுந்துன்பத்தையும் ஆபத்தையும் தாங்கள் நீக்குவதற்காக அவ்வூருக்குப் போனீர்கள். அப்போது நம் ஏழை மக்களுக்காகத் தாங்கள் திருவிடைமருதூரில் கொலைப்பாதகர்களால் அடைந்த துன்பத்தை எண்ணுந்தோறும் எங்கள் மனம் குழம்புகின்றது. அன்று தங்கள் உயிரையும் உடலையும் காப்பாற்றிய இறைவனருள் தங்கள்பால் என்றும் நிலைத்திருக்கக் கோருகின்றோம். 28, 29.3.25ஆம் ஆண்டில் மதுரை மாநகரில் மருத்துவர் மகா நாட்டைப் பெறுமைபெற நடத்தி வைத்தத் தங்கள் திறமை எந்நாளும் எங்கள் மனதைவிட்டகலாது. 1.4.23ஆம் ஆண்டு தாங்கள் திருச்சிராப்பள்ளி மலைக்கோட்டையிலுள்ள தாயுமானவர் ஆலயத்திற்கு அங்குள்ள இந்துக்களாயுள்ள மருத்துவ மக்களில் ஒரு பகுதியினரையும் ஆலயப் பிரவேசம் செய்வதற்காக அழைத்துச் சென்றீர்கள். ஆலய அதிகாரிகள் அவர்களை உட்செல்லாதவாறு தடுத்து தங்களுக்குமட்டும் உட்செல்ல அனுமதி அளித்தபோது ‘இந்துக்களெல்லாரோடும் ஆலயத்துள் செல்லுங்காலம் வரும்போதன்றி இதுபோது நான் ஆலயத்துட் செல்லேன்’ என்று கூறிவந்த தங்கள் வீரவார்த்தை இன்னும் எங்கள் மனத்தில் ஊடுருவி நிற்கின்றது.

பச்சையப்பன் கல்லூரி தமிழாசிரியர் வித்துவான் மணி திருநாவுக்கரசு முதலியார் கூறியதாவது: இக்கூட்டம் மகிழ்ச்சிக் கூட்டமென்று அறிவிக்கப்பட்டிருந்தது. ஆம். இஃது மகிழ்ச்சிக் கூட்டமே. நம்மவரில் ஒருவரான பண்டிட் ஆனந்தம் நகரபரிபாலன சபை அங்கத்தினர் பதவியேற்று நாம் மகிழ்ச்சியடையும் வண்ணம் பணியாற்றி வருவாரென்ற மகிழ்ச்சியே. யான் திரு. ஆனந்தம் அவர்களைப் பன்னிரெண்டு வருடங்களாக அறிவேன். எனது சகோதரர் போன்றவர். பல ஆண்டுகளாக அரும்பணிகள் பல ஆற்றி வருகின்றார். வைத்திய முறையில் அவர் சேவை மிகவும் பாராட்டத்தக்கது. கவனமாகவும் தூய்மையாகவும் வைத்தியம் கையாளுபவர். அவருக்குப் பொருள் மீது ஆசையில்லை. போதுமென்ற மனமே பொன் செய்யும் மருந்தெனும் நற்பண்பாளர். தாழ்த்தப்பட்ட மக்களுக்கு அவர் ஆற்றிய பணிகள் அளப்பில. *மருத்துவன்* என்னும் பத்திரிகையின் ஆசிரியராகவிருந்து தமிழுலகிற்கு உதவிவருகின்றார். அனைவரும் கல்வி பயிற்சியடைய வேண்டுமென்ற அவா இவருக்கு பெரிதும் உண்டு.

தென்னிந்திய மருத்துவ சங்கமென்ற சங்கத்தை முதன்முதல் ஆக்கியவரிவரே. இந்திய வைத்திய பாடசாலை அமைத்ததற்கே இவர் துணையா விருந்தாரென்று சொல்லுதல் மிகையாகாது. இவர் தம் குலத்து மக்களிடத்து சுயமரியாதை உணர்ச்சியை உண்டாக்கிப் பாடுபட்டுவருகின்றார். உயிரையும் பொருட்படுத்தாது அவர் தாழ்த்தப்பட்ட வகுப்பு முன்னேற்றத்திற்கு உழைந்து வந்தவர். ஜனசமுதாய சீர்திருத்தத்தில் கவனம் செலுத்துவதில் முன்னிற்பவர். இவர் பட்டபாட்டால்தான் மருத்துவ வகுப்பைச் சார்ந்த ஒருவர் சென்னை சட்டசபை அங்கத்தினராக நியமிக்கப்பட்டார். இவரை சென்னை நகரசபை அங்கத்தினராக நியமித்ததுபற்றி நாம் நமது வந்தனையைச் சர்க்காருக்கு அளிப்போமாக. அடுத்தமுறை சென்னை சட்ட சபையில் இவரை ஒரு அங்கத்தினராக சர்க்கார் நியமிப்பாரென்று நம்புவோமாக.

திருவாளர் சுரேந்திரநாத் ஆரிய தனது நகைச்சுவை ததும்பிய உரையில், பண்டிட் ஆனந்தம் போன்றவர்கட்கு இத்தகைய பதவிகள் சர்க்கார் அளித்து வருவது எல்லா வகுப்புகளும் முன்னேறவேண்டுமென்ற அரிய நோக்கத்தை கொண்ட பார்ப்பனரல்லாதார் இயக்கம் துவக்கிய பிறகே யென்றும், திரு. ஆனந்தம் அவர்கள் ஏழைமக்கட்கு உழைக்கவேண்டுமென்ற அவாவைப் பெரிதுமுடையவரென்றும் தைரியசாலியென்றும் அழகுடையவரென்றும் கூறினார்.

திராவிடன் ஆசிரியர் திரு.ஜனகசங்கர கண்ணப்பர் பேசுகையில் கூறியதாவது: பண்டிட் ஆனந்தம் அவர்கள் நகரபரிபாலன சபை அங்கத்தினராக நியமனம் செய்யப்பட்டதைப் பற்றி யான் மகிழ்ச்சியடைகின்றேன்; அவரை யான் பத்தாண்டுகளாக அறிவேன்; நான் அவருடன் நெருங்கிப் பழகியதில் அவர் நற்குணம் வாய்ந்தவரென்றும், பொறுமையுடையவரென்றும் அறிந்தேன். தென்னிந்திய மருத்துவத்திற்கு மிகப் பாடுபட்டவர். ஆங்கில வைத்தியர்கள் சித்த வைத்தியம் கேடுகெட்ட தென்று கூறியகாலத்தே அவ்வெண்ணங்களை மறுக்கவும் கண்டிக்கவும் முன்வந்தவர் இவரே. இவரது முயற்சி இந்திய மருத்துவப் பாடசாலையமைப்பதில் பக்கபலமாகவிருந்தது. மருத்துவகுலப் பெண்களுக்கு இவர் பாடுபடுவாரென்று எண்ணுகின்றேன். இதுபோது மருத்துவக்குலப் பெண்கள் மருத்துவச்சிகளாக சீவிக்கமுடியாது கஷ்டப்பட்டு வருகின்றனர்; அக்குலப் பெண்களை ஆங்கில முறையில் மருத்துவச்சிகளாகப் பயிற்றுவித்து, அவர்கள் நன்மைக்கு உழைக்க வேண்டும். முடிவாக, யான் அவர் பொதுவாக இந்திய மக்கட்கும், சிறப்பாக தமது குல மக்கட்கும் உழைப்பாரென்று நம்புகின்றேன்.

திவான்பகதூர் கோபதி நாராயணசாமி செட்டியார் பேசுகையில் பண்டிட் ஆனந்தம் எல்லா வகுப்பு மக்களுக்கும் சேவை புரிவாரென்று தாம் நம்புவதாகக் கூறினார்.

பின்னர் ஆனந்தம் பதிலளிக்கையில் பேசியதாவது: யான் செய்த சிறிய வேலையை என்பாலிருந்த அபிமானத்தால் எனது நண்பர்கள் பெருக்கிப் பேசினர். என்னால் ஒவ்வொருவருக்கும் தனித்தனியாகப் பதிலளிக்க முடியாமைக்கு வருந்துகிறேன். பார்ப்பனரல்லாதார் தலைவரான மந்திரி கனம் எஸ். முத்தையா முதலியார் அவர்கள் அதிக சிரமத்துடன் இங்கு விஜயம் செய்ததற்காக யான் வந்தனை கூறுகின்றேன். எல்லோரும் என்னைப் புகழ்ந்தது என்மீது ஒரு பெரும்பாரத்தை வைத்தாற் போலிருக்கிறது.

நகரபரிபாலனமானது சுய ஆட்சியாகும். யான் நகர பரிபாலனத்தைப் பற்றி ஒரு பத்திரிகை வேண்டுமென்று நினைக்கிறேன். நமது ஜனங்கள் சுகாதாரத்தை ஒரு சிறிதும் பொருட்படுத்தாமலிருக்கின்றனர். எனக்கு அளிக்கப்பட்ட பதவி மிகவும் பொறுப்பானது. நமது அவைத்தலைவர் சுகாதார இல்லா தலைவராக விருக்கிறபடியால், அவர் காலத்திலேயே சுகாதாரப் புத்தகங்களைப் பாடசாலைகளில் வைக்கும்படி ஏற்பாடு செய்யும்படிக் கேட்டுக் கொள்ளுகிறேன்.

கனம் மந்திரி தமது முடிவுரையில் பேசியதாவது: சீமாட்டிகளே! சீமான்களே! நீங்களனைவரும் உவப்புக் கொண்டாடினீர்கள். யானும் அதில் சேர்ந்து கொள்கின்றேன். பண்டிட் ஆனந்தம் தமது கடமைகளைச் செம்மையாகச் செய்வாரென்று நம்புகின்றேன். இறைவன் அவருக்கு நீண்ட ஆயுளை அளிப்பானாக. யான் உங்கள் அனைவருக்கும் வந்தனமளிப்பதோடு பண்டிட் ஆனந்தமவர்களுக்கும் எனது வாழ்த்தையும் கூறுகின்றேன்.

கும்பகோணத்தில் பொதுக்கூட்டம்
பண்டிட் எஸ்.எஸ். ஆனந்தருக்கு உபசரிப்பு

இவ்வூர் பால்யநாடார் சங்கக்கட்டடத்தில் நகரமக்களின் பொதுக்கூட்டம் சென்னை திரு. பண்டிட் எஸ்.எஸ். ஆனந்தம் அவர்களைக் கௌரவிக்க 24.4.29 மாலை 5 மணிக்குக் கூடியது. திரு. R. கந்தசாமி மூப்பனார் B.A.B.L. அவர்கள் தலைமை வகித்தார்கள். திருவாளர்கள் R.C. வெங்கட்டராமநாயுடு, A. குப்புசாமிபிள்ளை, முத்தய்யாமூப்பனார் ஆனரரி மாஜிஸ்டிரேட், மிராசுதார் M. கருப்பண்ண சாமிநாடார், அப்பாசாமிபிள்ளை, உபாத்தியாயர் வீராசாமிநாயுடு மற்றும்

சோழிய வேளாளர்சங்கம், நாயுடுசங்கம், நாடார்சங்கம், சன்மார்க்கசங்கம், மருத்துவர்சங்கம் முதலிய சங்கங்களின் பல பிரமுகர்களும் வந்திருந்தார்கள். திரு ஆனந்தருக்கு மாலையிடப்பெற்றவுடன் அவைத்தலைவர் தமது முன்னுரையில் கும்பகோணவாசியும் தமது பால்ய நண்பருமான, பண்டிட் ஆனந்தம் அவர்கள் நீண்டகாலமாய்த் தேசம், மதம், பாஷை, குலம் முதலியவைகளுக்குச் செய்து வரும் சேவைகளை விளக்கி, தமிழ் சித்தவைத்தியத்தை கவர்ன்மெண்டார் அங்கீகரித்து அதற்கென கலாசாலை ஏற்படுத்தப்பெற்றவரையிலும் அதன்பின்னரும் அவர் செய்ததும் செய்துவருவதுமான வேலைகளைப் பாராட்டியும் மேற்படி வைத்தியத்தின் அபிவிர்த்தியின்பொருட்டு *மருத்துவன்* என்ற பத்திரிகை நடத்திவருவது, குல முன்னேற்றங்கோரி சென்னையில் தென்னிந்திய மருத்துவர் சங்கம் ஒன்று நிறுவி சென்ற சிலவருஷங்களாய்ச் சென்னையிலும் வெளியிலும் பல கிளைகள் ஏற்படுத்தப்பெற்று தொண்டாற்றிவருவது ஆகிய காரியங்கள் தமிழ்நாடு அறிந்தது என்றும், இத்தகைய தகுதிவாய்ந்த பொதுநல உழைப்பாளர் ஒருவரை சென்னை கார்ப்பரேஷனில் அங்கத்தினராக நியமித்த முதல் மந்திரியார் டாக்டர் சுப்பராயன் அவர்களைப் பாராட்டியும் பேசினார்கள். பின்னர்,

திரு R.C. வெங்கட்டராமநாயுடு அவர்கள் "இக்கூட்டமானது பண்டித எஸ்.எஸ். ஆனந்தரவர்கள் சென்னைக் கார்ப்பரேஷனில் நியமனம் செய்யப்பெற்றது குறித்து மகிழ்ச்சிப் பெருக்கடைவதோடு இத்தகைய நியமனம் அளித்த டாக்டர் சுப்பராயன் அவர்களுக்கு நன்றி பாராட்டுகிறது" என்ற தீர்மானத்தைப் பிரரேபித்துச் சிறிதுநேரம் பேசினார். திரு. எம். குப்புசாமிபிள்ளை அவர்களாலும், பண்டிட் K.S. பொன்னம்பலம் அவர்களாலும், முறையே ஆமோதித்தும் ஆதரிக்கப்பெற்றும் தீர்மானம் நிறைவேறியது. பிறகு திருவாளர்கள் கருப்பண்ணசாமி நாடார், N. வீராசாமிநாயுடு, M. ராமச்சந்திரன், தாமோதரனார், K.R. ராஜகோபால் முதலானவர்கள் சிறிதுநேரம்பேசி சொந்த ஹோதாவிலும் மேற்கூறிய சங்கங்களின் சார்பாகவும் தங்களது மகிழ்ச்சியைத் தெரிவித்துக்கொண்டார்கள்.

நீண்ட கரகோஷத்தினிடையே பண்டித ஆனந்தம் அவர்கள் எழுந்து தமக்கு மரியாதைசெய்தவர்களுக்கு வந்தனம்செலுத்தி நாட்டிற்கும், சமூகத்திற்கும் தான் செய்யவேண்டிய கடமைகளுக்கு அதிகமாகத்தாம் ஒன்றும் செய்துவிடவில்லை என்றும் தம்மீது உன்ன அபிமானங் காரணத்தால் கூறப்பெற்ற புகழ் உரைகளுக்குத் தான் பாத்திரன் அல்லவென்றும் சுருக்கமாய்க்கூறினார். பிறகு அவைத்தலைவர் அவர்கள் முடிவுரையாகச் சில வார்த்தைகள்

பேசியதும் R.C. வெங்கடராம நாயுடு அவர்களால் தலைவர் அவர்கட்கும் கூட்டத்தினருக்கும் வந்தனங்கூறப்பெற்று சந்தன தாம்பூலம் வழங்கியபின்னர் இரவு 9.30மணிக்குக் கூட்டங்கலைந்தது என ஒரு நிருபர் எழுதுகிறார்.

பண்டிட் ஆனந்தம் அவர்கட்கு வாழ்த்து சென்னை பொதுஜன மகிழ்ச்சிக் கூட்டம்

தலைவர்களின் புகழுரைகள்

சென்னை, மேமீ 17ஆம் தேதி மாலை 5.30 மணிக்குச் சென்னை ஜார்ஜ்டவுன் திருமணம் அண்ணாமலை முதலியார் ஹாலில் பண்டிட் எஸ்.எஸ். ஆனந்தம் அவர்கள் சென்னை நகர பரிபாலன சபையில் அங்கத்தினராக நியமனம் செய்யப்பட்டதுபற்றி, அவரை வாழ்த்தி மகிழ தென்னிந்திய மருத்துவர் சங்கம், வியாசர்பாடி ஆதித்திராவிட ஐக்கிய நாணய சங்கம், கணேசபுரம் கல்வி வளர்ச்சி சங்கம், வாலிபர் கால்பந்துச் சங்கம், சென்னை சிவனடியார் திருக்கூட்டம், ஆரிய சமாஜம் ஆகிய இவைகளின் சார்பாக ஒரு பொது ஜனக்கூட்டம் நடைபெற்றது. பல பெண்மணிகளும் திரளான ஜனங்களும் ஹாலில் குழுமியிருந்தனர். அக்கூட்டத்திற்கு சென்னை அரசாங்க சுகாதார மந்திரி கனம் எஸ். முத்தையா முதலியார் அவர்கள் தலைமை வகித்தனர். திருவாளர்கள் திவான்பகதூர் ஜி. நாராயணசாமி செட்டியார், வித்வான் மணி திருநாவுக்கரசு முதலியார், ஜி. ரங்கைய நாயுடு, சுரேந்திரநாத் ஆரியா, ஜனகசங்கர கண்ணப்பர், கோடீஸ்வரன் பி.ஏ.எல்.டீ., கே.வி. மீனன், ஜே.என். இராமநாதன், என். தண்டபாணி, பாலகுருசிவம், வித்துவான் முனுசாமிப்பிள்ளை முதலியோரும் இன்னும் பலரும் விஜயம் செய்திருந்தனர். தொடக்கத்தில் யாழ் இசைக்கப்பெற்றது.

தலைவர் கனம் எஸ். முத்தையா முதலியார் அவர்கள் தமது முன்னுரையில் கூறியதாவது: பண்டிட் எஸ்.எஸ். ஆனந்தம் அவர்கள் சென்னை நகரபரிபாலன சபை அங்கத்தினராக நியமிக்கப்பட்டது பற்றி அவரை வாழ்த்த, நீங்கள் இங்கே கூடியிருக்கின்றீர்கள். பண்டிட்ஆனந்தம் அவர்கள் சித்த வைத்தியத்தில் மிகவும் ஊக்கமும் உழைப்பும் எடுத்துக்கொண்டவர் என்பதைத் தாங்களறிவீர்கள். பத்தாண்டுகளாக அவர் பொது ஜன சேவையில் ஈடுபட்டு உழைத்து வருகின்றவர். அவர் இலவச வைத்தியசாலை யொன்றும் அமைத்து நடத்திவருகின்றார். இவர் நகர பரிபாலன சபை அங்கத்தினராக நியமிக்கப்பட்டது பொருத்தமானதே. அப்பதவிக்குத் தகுதியும் வாய்ந்தவரே. அவரைப் பொது ஜனங்கள் நன்கு அறிவர். சர்க்கார் இவரை

நியமித்தது மிகவும் பொருத்தமானதும் தகுதியுடையதுமென்று கூறல் மிகையாகாது.

பின்பு தென்னிந்திய மருத்துவர் சங்கம், வியாசர்பாடி ஆதித் திராவிட ஐக்கிய நாணய சங்கம், கணேசபுரம் கல்வி வளர்ச்சி சங்கம், வாலிபர் கால் பந்துக் கூட்டம், சென்னை சிவனடியார் திருக்கூட்டம், ஆரிய சமாஜம் ஆகிய சங்கங்களின் சார்பாக வாழ்த்துப் பத்திரங்கள் வாசிக்கப்பட்டன.

பச்சையப்பன் கல்லூரி தமிழாசிரியர் வித்துவான் மணி, திருநாவுக்கரசு முதலியார் கூறியதாவது: இக்கூட்டம் மகிழ்ச்சிக் கூட்டமென்று அறிவிக்கப்பட்டிருந்தது. ஆம். இஃது மகிழ்ச்சிக் கூட்டமே, நம்மவரில் ஒருவரான பண்டிட் ஆனந்தம் நகரபரிபாலன சபை அங்கத்தினர் பதவியேற்று நாம் மகிழ்ச்சி யடையும் வண்ணம் பணியாற்றி வருவாரென்ற மகிழ்ச்சியே. யான் திரு. ஆனந்தம் அவர்களைப் பன்னிரண்டு வருடங்களாக அறிவேன். எனது சகோதரர் போன்றவர். பல ஆண்டுகளாக அரும்பணிகள் பல ஆற்றி வருகின்றார். வைத்திய முறையில் அவர்சேவை மிகவும் பாராட்டத்தக்கது. கவனமாகவும் தூய்மையாகவும் மருந்துகளைக் கையாளுபவர். அவருக்குப்பொருள் மீது ஆசையில்லை. போதுமென்ற மனமே பொன் செய்யும் மருந்தெனும் நற்பண்பாளர். தாழ்த்தப்பட்ட மக்களுக்கு அவர் ஆற்றிய பணிகள் அளப்பில. மருத்துவன் என்னும் பத்திரிகையின் ஆசிரியராக விருந்து தமிழுலகிற்கு உதவிவருகின்றார். அனைவரும் கல்வி பயிற்சியடைய வேண்டு மென்ற அவா இவருக்குப் பெரிதும் உண்டு.

தென்னிந்திய மருத்துவ சங்கமென்ற சங்கத்தை முதன்முதல் ஆக்கியவரிவரே. இந்திய வைத்திய பாடசாலை அமைத்ததற்கு இவர் துணையாக விருந்தாரென்று சொல்லுதல் மிகையாகாது. இவர் தம் குலத்து மக்களிடத்து சுயமரியாதை உணர்ச்சியை உண்டாக்கிப்பாடுபட்டு வருகின்றார். உயிரையும் பொருட்படுத்தாது அவர் தாழ்த்தப்பட்ட வகுப்பு முன்னேற்றத் திற்கு உழைத்து வந்தவர். ஜனசமுதாய சீர்திருத்தத்தில் கவனம் செலுத்துவதில் முன்னிற்பவர். இவர் பட்ட பாட்டால்தான் மருத்துவ வகுப்பைச்சார்ந்த ஒருவர் சென்னை சட்ட சபை அங்கத்தினராக நியமிக்கப்பட்டார். இவரை சென்னைநகர சபை அங்கத்தினராக நியமித்ததுபற்றி நாம் நமது வந்தனையைச் சர்க்காருக்கு அளிப்போமாக. (கரகோஷம்) அடுத்த முறை சென்னை சட்ட சபையில் இவரை ஒரு அங்கத்தினராக சர்க்கார் நியமிப்பாரென்று நம்புவோமாக. (கரகோஷம்)

திருவாளர் சுரேந்திரநாத் ஆரியா தமது நகைச்சுவை ததும்பிய உரையில், பண்டிட் ஆனந்தம் போன்றவர்கட்கு இத்தகைய

பதவிகள் சர்க்கார் அளித்து வருவது, எல்லா வகுப்புகளும் முன்னேறவேண்டுமென்ற அரிய நோக்கத்தைக் கொண்ட பார்ப்பனரல்லாதார் இயக்கம் துவக்கிய பிறகே (கரகோஷம்) யென்றும், பண்டிதர் ஆனந்தம் அவர்கள் ஏழைமக்கட்கு உழைக்கவேண்டுமென்ற அவாமிகப் பெரிதும் உடையவரென்றும், தைரியசாலியென்றும், அழகுடையவரென்றும் (கரகோஷம்) கூறினர்.

பின்னர் திராவிட ஆசிரியர் திரு.ஜனகசங்கர கண்ணப்பர் பேசுகையில் கூறியதாவது: பண்டிட் ஆனந்தம் அவர்கள் நகரபரிபாலன சபை அங்கத்தினராக நியமனம் செய்யப் பட்டதைப்பற்றி யான்மகிழ்ச்சி யடைகின்றேன்; அவரை யான் பத்தாண்டுகளுக்கு முன்னரே அறிவேன். நான் அவருடன் நெருங்கிப்பழகியதில் அவர் நற்குணம் வாய்ந்தவரென்றும், பொறுமை யுடையவரென்றும் அறிந்தேன். தென்னிந்திய மருத்துவத்திற்கு மிகப் பாடுபட்டவர். ஆங்கில வைத்தியர்கள் சித்த வைத்தியம் கேடுகெட்டதென்று கூறியகாலத்தே அவ்வெண்ணங்களை மறுக்கவும் கண்டிக்கவும் முன்வந்தவர் இவரே. இவரது முயற்சியே இந்திய மருத்துவப்பாட சாலை யமைப்பதில் பக்க பலமாக விருந்தது. மருத்துவகுலப் பெண்களுக்கு இவர்பாடு படுவாரென்று எண்ணுகின்றேன். இதுபோது மருத்துவக் குலப்பெண்கள் மருத்துவச்சிகளாக சீவிக்கமுடியாது கஷ்டப்பட்டு வருகின்றனர். அக்குலப்பெண்களை ஆங்கிலமுறையில் மருத்துவச்சிகளாகப் பயிற்றுவித்து, அவர்கள் நன்மைக்கு உழைக்கவேண்டும். முடிவாக, யான் அவர் பொதுவாக இந்திய மக்கட்கும் சிறப்பாகத் தமது குலமக்கட்கும் உழைப்பாரென்று நம்புகின்றேன்.

திவான்பகதூர் கோபதி நாராயணசாமி செட்டியார் பேசுகையில், பண்டிட் ஆனந்தம் எல்லா வகுப்பு மக்களுக்கும் சேவை புரிவாரென்று தாம் நம்புவதாகக் கூறினர்.

திரு. எம்.எஸ். கோடீஸ்வரன் பி.ஏ.எல்.டி., பின்வரும் தீர்மானங்களைப் பிரேரேபணை செய்தார்:

(அ) பண்டிட் எஸ்.எஸ். ஆனந்தம் அவர்களை நகர பரிபாலன சபை அங்கத்தினராக நியமித்ததற்காக, மேற்கூறிய சங்கங் களின் அங்கத்தினர்கள் சென்னை அரசாங்கத்திற்கு மனமார்ந்த வந்தனங்களைச் செலுத்துகின்றனர்.

(ஆ) மருத்துவ குலத்தினர் முதலிய தாழ்த்தப்பட்ட வகுப்பினர் களது நன்மைகளைப் பாதுகாக்க சட்டசபையில் பண்டிட் ஆனந்தம் அவர்களின் இருப்பு இன்றியமையாததாகையால் அவரைச் சென்னை சட்டசபை அங்கத்தினராக நியமிக்கும்படி சர்க்காரை இக்கூட்டம் கேட்டுக்கொள்கிறது.

திரு. ஜே.என். ராமநாதன் தீர்மானங்களை ஆமோதித்துப் பேசினார்.

பின்னர் திருவாளர்கள் என். தண்டபாணிபிள்ளை, பாலகுரு சிவம், பண்டிதர் முனிசாமி பிள்ளை ஆகிய இவர்கள் பண்டிட் ஆனந்தம் அவர்களை வாழ்த்திப் பேசினார்கள்.

எஸ்.எஸ். ஆனந்தம்

பண்டிட் ஆனந்தம் பதிலளிக்கையில், பேசியதாவது: யான் செய்த சிறிய வேலையை என்பாலிருக்கும் அபிமானத்தால் எனது நண்பர்கள் பெருக்கிப் பேசினர். எல்லோரும் என்னைப் புகழ்ந்தது என்மீது ஒரு பெரும்பாரத்தை வைத்தாற்போலிருக்கிறது. பார்பனரல்லாதாரின் தலைவரான மந்திரி கனம் எஸ். முத்தையா முதலியார் அவர்கள் இக்கோடைகாலத்தில் அதிக சிரமத்துடன் நீலகிரியைவிட்டு இங்கு விஜயம்செய்ததற்காக யான் அவருக்கு வந்தனைகூறுகின்றேன்.

நகரபரிபாலனமானது லார்டு ரிப்பன் அவர்களால் அளிக்கப்பட்ட சிறிய சுய ஆட்சியாகும். யான் நகர பரிபாலனத்தை (முனிசிபாலிட்டி)ப்பற்றி ஒரு பத்திரிகை வேண்டுமென்று நினைக்கின்றேன். நமது ஜனங்கள் முனிசிபாலிட்டியைப்பற்றியும், சுகாதாரத்தைப் பற்றியும் ஒரு சிறிதும் அறியாமலும் பொருட் படுத்தாமலும் இருக்கின்றனர். எனக்கு அளிக்கப்பட்ட பதவி மிகவும் பொறுப்பானது. நமது அவைத் தலைவர் சுகாதார இலாக்கா தலைவராக விருக்கிறபடியால், அவர் காலத்திலேயே சுகாதாரப் புத்தகங்களைப் பாடசாலைகளில் வைக்கும்படி ஏற்பாடுசெய்யும்படிக் கேட்டுக் கொள்ளுகின்றேன்.

முடிவுரை

கனம் மந்திரி தமது முடிவுரையில், பேசியதாவது: சீமாட்டிகளே! சீமான்களே! நீங்களனைவரும் உவப்புக் கொண்டாடினீர்கள். யானும் அதில் சேர்ந்து கொள்கின்றேன். பண்டிட் ஆனந்தம் அவர்கள் தமது கடமைகளைச் செம்மையாகச் செய்வாரென்று நம்புகின்றேன். இறைவன் அவருக்கு நீண்ட ஆயுளை அளிப்பானாக. யான் உங்கள் அனைவருக்கும் வந்தனமளிப்பதோடு பண்டிட் ஆனந்தமவர்களுக்கும் எனது வாழ்த்தையும் கூறுகின்றேன்.

வந்தனை கூற கூட்டம் கலைந்தது.

2

சென்னைத் தமிழ் வைத்தியசாலைத் தலைவரும், தென் இந்திய மருத்துவர் சங்கத்தலைவரும், மருத்துவன் பத்திராதிபரும் சென்னை நகர பரிபாலன சபை அங்கத்தினருமாகிய மருத்துவ ஞாயிறு பண்டிட் ஆனந்தம் அவர்கட்கு தென் இந்திய மருத்துவர் சங்கத்தார் அளித்த மகிழ்ச்சிப் பத்திரம்

பிறர் நலம் கருதும் பேரறிவாளரே !

உலவும் கோயிலாம் மக்கள் யாக்கையில் உறும்பிணியை ஒழித்து அவர்களுக்கு ஊக்கம் அளிப்பதே உறுதி எனக்கொண்டு அவ்வழியில் தாங்கள் இரவும் பகலும் ஓயாது உழைத்து வருகின்றீர்கள். அவ்வகையில் தாங்கள் பரம ஏழை என்றும், பணக்காரரென்றும் பகுத்துணராது, எல்லோருக்கும் எக்காலத்தும் ஒரேவித அன்புடன் உதவி வருவது என்றும் மறக்கத்தக்கதன்று. நோயினால் ஏக்கமுறும் எளியமக்கட்குத் தாங்கள் காட்டும் அன்பு அளவிலடங்காது. தங்கள் வைத்தியசாலைக்கு வரவியலாது நோயினால் துன்புறும் ஏழைமக்களின் இல்லத்திற்கு ஏற்றகாலத்திற்சென்று அவர்கட்கு ஏற்றபடி தாங்கள் சலியா மனத்துடன் உதவிவருவதை நாங்கள் அறிந்தே இருக்கின்றோம். இத்தகைய பெருங்கருணைவாய்ந்த தங்களுடைய நற்செய்கையை உணர்ந்து அரசாங்கத்தார் தங்களைச் சென்னை நகர பரிபாலன சபையில் ஓர் அங்கத்தினராக அமைந்தமை கேட்டு நாங்கள் அளவிலா மகிழ்ச்சி அடைகின்றோம். அதுபற்றி நாங்கள் சென்னை அரசாங்கத்தாருக்கு எங்கள் நன்றியறிதலை இதன் மூலம் வெளிப்படுத்துகின்றோம்.

சித்த வைத்திய சிரோமணியே!

23.12.1915ஆம் ஆண்டு தொண்டைமண்டலம் உயர்தரப் பாடசாலையில் சர்.பி. தியாகராயர் அவர்களின் தலைமையில் மருத்துவப் புலமை மிக்க பண்டிதர் பலரின் பெரு மகிழ்ச்சிக்கிடையில் மருத்துவ சங்கம் ஒன்றை நிலைநாட்டி அதை அரசாங்கத்தில் பதிவும் செய்து நடத்திவந்தீர்கள். 11.2.21ஆம் ஆண்டில் கவர்ன்மெண்டார் வெளியிட்ட இந்திய வைத்தியத்திற்குக்கேடு சூழத்தகுந்த டாக்டர் கோமன் அவர்களின் அறிவிப்பை ஆங்காங்குப் பலப்பல கூட்டங்கள் கூட்டிக் கண்டித்து இந்திய வைத்தியத்திற்கு நலம்பல செய்தீர்கள். 21.10.23ஆம் ஆண்டில் சென்னைச் சவுந்தரமாலில் சர்.பி. தியாகராயர் அவர்களின் தலைமையில், தாங்கள் வரவேற்புக்கழகத் தலைவராயிருந்து தென் இந்திய மருத்துவர் முதல் மகா நாட்டை மருத்துவ சமூகத்தினருக்கும், தமிழ் நாட்டு மருத்துவத்திற்கும், சீரும், சிறப்பும், பேரும், பெருமையும் பெருகுமாறு நடத்திவைத்தீர்கள். 1.7.24ஆம் ஆண்டில் அரசாங்கத்தார் ஆயுர்வேதம், யுனானி ஆகிய இரண்டு வைத்திய முறைகளுக்கும் ஆதரவளித்து அம்முறைகளைக்கற்க விரும்புவோர்க்குக் கலாசாலை ஒன்றேற்படுத்த முன்வந்தபோது தாங்கள் எவருடைய இகழ்ச்சியையும், புகழ்ச்சியையும் எதிர்பாராது பெருமுயற்சி செய்து அக்கலாசாலையில் அரசாங்கத்தார் தமிழ் சித்த வைத்திய முறையைக்கற்பித்து, தமிழ்மருத்துவசாலையும் வைத்து நடத்துமாறு செய்திருக்கின்றீர்கள். இன்னும் தாங்கள் சித்த வைத்திய முன்னேற்றத்திற்காகப் பலவிதப் பெரு முயற்சியும் செய்திருக்கின்றீர்கள் என்பதை எல்லோரும் அறிவர்.

சுற்றந்தழுவும் சொல்லரும் குணத்தோய்!

மருத்துவகுலத்திற் பிறந்த மக்களனைவரும் கல்வியில் முன்னேற்றமடைந்தால் மற்றெவ்வகையிலும் முன்னேற்றமடைவார் களெனக் கருதி அதற்கெனத் தாங்கள் தென்னிந்திய மருத்துவர் தலைசங்கத்தைச் சென்னையிலும், கிளைச்சங்கங்கள் பலவற்றை மருத்துவர்கள் நிறைந்துள்ள பலநாடுகளிலும், நகரங்களிலும் நிறுவியிருக்கின்றீர்கள். இச்செய்கையினால் மருத்துவமக்கள் அடைந்தநன்மை பலப்பலவாம். இந்தியாவின் தாழ்ந்த பாகமாகிய திருநெல்வேலி ஜில்லாவிலுள்ள உயர்வகுப்பாரென்போர் சிலர், சுடலையில் வரும் மற்ற வகுப்பாரின் பிணங்களைச் சுடுவோர் தங்கள் பிணங்களையும் சுடுவது தங்கள் ஆசாரத்திற்குக் குறைவெனக்கருதி மருத்துவ மக்களில் ஏழைகளாயுள்ள ஒரு வகுப்பினரை வற்புறுத்தித் தங்கள் பிணங்களைச் சுடுமாறு செய்து வந்தனர். அரும்பாடுபட்டுத் தாங்கள் அவ்வழக்கத்தை யொழித்து

அம்மக்களுக் கிடையில் சுயமரியாதையை நிலைநாட்டினீர்கள். 25.5.24ஆம் ஆண்டில் தஞ்சாவூர் ஜில்லா திருவிடைமருதூரிலுள்ள மருத்துவ குலத்தினரில் ஒருபிரிவினராகிய ஏழைமக்களுக்கு அங்குள்ள உயர்வகுப்பார் என்பாரால் ஏற்பட்டக் கொடுந் துன்பத்தையும் ஆபத்தையும் தாங்கள் நீக்குவதற்காக அவ்வூருக்குப் போனீர்கள். அப்போது நம் ஏழை மக்களுக்காகத் தாங்கள் திருவிடைமருதூரில் கொலை பாதகர்களால் அடைந்த துன்பத்தை எண்ணுந்தோறும் எங்கள் மனம் குழம்புகின்றது. அன்று தங்கள் உயிரையும் உடலையும் காப்பாற்றிய இறைவனருள் தங்கள் பால் என்றும் நிலைத்திருக்கக் கோருகின்றோம். 28, 29.3.25ஆம் ஆண்டில் மதுரைமாநகரில் மருத்துவர் இரண்டாவது மகா நாட்டைப் பெருமைபெற நடத்திவைத்த தங்கள் திறமை எந்நாளும் எங்கள் மனதை விட்டகலாது. 1.4.23ஆம் ஆண்டு தாங்கள் திருச்சிராப்பள்ளி மலைக்கோட்டையிலுள்ள தாயுமானவர் ஆலயத்திற்கு அங்குள்ள இந்துக்களாயுள்ள மருத்துவமக்களில் ஒருபகுதியினரையும் ஆலயப்பிரவேசம் செய்வதற்காக அழைத்துச் சென்றீர்கள். ஆலய அதிகாரிகள் அவர்களை உட்செல்லாவாறு தடுத்து, தங்களுக்குமட்டும் உட்செல்ல அனுமதி அளித்தபோது 'இந்துக்களெல்லோரும் ஆலயத்துள் செல்லுங்காலம் வரும்போதன்றி இதுபோது நான் ஆலயத்துட் செல்லேன்' என்று கூறிவந்த தங்கள் வீரவார்த்தை இன்னும் எங்கள் மனத்தில் ஊடுருவி நிற்கின்றது.

கற்றவர் புகழும் கண்ணியப் பெரியோய்!

இந்தியமக்கள் பலவீனர்களாயிருப்பதற்குப் பாலிய விவாகமே முதற்காரணம் என்பதை உணர்ந்து, அதற்காக அரசாங்கத்தார் ஏற்படுத்தியுள்ள இணக்கவயது சபையாரின் கேள்விகளுக்குத் தென்இந்திய மருத்துவச் சங்கத்தின் சார்பாக தாங்கள் அளித்த அறிவு நிரம்பிய பதில்களிலிருந்து தங்களுடைய உலக அறிவு உயர்ந்து நிற்கின்றதென்பதை நாங்கள் உணர்கின்றோம். இதனால் தாங்கள் "மருத்துவ மக்களின் நலத்தோடு பொதுமக்களின் நலத்தையும் கருதுவது போற" மெனக் கொண்டிருக்கிறீர்களென்பது எங்களுக்குப் புலனாகின்றது.

துன்பப் படுவோர்க்கிரங்கும் தூயமனத்தோய்!

சென்னையில் விஜயஞ்செய்திருந்த இந்திய அரசியல் மகா சபையின் தலைவராகிய ஸர் ஜான் சைமன் அவர்களின் முன்சென்று தாங்கள் மருத்துவமக்களின் குறைகளைக் கூறியதோடு அமையாது, பொதுவாகத் தாழ்த்தப்பட்ட மக்கள் எல்லோருடைய

குறைகளையுங்கூறி அக்குறைகள் கனம் சைமன் அவர்களின் மனத்தில் பதியும்படிசெய்த தங்கள் பெருமுயற்சி எந்நாளும் போற்றத்தகுந்ததேயாம். இதனால் தாங்கள் தாழ்த்தப்பட்ட வகுப்பாரிடத்தில் கொண்டுள்ள பெருங்கருணை விளக்க முறுகின்றது. இத்தகைய பெரும்பணிகளை ஆற்றிவரும் தங்கள் புகழ் என்றும் நிலைப்பதாக, பொதுஜன சேவையிற் குன்றா ஊக்கமுள்ள தங்களுக்கு எல்லாம் வல்ல இறைவன் நிறைந்த ஆயுள், நிறைந்த தேகபலம், நிறைந்த மனோசக்தி முதலியவைகளை அருளுவானாக.

இங்ஙனம்
தங்கள்பால் என்றும் நிலைத்த அன்புள்ள
தென் இந்திய மருத்துவர் சங்கத்தார்.

3

சென்னைத் தமிழ் வைத்தியசாலை அதிபரும் தென் இந்திய மருத்துவர் சங்கத்தலைவரும் மருத்துவன் பத்திராதிபரும் சென்னை நகர்காப்புக்கழக அங்கத்தினரும் ஆகிய மருத்துவ பானு பண்டிட் ஆனந்தம் அவர்களுக்குக் கூறும்

உவகை உரை

மருத்துவ சிரோமணியே!

கைம்மாறு கருதாது பொழியும் மழைபோல் ஏழையேமாகிய எங்கட்கு அன்னையென இரங்கி, அமிழ்தனைய மருந்தளித்துப் பிணி நீக்கி வாழ்விக்கும் தாங்கள் இப்பொழுது சென்னை நகர்காப்புக்கழக அங்கத்தினராகத் தகுதி அறிந்த அரசாங்கத்தினரால் நியமனம் செய்யப்பட்டமைக்கு நாங்கள் கழிபேருவகை எய்துகின்றோம்.

அண்ணலே!

உடற்பிணி நீக்குவதொன்றோ? தாங்கள் வியாசர்பாடியிலே உள்ள எங்கள் குடில்கடோறும் வேற்றுமை நோக்காது அன்புடன் நுழைந்து தேனினும் இனிய சொற்களால் உள்ளப்பிணியாகிய அறியாமையை ஒழிக்கப் பெரிதும் முயன்று சுகாதாரம், தருமம், சமயம், நாகரீகம் முதலிய அரும்பொருள்களைப்பற்றி அவ்வப்போது புரிந்த விரிவுரைக்கு என்றும் மறவா நன்றி பாராட்டும் கடப்பாடுடையோம்.

பத்திராசிய !

கல்வியே மக்கட்குக் கண் என்றும், அக்கல்விக்கொடையே எல்லாக் கொடையினுஞ் சிறந்தது என்றும் தாங்கள் கொண்ட கொள்கைகட்கு இணங்க எந்தமக்குக் கல்வியைப் புகட்ட நல்லாசிரியன், சுதேசமித்திரன், திராவிடன், குடி அரசு, மருத்துவன் முதலான பத்திரிகைகளை எங்கட்கு உதவிவரும் தங்களை எங்கட்கு ஆசிரியர் என்று வாயாரப் புகழ்ந்து மகிழ்கின்றோம்.

அன்புடைத் தோன்றலே !

உடற்பிணி ஒழித்து உடம்பைப் பேணுதலில் தாயாய், கல்வி புகட்டுதலில் தந்தையாய், அறிவு கொளுத்துவதில் ஆசிரியப் பெருந்தகையாய் எங்கட்கு விளங்கும் தங்களுக்கு அரசாங்கத்தார் நகர்காப்புக் கழக அங்கத்தினர் பதவியைத் தெரிந்தளித்ததுபோன்றே சென்னைச் சட்டசபை அங்கத்தினர் பதவியையும் ஏழைபங்காளராகிய தங்கட்கு விரைவில் அளிக்க யாம் களிதுளும்பும்காலத்தை எதிர்நோக்குகின்றோம்.

பொது நலம் விழையும் புனித !

தங்கள் பொன்மேனி நோயின்றித் திண்ணெனத் திகழ்க; தங்கள் வாழ்நாள் பல்லூழி ஓங்குக; தங்கள் நல்லறம் மேன்மேலும் பெருகுக; தங்கள் குடும்பம் வழிவழிச் சிறக்க; தங்கள் விருப்பம் நிறைவேறுக! என்று நெஞ்சார இறைவனைநினைந்து வாயார வாழ்த்துகின்றோம்.

இங்ஙனம்
தங்கள்பால் என்றும் மறவா நன்றியுடைய
ஆதிதிராவிட ஐக்கிய நாணய சங்கத்தினேம்,
வியாசர்பாடி சென்னை.
கல்வி வளர்ச்சி சங்கம்,
கணேசபுரம் சென்னை.
வாலிபர் கால் பந்துக் கூட்டத்தார்,
(YOUNG MEN'S FOOTBALL CLUB)
Magzain line.

பின்னர் சென்னைச் சிவனடியார் திருக்கூட்டத்தினராலும், ஆரிய சமாஜத்தினராலும் உபசாரப்பத்திரங்கள் வாசித்துக் கொடுக்கப்பட்டது.

12.02.1930 கீழ்ப்பாக்கம் இந்திய மருத்துவம் கல்லூரியில் அகத்திய முனிவர் படத்திறப்பு விழா, பண்டிட் ஆனந்தம், எஸ். முத்தையா முதலியார், டி..ஆர்.சேஷ ஐயங்கார் முதலானோர்.

(அமாந்திருப்பவர்களில் வலது புறமிருந்து நான்காவது இருப்பவர் ஆனந்தம்பண்டிதர்)